द केस ऑफ द क्रुकेड कँडल

पेरी मेसन यांच्या रहस्य कथा

लेखक

अर्ल स्टॅन्ले गार्डनर

अनुवाद

बाळ भागवत

मेहता पब्लिशिंग हाऊस

Please contact us at **Mehta Publishing House,** 1941, Madiwale Colony, Sadashiv Peth, Pune 411030. ✆ +91 020-24476924 / 24460313
Email : info@mehtapublishinghouse.com
production@mehtapublishinghouse.com / sales@mehtapublishinghouse.com
Website : www.mehtapublishinghouse.com

◆ *या पुस्तकातील लेखकाची मते, घटना, वर्णने ही त्या लेखकाची असून त्याच्याशी प्रकाशक सहमत असतीलच असे नाही.*

THE CASE OF THE CROOKED CANDLE by
ERLE STANLEY GARDNER

Copyright © 1944 by Erle Stanley Gardner

First Published in the USA by William Morrow, 1944
Translated into Marathi Language by Bal Bhagwat

द केस ऑफ द क्रुकेड कँडल / अनुवादित कादंबरी

अनुवाद : बाळ भागवत
१८, कुबल निवास, गोखले रोड, (उत्तर) दादर, मुंबई - २८

मराठी अनुवादाचे व प्रकाशनाचे हक्क, मेहता पब्लिशिंग हाऊस, पुणे

प्रकाशक : सुनील अनिल मेहता, मेहता पब्लिशिंग हाऊस,
१९४१ सदाशिव पेठ, माडीवाले कॉलनी, पुणे - ३०

मुखपृष्ठ : चंद्रमोहन कुलकर्णी
प्रथमावृत्ती : नोव्हेंबर, २०१७

P Book ISBN 9789386888372

पात्रपरिचय

पेरी मेसन : सुप्रसिद्ध वकील, ज्याला अवघड प्रकरणातच हात घालायला आवडत असे.

डेला स्ट्रीट : मसेनची सेक्रेटरी आणि कठीण परिस्थितीत त्याला साथ देणारी सहकारी

जॅक्सन : मेसनच्या कार्यालयातील लॉ क्लार्क

मिस्टर ॲन्ड मिसेस ऑर्थर बिकलर : ज्यांचा मोटर अपघात निदान सुरुवातीला तरी, अगदीच मामुली वाटला होता.

पॉल ड्रेक : खासगी डिटेक्टिव्ह आणि मेसनचा खास तपासनीस

फ्रेड मिलफिल्ड : ज्याला मेंढ्यांबाबत काहीही कळत नव्हते.

डाफने मिलफिल्ड : फ्रेडची पत्नी, जिला लांडग्यांबद्दल तरी खूप माहिती होती.

हॅरी व्हॅन न्युई : मेंढीचे कातडे पांघरलेला लांडगा

लेफ्टनंट ट्रॅग : अत्यंत हुशार पोलीस, ज्याची हुशारीही थोडी कमीच पडली.

कॅरोल बरबॅन्क : सौंदर्य आणि बुद्धी यांचा मिलाप असणारी मुलगी

रॉजर बरबॅन्क : कॅरोलचे वडील, गुन्हा घडला त्या वेळी त्या ठिकाणी तो हजरच नव्हता, असे सिद्ध करण्याची ज्याला गरज होती.

डग्लस बरवेल : लांडग्यांच्या कळपात सापडलेले गुबगुबीत कोकरू

फ्रॅन्क पालेर्मो : मेंढ्यांची लोकर कापायचा आणि माणसांचे खिसेही

जज नेवार्क : ज्याला भरती-ओहोटीबद्दल कुतूहल होते.

हॅमिल्टन बर्जर : पेरी मेसनची कारकीर्द संपवण्यामागे लागलेला प्रॉसिक्यूटर

जे. सी. लॅसिंग : ज्याला साक्षीदार बनायचेच नव्हते.

टी. एल. कॅमेरॉन : दर्दी बोटमन ज्याला सागरांच्या भरती-ओहोटीबद्दल खूप माहिती होती.

१

पेरी मेसनने आपल्या केबिनचा दरवाजा ढकलून उघडला आणि तो डेला स्ट्रीटकडे बघून हसला. ती काळजीपूर्वक त्याच्या टेबलाचे कोपरे पुसत होती.

"सुप्रभात, चीफ!" तिने त्याचे स्वागत केले.

हॅट व्यवस्थित कपाटात ठेवून मेसन आपल्या टेबलाजवळ आला. आलेल्या पत्रांचे तीन गठ्ठे करून ते टेबलावर मांडले होते. पहिल्या गठ्ठ्यावरच्या चिठ्ठीवर लिहिले होते, *वाचायला हवीत, उत्तरांची गरज नाही.* दुसऱ्या गठ्ठ्यावर चिठ्ठी होती, *वाचलीच पाहिजेत; पण तू लिहून घ्यायला न सांगता मला उत्तरे देता येतील* तिसऱ्या गठ्ठ्यात फक्त पाच-सहाच पत्रे होती. त्यावर चिठ्ठी होती, *तूच वाचून, तूच उत्तरे द्यायला पाहिजेत.*

डेला स्ट्रीट पेरी मेसनच्या केबिनशेजारच्या आपल्या कामाच्या खोलीत शिरली. तिने पुसायचे फडके टेबलाच्या ड्रॉवरमध्ये टाकून पुन्हा पेरी मेसनच्या केबिनमध्ये प्रवेश केला. शॉर्टहॅन्डची वही गुडघ्यांवर ठेवून, पेन्सिल तयार ठेवून, ती मेसन जे सांगेल ते लिहून घ्यायला तयार झाली.

त्यानेच वाचून उत्तरे द्यायला हवीत, अशा गठ्ठ्यामधले पहिले पत्र उचलून त्याने वाचले आणि क्षणभर थांबून खिडकीबाहेर बघायला सुरुवात केली. दक्षिण कॅलिफोर्नियामधल्या निरभ्र आकाशाकडे बघत तो अचानक म्हणाला, "आज शुक्रवार आहे, डेला!"

डेलाने मान डोलावली. तिची पेन्सिल तयार होती.

"खुन्यांना देहान्ताची शिक्षा नेहमी शुक्रवारीच का देतात?" त्याने अनपेक्षितपणे विचारले.

"शक्य आहे की, शेवटचा प्रवास शुक्रवारी सुरू करणे दुर्दैवी समजले जात असेल," डेलाने उत्तर दिले.

"अगदी बरोबर!" मेसन म्हणाला. "अत्यंत क्रूर परंपरा आहे ही. पण खुन्यालासुद्धा पुढल्या जगामधला प्रवास स्वच्छ मनाने करायची संधी आपण द्यायला हवी."

"माणसे इतर दिवशी मरतात तशी शुक्रवारीही मरत असतात," डेलाने लक्षात आणून दिले. "खुनी माणसांसाठी अपवाद कशासाठी करायचा?"

मेसनने वळून डेलाकडे बघितले. "डेला, तू फार झपाट्याने वास्तववादी बनायला लागली आहेस. आपणही एखाद्या चाकोरीबद्ध आयुष्यात अडकू शकतो, हे तुझ्या कधी लक्षात आले आहे का?"

"*या कार्यालयात* असे काही घडू शकेल ही बाब माझ्या मनात आली, तर ती अगदी शेवटची गोष्ट ठरेल," डेला मनापासून म्हणाली.

लॉ लायब्ररी आणि रिसेप्शनिस्ट यांच्याकडे घेऊन जाणाऱ्या दरवाजांकडे बोट दाखवत तो म्हणाला, "यांच्यामागे चाकोरीबद्ध आयुष्याची गडबड असते. गर्टी स्विचबोर्डवरून फोन जोडून देत असते, आतमध्ये येणाऱ्या अशिलांची नावे, पत्ते, व्यवसाय टिपून घेत असते. रिसेप्शनच्या पुढल्या खोलीत जॅक्सन कार्यक्षमतेने संदर्भ शोधत बसलेला असतो. तुला विचार करायलाच हवा, डेला. जॅक्सनकडेच बघ. त्याला कायद्याचे अफाट ज्ञान आहे. कायद्याची गुंतागुंतीची प्रकरणे हाताळताना त्याच्या भावना उचंबळून येतात. पण तेरा डावांच्या बेसबॉलच्या खेळात तो उत्साह दाखवू शकत नाही. पारंपरिक कायदेशीर नियमांनी त्याला इतके जखडून टाकले आहे की, कोणत्याही नवीन गोष्टींचा स्वीकार करणे, त्याला जड जाते."

लॉ लायब्ररीच्या दारावर टकटक झाली.

मेसन डेलाला म्हणाला, "मी जो मुद्दा मांडतो आहे, त्याच्या पुराव्याबद्दल सादर करत असणारी वस्तू – एक्झिबिट अ – स्वत: जॅक्सन! आत ये!"

डोक्यावर असलेल्या कामाच्या ओझ्यामुळेच तो इतक्या भारदस्तपणे आणि शांतपणे वागायचा की, थोडा वाकूनच चालायला लागला होता. उभट चेहरा, उठावदार नाक, संपूर्ण लक्ष एकवटून काम करायची सवय असली, तरी कपाळावर एक आठी नसे. प्रत्येक गोष्ट कायद्याप्रमाणेच व्हायला पाहिजे, असा त्याचा दृढ विश्वास होता आणि कायदा आपल्याला कळतो, याबद्दल त्याची पूर्ण खात्री होती. त्यामुळेच की काय, तो अत्यंत धीरगंभीर दिसायचा.

त्याच्यापुढे उभ्या राहिलेल्या कायद्याच्या कुठल्या तरी अडचणीत तो इतका व्यग्र होता की, मेसन किंवा डेला यांना अभिवादन करण्यात वेळ न घालवता तो सरळ मुद्द्यावर आला. "माझ्याकडे एक चमत्कारिक केस आहे. काय करावे कळत नाही. स्किनर हिल्स काराकुल कंपनीचा, काराकुल लोकर असणाऱ्या मेंढ्या घेऊन जाणारा एक ट्रक अचानक थांबला. ड्रायव्हरने कुठला सिग्नलही दिला नाही. ऑर्थर बिकलर, जो आपण त्याचे प्रतिनिधित्व करावे म्हणतो आहे, चालवत असलेली गाडी मागून त्या ट्रकवर आदळली आणि गाडीचे बरेच नुकसान झाले."

"त्याच्याबरोबर गाडीमध्ये दुसरे कुणी होते?"

''हो! त्याची पत्नी सारा बिकलर त्याच्याबरोबर होती.''

मेसन हसला आणि म्हणाला, ''मग ट्रक ड्रायव्हरने सांगितले असणार की, तो थांबतो आहे, असा सिग्नल त्याने दिला होता. रिअर व्ह्यू मिररमध्ये बघताना त्याला ही गाडी वेगात येताना दिसली. गाडी चालवणाऱ्या माणसाचे रस्त्याकडे लक्ष नाही आणि तो आपल्या बायकोशी बोलतो आहे, हेदेखील त्याने बघितले. त्याने दोन-तीन वेळा हॉर्न वाजवला, पुन्हा-पुन्हा हात दाखवला, ट्रकच्या मागच्या दिव्यांची उघडझाप केली आणि त्या ड्रायव्हरने वेग कमी करावा म्हणून त्याचे लक्ष वेधून घेण्याचा सर्वतोपरी प्रयत्न केला.''

जॅक्सन जरासुद्धा हसला नाही. लक्षपूर्वक त्याने आपल्या चश्म्यामधून आपल्या टाचणांकडे बघितले. ''नाही. ट्रक ड्रायव्हर ठामपणे सांगतो आहे की, त्याने सिग्नल दिला होता आणि वेगाने जवळ येणारी गाडी रिअर व्ह्यू मिररमध्ये त्याला दिसत होती. त्या गाडीने थांबायचा प्रयत्नही केला नाही आणि तिने ट्रकच्या मागच्या बाजूला दणका दिला. गाडी चालवणाऱ्या माणसाचे रस्त्याकडे लक्षच नव्हते, असे काही म्हणाला नाही तो.''

करमणूक होत असल्याप्रमाणे मेसनने डेला स्ट्रीटकडे नजर टाकली. ''अननुभवी ट्रक ड्रायव्हर असणार.''

''त्यानंतर फार विचित्र परिस्थिती निर्माण झाली,'' जॅक्सन बोलतच होता. ''ऑर्थर बिकलर आपल्या गाडीमधून बाहेर पडला. ट्रक ड्रायव्हरही खाली उतरला. नेहमी होते, तशीच थोडी वादावादी झाली. ऑर्थर बिकलरने खिशामधून पेन्सिल काढून नाव लिहून ठेवले, 'स्किनर हिल्स काराकुल कंपनी.' ट्रकच्या एका बाजूवर फलकावरती हे नाव लिहिलेले होते. कोणी हरकत घेतली नाही.''

''हरकत कशासाठी घ्यायची?'' मेसनने विचारले.

विचारामध्ये पडून जॅक्सनने डोळ्यांची उघडझाप केली. ''तेच तर विचित्र आहे.'' तो म्हणाला. ''मिस्टर बिकलर ट्रकच्या मागे गेला आणि त्याने ट्रकचा लायसन्स नंबर लिहून घेतला. त्याने नंबर लिहून घेताच 'असे वागणे, अजिबात योग्य नाही,' म्हणत ट्रक ड्रायव्हरने त्याच्या हातामधून पेन्सिल आणि वही काढून घेऊन स्वत:च्या खिशात टाकली आणि ट्रकमध्ये चढून, ट्रक चालू करून तो निघून गेला.''

''कोणाला दुखापत वगैरे?''

''मिसेस बिकलर हिला तीव्र मानसिक धक्का बसला.''

''फोनबुकमध्ये स्किनर हिल्स काराकुल कंपनीचा फोन नंबर वगैरे आहे?''

''नाही. आश्चर्य म्हणजे त्यांनी फर्मच्या नावाने किंवा कुठल्याही कल्पित नावाने प्रतिज्ञापत्र सादर केलेले नाही.''

''ठीक आहे,'' मेसन म्हणाला. ''पॉल ड्रेकशी बोल. काराकुल ब्रीडिंग स्टॉक

विकणाऱ्या फार थोड्या जागा आहेत. ड्रेक त्यांच्याशी संपर्क साधून शोधून काढेल की, स्किनर हिल्स भागामध्ये पाठवण्यासाठी हल्ली कोणी मेंढ्या विकल्या आहेत का किंवा त्यांना स्किनर हिल्स काराकुल कंपनीबद्दल काही माहिती आहे का म्हणून. हे शोधणे खूप कठीण पडणार नाही.''

''सर्वसाधारणपणे कुठल्याही अपघाताच्या प्रकरणात जितकी अनिश्चितता असते तशीच ती या केसमध्येही आहे,'' जॅक्सनने स्पष्ट केले. ''आपल्या अशिलाला सुटकेचा कुठलाच मार्ग शिल्लक न राहण्याची शक्यता आहे. शिवाय दुर्लक्ष केल्याने हानीला कारणीभूत ठरल्याचा प्रश्न आहेच. मला जरा शंकाच वाहते.''

''ती सवय सोडून दे. शंका असणाऱ्या वकिलाचा अशिलाला काहीही उपयोग होत नाही. या प्रकरणात जिंकायची संधी आहे, असे जर तुला वाटत असेल तर त्याप्रमाणे पावले उचल.''

''ठीक आहे. चौकशी करण्यासाठी आगाऊ पैसे द्यावे लागणार होते, तेव्हा माझ्या मनात आले की, खर्च करण्यापूर्वी तुझी परवानगी घ्यावी.''

''मग तशी परवानगी आहे समज,'' मेसनने सांगून टाकले.

जॅक्सनने दार बंद करताच मेसनने डेला स्ट्रीटकडे बघितले. त्याचे डोळे चमकत होते. ''जॅक्सन नीतिनियमांचे काळजीपूर्वक पालन करतो, हे तर मान्य करायलाच हवे.''

''*सगळेच* वकील तसेच नसतात का?'' ती अतिशय नम्रपणा दाखवत म्हणाली.

मेसनने भुवया उंचावून बघताच ती घाईघाईने म्हणाली, ''अर्थात तडकाफडकी निर्णय घेणारे वकील धोकादायक ठरू शकतात म्हणा.''

''प्रश्न असा आहे की, फार सावधपणे वागणारे वकील एका चाकोरीत अडकतात. जॅक्सनचेच उदाहरण घे. त्याचे मन कायदेशीर हरकती, प्रतिवादीचे जबाब, कबुलीजबाब, चुकवाचुकवी यांनीच व्यापलेले असते. पूर्वतयारीशिवाय तो काही करू शकत नाही. उत्स्फूर्त कल्पना त्याने पार दाबून टाकल्या आहेत. स्वत:च्याच कल्पनांवरसुद्धा तो विश्वास ठेवू शकत नाही. साधे-सरळ प्रकरण नसेल तर विचार करायलादेखील तो घाबरतो. लग्न केले तेव्हाही त्याने एका विधवेशी लग्न केले. तिला पूर्वीचा अनुभव आहे अशी त्याची खात्री नसती, तर तो प्रेमभावनेने तिच्याजवळ जाऊ शकला नसता. त्याला नेहमी आधी घडून गेलेल्या घटनेचा संदर्भ लागतो. आणि –''

मेसनचा टेलिफोन खणखणला. त्याने डेलाला खूण करताच तिने फोन उचलला, बोलून ती मेसनकडे वळली आणि म्हणाली, ''गर्टी विचारते आहे की, स्टिकलान, क्रो ॲन्ड रॉस या फर्मच्या मिस्टर स्टिकलानशी तू बोलशील का

म्हणून. त्याला फक्त तुझ्याशीच बोलायचे आहे.''

फोनकडे हात नेत तो म्हणाला, ''सांग गर्टीला की, फोन जोडून दे म्हणून... हॅलो!''

''मिस्टर मेसन, मी स्टिकलान, क्रो अ‍ॅन्ड रॉस या फर्मचा सी. व्ही. स्टिकलान बोलतो आहे.''

''बोला, मिस्टर स्टिकलान!''

''बिकलर – ऑर्थर बिकलर नावाच्या अशिलाचे तू प्रतिनिधित्व करतो आहेस? एका मोटर अपघाताची केस?''

''हो!''

''प्रकरण मिटवण्यासाठी तुझा अशील किती पैसे घेईल?''

''तुझी किती पैसे द्यायची तयारी आहे?''

स्टिकलानच्या आवाजातच सावधपणा होता. ''सर्व संबंधित पक्षांचा विचार करून कायदेशीर जबाबदारीतून पूर्ण मुक्तता मिळवण्यासाठी माझे अशील तीनशे डॉलर्सपर्यंत पैसे द्यायला तयार होईल.''

''तू 'स्किनर हिल्स काराकुल' कंपनीच्या वतीने बोलतो आहेस का?''

''हो!''

''मी नंतर फोन करतो.''

''शक्य तितक्या लवकर कळव,'' स्टिकलान म्हणाला. ''लवकरात लवकर हे प्रकरण हातावेगळे करायची माझ्या अशिलाची इच्छा आहे.''

फोन ठेवून मेसन डेला स्ट्रीटकडे बघून हसला. ''सुरुवात तरी चांगली होते आहे, डेला. जॅक्सनला आत यायला सांग.''

काही सेकंदातच स्ट्रीट जॅक्सनला घेऊन डेला आत शिरली.

''बिकलर पति-पत्नी अजून तुझ्या खोलीत बसलेले आहेत का?''

''हो!''

''सगळे प्रकरण पूर्णपणे मिटवण्यासाठी त्यांना किती पैसे हवे आहेत?''

''मी त्याबाबत चर्चा केलेली नाही. गाडीला अडीचशे डॉलर्स एवढे नुकसान पोहोचले आहे, असे त्याला वाटते.''

''आणि खरोखर किती नुकसान झाले असावे?''

''काही भाग विकत मिळत असतील, तर एवढे नुकसान झालेही नसेल, पण त्याला दोनशे पन्नास डॉलर्स हवे आहेत.''

''आणि मिसेस बिकलर? तिला बसलेल्या तीव्र मानसिक धक्क्याबद्दल तिला किती पैसे हवे आहेत?''

''ती पाचशे डॉलर्सच्या गप्पा मारत आहे.''

''साडेसातशे डॉलर्स घेऊन प्रकरण मिटवायला तयार होतील ते?''

''नक्कीच! पाचशे डॉलर्सही ठीक होतील.''

''जाऊन विचार त्यांना की, पाचशे डॉलर्स ही रक्कम ठीक आहे का म्हणून!''

जॅक्सन दोन मिनिटांत परत आला. ''रोख पाचशे डॉलर्सवर प्रकरण मिटवायला त्यांची तयारी आहे.''

मेसनचे डोळे चमकायलाच लागले होते. त्याने फोन उचलून गर्टीला सांगितले, ''स्टिकलान, क्रो अ‍ॅन्ड रॉसच्या सी.व्ही. स्टिकलानला फोन जोडून दे, गर्टी.''

काही सेकंदातच स्टिकलान फोनवर आल्यावर मेसन म्हणाला, ''मला प्रथम वाटले होते, त्यापेक्षा परिस्थिती जरा जास्तच गंभीर दिसते आहे. गाडीचे तर नुकसान झालेच आहे आणि शिवाय मिसेस बिकलरला तीव्र मानसिक धक्का बसला आहे....''

''किती?'' मेसनचे बोलणे तोडत स्टिकलानने विचारले.

''याखेरीज आमच्या अशिलाच्या हक्कांबाबत जाणूनबुजून दुर्लक्ष झाले आहे. त्याचप्रमाणे –''

''किती?''

''पंचवीसशे डॉलर्स.''

''काय?'' स्टिकलान ओरडलाच.

''ऐकले आहेस तू. आणि पुढल्या वेळी अशिलाच्या तक्रारी सांगत असताना मधे अडवू नकोस मला.''

''हा वेडेपणा आहे. अगदीच धक्कादायक. काही अर्थच नाही या बोलण्याला.''

''ठीक आहे,'' मेसन म्हणाला. ''जशी तुझी इच्छा.'' आणि त्याने ताबडतोब फोन ठेवून दिला.

जॅक्सन विस्फारलेल्या डोळ्यांनीच मेसनकडे बघत म्हणाला, ''काय चालले आहे तरी काय?''

मेसनने आपले घड्याळ टेबलावर ठेवले. ''त्याला पाच मिनिटे देऊ. त्याच्या अशिलाशी बोलून नवीन प्रस्ताव सादर करायची संधी मिळेल त्याला.''

''पण आपण ही केस हातात घेतली आहे, ते या वकिलांना कळलेच कसे?''

''बहुधा त्यांनी बिकलरला फोन केला असेल, गाठायचा प्रयत्न केला असेल. वकिलाकडे गेले आहेत, कळल्यावर शेजाऱ्यांना विचारले असेल... मला तरी कसे कळणार, जॅक्सन? मुद्दा असा आहे की, त्यांना हे प्रकरण मिटवण्याची घाई झाली आहे.''

मेसनचे आपल्या घड्याळाच्या सेकंद काट्याकडे लक्ष होते. फोन वाजला.

''दोन मिनिटे आणि दहा सेकंद,'' मेसन खुशीत म्हणाला. त्याने फोन उचलला.

''मिस्टर मेसन,'' स्टिकलरच्या आवाजात काळजी होती, ''मी माझ्या अशिलांशी बोललो. त्यांना वाटते की, तुमच्या अशिलाने अव्वाच्या-सव्वा रक्कम मागितली आहे.''

"ठीक आहे," मेसन मजेत म्हणाला. "आम्ही खटला दाखल करतो. बघू या ज्यूरीला काय वाटते ते."

"पण तरीही माझे अशील प्रकरण पूर्णपणे मिटवण्यासाठी बाराशे पन्नास डॉलर्स द्यायला तयार आहेत," स्टिकलर घाईघाईने म्हणाला.

"नाही जमणार."

"माझे ऐक जरा," स्टिकलर म्हणाला, "हे प्रकरण एकदा मिटवण्यासाठी आणखी दोनशे पन्नास डॉलर्स द्यायला मी त्यांना माझ्या जबाबदारीवर विनंती करतो. एकूण पंधराशे डॉलर्स."

"मिसेस बिकलरला तीव्र मानसिक धक्का बसला आहे," मेसन आपल्या बोलण्याला चिकटून होता.

"माझी खात्री आहे की, थोड्याफार पैशांनी सुधारण्यासारखी परिस्थिती असणार," स्टिकलान उपरोधिकपणे म्हणाला.

"हा माझ्या अशिलावर अन्याय होतो आहे," मेसन म्हणाला. "मी काय करणार आहे ते सांगतो तुला, स्टिकलान. तुझ्या अशिलांना सांग की, पुढल्या एका तासात त्यांनी जर दोन हजार डॉलर्स दिले, तर आम्ही त्यांची जबाबदारीतून पूर्ण मुक्तता केल्याचे लिहून देऊ. किती वेळात तू मला सांगू शकशील?"

"एक मिनिट फोन चालू राहू दे," स्टिकलान म्हणाला.

मेसनला कुजबुज ऐकू आली आणि मग पुन्हा स्टिकलानचा आवाज आला, "ठीक आहे मिस्टर मेसन. सर्टिफाइड चेक घेऊन माझा माणूस तीस मिनिटांत तुझ्या कार्यालयात येईल. तुझ्या अशिलांना कृपा करून तुझ्याच कार्यालयात थांबवून घे. जबाबदारीतून पूर्ण मुक्तता केल्याच्या प्रतिज्ञापत्रावर त्यांना नोटरीसमोर सही करावी लागेल."

फोन ठेवताना मेसन जॅक्सनकडे बघून हसला. "माझ्या सदसद्विवेक बुद्धीला खरंतर टोचणी लागायला हवी, जॅक्सन. पण तसे काही वाटत नाही."

जॅक्सनच्या कपाळावर आठ्या होत्या. "तू हे कसे काय करतोस ते कळत नाही मला. मी पाचशे डॉलर्स घेऊन प्रकरण मिटवले असते," तो खिन्नपणे म्हणाला. "त्या दोन मिनिटे दहा सेकंदात मला शंभर वर्षे जगल्यासारखे वाटते आहे."

"एक मिनिट थांब, जॅक्सन!" मेसन म्हणाला. "स्किनर हिल्सबद्दल हल्लीच काहीतरी कानावर आल्यासारखे वाटते मला. त्या भागामधल्या कुठल्या तरी प्रॉपर्टीबद्दल आपल्याकडे काहीतरी आहे ना?"

नकारार्थी मान हलवायला सुरू करता-करता जॅक्सन खाडकन थांबला. "किंगमन केस," तो उद्गारला.

"काय आहे ती किंगमन केस?" मेसनने विचारले.

"अॅडेलेड किंगमनकडून तुला आलेले पत्र तू माझ्याकडे दिले होतेस. आठवते? मी तिच्याशी पत्रव्यवहार करून मालकी हक्काचा वाद संपुष्टात आणण्यासाठी खटला भरायचा सल्ला दिला होता. पण खटला पुढे चालवण्यासाठी आपल्याकडे पुरेसे पैसे आहेत, असे तिला वाटत नव्हते. नंतर मला वाटते आपण काहीच केले नाही."

"मला आणखी माहिती सांग त्याबद्दल."

जॅक्सनने आपला घसा साफ केला. कायद्याबद्दल काही बोलायचे झाले की असे करायची सवयच जडली होती त्याला. "स्किनर हिल्स डिस्ट्रिक्टमध्ये डोंगर उतारावरच्या ऐंशी एकर जागेच्या मालकीबाबत अॅडेलेड किंगमनकडे नोंद असलेले कागदपत्र आहेत. फ्रॅन्क पालेर्मो नावाच्या मेंढपाळाला ती जागा विकण्याबद्दल तिने विक्रीचे कागदपत्र बनवले होते. मला वाटते पाचशे डॉलर्स वगैरे काहीतरी किंमत ठरली होती. मेंढ्यांना चरण्यासाठी उपयुक्त अशी काही एकर जागा सोडली तर बाकीच्या जागेला काही किंमतच नाही. पालेर्मोने करारपत्राप्रमाणे पैसे दिले नाहीत, पण तिने काही केले नाही. आता तर ती इस्टेट माझीच आहे असे तो म्हणतो आहे. अनेक वर्षे ती प्रॉपर्टी त्याच्याच ताब्यात आहे. त्याने त्या जागेची किंमत ठरवून घेतली आणि करही भरले. प्रतिकूल कब्जा मिळवल्याने त्या जागेवर आता त्याचाच हक्क आहे म्हणतो. तो बहुतेक संधी मिळताच कुणालाही लुबाडायला तयार असणारा, नीच प्रवृत्तीचा, धूर्त, लबाड आणि लोभी माणूस असावा."

"आणि मालकी हक्काचा वाद संपुष्टात आणण्यासाठी खटला भरायची अॅडेलेड किंगमनची तयारीच नव्हती?"

"नाही. तिला अपघात झाला. पायाचे हाड मोडले. ती सॅन फ्रान्सिस्कोमधल्या रुग्णालयामध्ये आहे असे मला कळले आहे. ती पासष्ट वर्षांची आहे आणि जवळजवळ कफल्लक आहे. खटला भरण्याची किंवा त्यासाठी प्राथमिक खर्चादाखलसुद्धा काही पैसे देण्याची तिची परिस्थिती नाही."

"बस जॅक्सन," मेसन म्हणाला. "आपण विचार करू या थोडा."

जॅक्सन त्याच्यासमोर बसला.

"स्किनर हिल्स काराकुल फर कंपनीने या वेळी अशा तऱ्हेने ताबडतोब प्रकरण मिटवण्याची का तयारी दाखवली आहे असे वाटते तुला?"

"ट्रक ड्रायव्हरने ज्या तऱ्हेने, बळजबरीनेच ऑर्थर बिकलरची वही आणि पेन्सिल काढून घेतली आहे कळल्यावर त्यांना नक्की कोर्टात जायची भीती वाटते आहे."

मेसनने नकारार्थी मान हलवली. "गाडीचा अपघात झाला होता. तशी नोंद झाली असणार. पण तरी आज सकाळी दहा वाजेपर्यंत काहीच घडले नव्हते. हा मुद्दा तुझ्या डोक्यात ठेव, जॅक्सन. काय ते दहा वाजल्यानंतर सुरू झाले."

"त्याचा नक्की इथे काय संबंध आहे?" जॅक्सनने विचारले.

"आपण विचार करायला पाहिजे असा काहीतरी. दहाची वेळ कुठल्या तऱ्हेने महत्त्वाची असते?"

"त्या वेळी बँका उघडतात म्हणून?" डेलाने सुचवले.

"आणि वरिष्ठ अधिकारी कामाला येतात म्हणून," मेसनने भर घातली. "समजू या की, अपघाताबद्दलची माहिती कुठल्या तरी छोट्या माणसाच्या हातात होती आणि ती त्याने दहा वाजता वरिष्ठ अधिकाऱ्याच्या टेबलावर ठेवली. त्या वरिष्ठ अधिकाऱ्याने बिकलरला गाठण्यासाठी आपला माणूस घाईघाईने त्याच्या घरी पाठवला. त्या माणसाला कळले की, बिकलर ॲटर्नीला भेटायला गेला आहे. बहुधा एखाद्या शेजाऱ्याने त्याला ॲटर्नीचे नाव सांगितले असेल. हे कळताच त्या वरिष्ठ अधिकाऱ्याने आपल्या ॲटर्नींना फोन करून सांगितले की, अपघाताची केस ताबडतोब मिटवून टाका. कितीही पैसे खर्च करावे लागले तरी चालेल. त्याने हे का केले असेल?"

जॅक्सनने नकारार्थी मान हलवली. "माझ्या नाही लक्षात येत!"

"पण मला *वाटते* की, माझ्या ते लक्षात येते आहे," मेसन म्हणाला. "डेला, तू ड्रेक डिटेक्टिव्ह एजन्सीच्या पॉल ड्रेकला फोन करून स्किनर हिल्स काराकुल कंपनीबद्दल चौकशी करायला सांग. काराकुल फरच्या मेंढ्यांची पैदास करणाऱ्या माणसांना भेटून कुणाला मेंढ्यांची विक्री झाली, ते शोधायला सांग. स्किनर हिल्स काराकुल कंपनीची सर्व बाबतीत माहिती काढायला सांग. बिकलरची सही घेण्यासाठी प्रतिज्ञापत्र आल्यावर बिकरलची वही मिळवण्याचा प्रयत्न कर. ज्या ट्रकमधून मेंढ्या घेऊन जात होते, त्या ट्रकचा लायसन्स नंबर मिळव. माझा अंदाज आहे की, त्या ट्रकचा लायसन्स नंबर या सर्व प्रकरणात अत्यंत महत्त्वाचा ठरणार आहे."

जॅक्सनचे डोकेच गरगरायला लागले असावे. "मी कबूल करतो की, यामागची तुझी कारणमीमांसा माझ्या अजिबात लक्षात येत नाही, मिस्टर मेसन!"

"तसा प्रयत्नच तू करू नकोस," मेसन म्हणाला. मग तो हसला. "तू जी कारणमीमांसा म्हणतो आहेस, ती मलासुद्धा कळत नाही. काही आधार नसलेल्या तर्कांवर मी काम करतो आहे. ॲडेलेड किंगमनला फोन करून सांग की, कुठल्याही तऱ्हेची तडजोड करू नकोस आणि आम्ही सांगेपर्यंत कशावरही सही करू नकोस. कोणी कुठली चौकशी करायला आले, तर त्यांना आमच्याकडे पाठव. आम्ही तिला त्या रुग्णालयाच्या वॉर्डमधून खाजगी खोलीत खास नर्सेसच्या देखरेखीखाली ठेवणार आहोत असेही सांग. उद्या सकाळी सॅन फ्रान्सिस्कोमधल्या सर्वोत्कृष्ट अस्थिवैद्याचा सल्ला विचारण्यासाठी त्याला बोलावून घे."

जॅक्सन आश्चर्याने थक्क झाला होता. "आणि बिले कोण देणार?" त्याने विचारले.

"आपण देणार आहोत," मेसन म्हणाला.

२

दुसऱ्या दिवशी सकाळी उंच, अत्यंत सडसडीत असा पॉल ड्रेक, पेरी मेसनच्या केबिनमध्ये येऊन त्याच्या समोरच्या गुबगुबीत चामड्याच्या खुर्चीत स्थानापन्न होऊन हसतच पेरी मेसनला म्हणाला, "अचानक काराकुल लोकरीबाबत कशी काय चौकशी करतो आहेस तू?"

"माहीत नाही. एखाद वेळी फर कोट विकत घ्यायचा असेल मला. तू काय शोधून काढले आहेस, पॉल?"

"काराकुल फर कंपनी जादूगाराच्या हॅटमधल्या सशासारखी आहे, पेरी. आता समोर दिसते, नाहीशी होते. सर्व सरळ-सरळ वाटते. पण तशी खात्री पटत नाही. स्किनर हिल्स डिस्ट्रिक्टमध्ये त्यांनी बरीच प्रॉपर्टी विकत घेतली आहे."

"कशासाठी?"

"काराकुल लोकरीच्या मेंढ्यांची पैदास करण्यासाठी."

"स्किनर हिल्समध्येच का?"

"धडधडीत खोटे बोलत आहेत असाच संशय यावा, असे रिअल्टर्स गोड-गोड बोलत सांगत आहेत की, त्या भागात मेंढ्यांची पैदास करण्यासाठी अगदी *गरजेएवढा* सूर्यप्रकाश, *हवा तेवढाच* पाऊस, मातीमध्ये *विशिष्ट प्रमाणात* खनिजे उपलब्ध आहेत आणि ही पैदास लाभदायक ठरेल."

"आणि गोड-गोड बोलणाऱ्या या रिअल्टर्सच्या मागे कोण आहेत?"

"फ्रेड मिलफिल्ड हा त्यांच्यातला महत्त्वाचा माणूस वाटतो. तो २२९१ वेस्ट नार्लिअन अव्हेन्यूवर राहतो. अपार्टमेन्ट हाउस आहे. त्याचे लग्न झालेले आहे. बायकोचे नाव, डाफने मिलफिल्ड. दोघेही नेवाडामधल्या लास वेगासच्या आसपासच्या भागातून आलेले आहेत."

"आणि कोण?"

"हॅरी व्हॅन न्युई नावाचा एक जण आहे. पस्तीस एक वयाचा. सडसडीत, काळेभोर डोळे. अत्यंत उर्मटपणे वागतो. तोदेखील लास वेगासच्या आसपासचाच

आहे. हॉटेल कॉर्निशमध्ये ६१८ नंबरच्या खोलीत राहतो म्हणे, म्हणजे सापडला तिथे तर. माझ्या माणसांची एकदाही भेट होऊ शकलेली नाही.''

''आणि मिलफिल्ड?''

''त्याच्याशी थेट संपर्क साधलेला नाही. पण आम्ही त्याच्या मागावरच आहोत. साधारण पंचेचाळीस वर्षांचा आहे. पोट थोडेसे सुटलेले, सोनेरी केस – जेवढे शिल्लक आहेत तेच, निळे डोळे. अगदी मोकळेपणाने बोलतो आहे, असे नेहमी वाटते. स्किनर हिल्स डिस्ट्रिक्टमध्ये नुसता फिरतो आहे.''

''खरेदी? भाडेपट्ट्यावर?''

''खरेदी, करार वगैरे.''

''कंपनी जादूगाराच्या हॅटमधल्या सशासारखी आहे असे का वाटते तुला?''

''या सर्वांच्या मागे असणारी व्यक्ती कळत नाही. त्या माणसाला कुणी ओळखत नाही. कोणी कधी भेटू शकत नाही.''

''तुला हे कसे काय कळले?''

''अशाच छोट्या-छोट्या गोष्टींवरून.''

''मग मला तोच माणूस हवा आहे,'' मेसनने सांगितले.

''त्याचा शोध कठीण वाटतो. पण मी एक गोष्ट सांगतो. मिलफिल्डने एक सौदा पक्का केल्यावर त्याला तातडीने मोठ्या रोकड पैशांची गरज होती. तो त्या माणसाला घेऊन बेकर्सफिल्ड इथल्या एका बँकेत गेला. खिशामधून एक कोरा चेक काढून त्याने त्यावर आकडा टाकला आणि टेलरच्या खिडकीमधून चेक आत सरकवला. थोडी गडबडच उडाली. टेलर मॅनेजरच्या खोलीत गेला. लॉस एन्जलीसला फोन करायला वेळ लागेल, तेवढाच वेळ आतमध्ये होता. मिलफिल्डने आकडा भरलेल्या चेकवरची सही विशिष्ट उभट अक्षरांत होती. पैसे मिळण्यासाठी थांबलेल्या माणसाला सहीमधले पहिले नाव वाचता आले नाही, पण तो म्हणतो शेवटचे नाव बरबॅन्क होते. नावावरून काही बोध होतो तुला?''

''थोडासुद्धा नाही,'' मेसनने उत्तर दिले. ''पण मग बरबॅन्क हाच माणूस मला हवा आहे.''

''त्याच्याकडून तुला नक्की काय हवे आहे, पेरी?''

''साधारण एक लक्ष डॉलर्सला मला ऐंशी एकर जमीन त्याला विकायची आहे.''

''तुझ्या मनात नक्की काय आहे, पेरी?'' ड्रेकने विचारले.

''तू चौकशी करत असताना तुला दुसऱ्या कशाचा वास आला होता, पॉल?''

''म्हणजे?''

मेसनने हवेत नाक फिरवून जोराजोराने श्वास घेतला. ''कारण मला वास येतो आहे.''

"काय?"

"तेल!"

ड्रेकने हळूच शिटी मारली.

"ते जमिनीला काय किंमत देत आहेत?"

"नाइलाजाने द्यावी लागेल तेवढीच, लक्षात घे. पेरी, आज शनिवारची दुपार आहे. मी या बाबतीत चोवीस तासच काम करतो आहे. बरीच माणसे नेमूनही फक्त महत्त्वाच्या गोष्टींवरच मी लक्ष दिले आहे. या क्षणी तू याहून...."

"माहीत आहे मला," मेसन सहानुभूतीच्या स्वरात म्हणाला, "पण माझीही वेळेशीच स्पर्धा आहे. एकदा त्यांनी सर्व प्रॉपर्टी हातात घेतली की ते मुजोर बनण्याची शक्यता आहे. त्यांचे ते काम चालू आहे. तोपर्यंत कोणीही त्यांच्याकडे जाऊन आपली किंमत वसूल करू शकेल. पाय मोडून सॅन फ्रान्सिस्को इथल्या रुग्णालयाच्या वॉर्डमध्ये पडलेल्या आणि आपल्याकडे एक सेंटही नाही अशी खात्री असलेल्या ॲडेलेड किंगमन या स्त्रीच्या वतीने मलाही योग्य ती किंमत मिळवायची आहे."

"तुला मिलफिल्ड किंवा व्हॅन न्युई...."

"मला ती माणसे नको आहेत. या सर्व उद्योगामागे असलेला माणूसच मला हवा आहे. रहस्यमय असा कोणीतरी, जो काल सकाळी दहा वाजता आपल्या कार्यालयात पोहोचला आणि त्याला कळले की, बिकलर नावाच्या माणसाने त्याच्या एका ट्रकचा लायसन्स नंबर लिहून घेतला आहे. तो इतका अस्वस्थ झाला की, त्याने आपल्या ॲटर्नींना फोन करून सांगितले की, बिकलर सांगेल ती किंमत मोजून त्याचे प्रकरण ताबडतोब मिटवून टाका. मी अशाच माणसाशी व्यवहार करू शकतो."

"ट्रकच्या लायसन्स नंबरवरून काही कळू शकत नाही तुला?" ड्रेकने विचारले.

मेसन हसला. "लायसन्स नंबर आहेच कुठे? त्यांनी बिकलरला वही, पेन्सिल परत दिली खरी, पण एक पान फाडून. ती सुटी-सुटी पाने असणारी वही होती. तुम्ही काही सिद्ध करू शकत नाही. ते फार झपाट्याने कामाला लागले आहेत. मी तेच करणार आहे."

"ठीक आहे. आतापर्यंत मला मिळालेली माहिती मी तुला सांगितलेली आहे, पेरी. माझी माणसे अजूनही कामावर आहेत. पण सापडणारे धागे मिलफिल्ड आणि व्हॅन न्युई यांच्याकडेच बोट दाखवतात आणि त्या दोघांपैकी कुणालाच आम्ही गाठू शकलेलो नाही."

मेसनने घड्याळाकडे बघितले. अस्वस्थपणे बोटांनी टेबलावर ताल धरला. "मेंढ्यांच्या पैदाशीची जमीन समजून ते त्याप्रमाणेच पैसे देत आहेत?"

"रेकॉर्डप्रमाणे तेवढेच!" ड्रेक म्हणाला. "पण हुशार माणसांनी अडवणूक केली तेव्हा त्यांना जागच्या जागी रोख रकमेत त्यांनी बोनस दिला. कागदपत्रांमध्ये कुठेही

तो दिसत नाही. कोणी सिद्ध करू शकत नाही. फक्त तर्क करता येतो. धीर धर, पेरी! सोमवार दुपारपर्यंत तरी वेळ दे मला, मग सगळे समोर येईल. मी तुला –"

"तोपर्यंत फार उशीर झालेला असेल. मी डाफने मिलफिल्डची गाठ घेतो. तिच्याबद्दल तुझ्या माणसांना काय कळले आहे?"

"ती फ्रेड मिलफिल्डची पत्नी आहे आणि वेस्ट नार्लिअन अव्हेन्यूवरच्या अपार्टमेन्ट हाउसमध्ये राहते याव्यतिरिक्त काहीही नाही."

मेसनने डेला स्ट्रीटला खूण करत म्हटले, "अर्धा तास थांबू! एखादे वेळी हाताला काही लागणारही नाही, पण प्रयत्न करायलाच हवा."

३

द वेस्ट नार्लिअन अव्हेन्यूवरचा पत्ता जरा उच्चभ्रू वस्तीतला होता. प्रतिष्ठित आणि भारदस्त आहे, असे भासवण्याचा प्रयत्न तरी केला होता. लॉबीमध्ये टेबलाशी बसलेल्या माणसाने पेरी मेसनवर छाप पाडण्याचा खास प्रयत्न करत सांगितले की, केवळ माणसे मिळत नाहीत म्हणून स्विचबोर्ड ऑपरेटर ठेवलेला नाही.

''मिस्टर फ्रेड मिलफिल्ड,'' पेरी मेसनने सांगितलेले नाव त्याने पुन्हा स्वत:शीच उच्चारले. ''आणि तुझे नाव?''

''मेसन!''

''त्याच्याशी भेट ठरलेली आहे, मिस्टर मेसन?''

''नाही.''

''एक मिनिट थांब. स्विचबोर्ड ऑपरेटर्स टिकतच नाहीत, पण आम्ही जमेल तितके करतो. एकच मिनिट!''

स्विचबोर्डसमोरच्या सेक्रेटरीच्या खुर्चीत बसून त्याने एक वायर आत घातली. मेसनच्या कानावर बोलणे जाऊ नये यासाठी माउथपीसभोवती हात धरला.

काही क्षणांनी मेसनकडे वळून म्हणाला, ''मिस्टर मिलफिल्ड नाही. संध्याकाळी यायलाही त्याला उशीर होणार आहे.''

''बरं, मिसेस मिलफिल्ड आहे?'' अगदी सहज विचारल्यासारखा मेसनने प्रश्न टाकला.

तो माणूस पुन्हा टेलिफोनकडे वळला आणि थोडा वेळ बोलून म्हणाला, ''तुझी ओळख आहे असे वाटत नाही तिला, मिस्टर मेसन!''

''तिला सांग की, मी काराकुल मेंढ्यांच्या व्यवसायाबद्दल बोलायला आलो आहे.''

क्लार्क कोड्यात पडल्यासारखा वाटला, पण त्याने निरोप सांगितला. ''ती भेटेल तुला. अपार्टमेंट १४-ब. तू सरळ वर जा!''

निळ्या वेषामधला, सोनेरी गोफ आणि पट्ट्या वगैरे असलेला निग्रो एलिव्हेटर

चालवत होता. त्याच्या वागण्यावरून तरी तो या कामाला नवीनच होता.

एलिव्हेटर मजल्याखालीच तीन इंचांवर उभा राहिला. तेवढ्या उंचीवर न्यायचा प्रयत्न करताना तो जास्तीच वर गेला. चांगला पाच इंच. खाली-वर करत शेवटी जास्त काळजी न करता त्याने दरवाजा उघडला.

''पावले जपून उचला,'' त्याने धोक्याची सूचना दिली.

''खरं आहे तू बोलतोस ते,'' मेसन त्याला म्हणाला आणि कॉरिडॉरमधून पुढे निघाला. तो निग्रो मात्र त्याच्या बोलण्यावरच विचार करत होता.

मेसनने अपार्टमेंट १४-बचे बटण दाबताच काही सेकंदातच तीस-एक वर्षे वयाच्या एका स्त्रीने दार उघडले. ती व्यवस्थित होती. टापटिपीने राहणारी, स्वत:ची नीट काळजी घेणारी. चेहऱ्यावरून तरी जगात सावधपणे वागणारी वाटत होती. तिचे डोळे मात्र थोडे सुजल्यासारखे वाटत होते.

दारमध्येच उभे राहून तिने विचारले, ''तुला काराकुल फरबद्दल काहीतरी बोलायचे होते?''

''हो!''

''काय ते माझ्याशीच बोलू शकणार नाहीस? माझा नवरा इथे नाही आता.'' मेसनने मागे, पुढे कॉरिडॉरमधून नजर फिरवली.

''मी तुझ्याबरोबर लॉबीपर्यंत येते,'' मिसेस मिलफिल्ड तुटकपणे म्हणाली. मग ती जरा घुटमळली. तिचा विचार बदललेला असावा. ''जाऊ दे, ये तू आतच.''

मेसन तिच्या मागोमाग आत शिरला. अपार्टमेंट व्यवस्थित सजवलेले होते. क्षणभर ती वळली आणि खिडकीमधून येणारा सूर्यप्रकाश तिच्या चेहऱ्यावर चमकून गेला. तिचे डोळे असे का भासले होते, ते मेसनच्या ध्यानात आले. पापण्यांभोवतालचा आणि डोळ्यांखालचा भाग सुजल्यासारखाच वाटत होता. त्याची चूक झाली नव्हती. ती रडत होती. शंकाच नाही. थोड्याफार कुरबुरीने कोसळलेले रडे नव्हते ते. तो येण्यापूर्वी ती बराच काळ रडत होती.

मेसनने काय निष्कर्ष काढला आहे, हे तत्काळ तिच्या ध्यानात आले. ती खिडकीशी पाठ करून बसली. तिच्यासमोरच्या खुर्चीकडे बोट दाखवून तिने मेसनला बसायची विनंती केली.

मेसन प्रकाशाच्या दिशेने तोंड करून बसला. त्याने आपल्या व्हिजिटिंग कार्ड्सची केस खिशातून काढत म्हटले, ''मी ॲटर्नी आहे.''

त्याने दिलेले कार्ड बघत ती म्हणाली, ''मिस्टर मेसन, मी तुझ्याबद्दल ऐकलेले आहे. माझी समजूत होती की, तू फक्त खुनाच्या केसेस बघतोस.''

''सर्व तऱ्हेचे काम. माझे कार्यालय सर्वसाधारण कुठलीही कामे हातात घेते,'' मेसनने तिला सांगितले.

"आणि काराकुल मेंढ्यांबद्दल तुला कसे काय कुतूहल निर्माण झाले विचारू शकते मी?"

"माझ्याकडे एक अशील आहे. तिला पैसे हवे आहेत."

"पैसे तर सर्व अशिलांना हवे असतात ना?" तिने हसून विचारले.

"बहुतेकांच्या बाबतीत ते खरे आहे. पण तिला खरोखर पैशांची गरज आहे आणि मी ते तिला मिळवून देणार आहे."

"विचार चांगला आहे तुझा, पण यात माझ्या नवऱ्याचा संबंध आहे?"

"संबंध त्याच्या मेंढ्यांच्या व्यवसायाशी आहे."

"तू तपशीलवार सांगू शकशील?"

"माझ्या अशिलाचे नाव आहे किंगमन, ॲडेलेड किंगमन."

"नाव ऐकून मला काहीही कळणार नाही. माझ्या नवऱ्याच्या उद्योगाबद्दल मला काहीही माहीत नाही."

"त्याला ताबडतोब भेटणे माझ्या दृष्टीने महत्त्वाचे आहे."

"पुढल्या आठवड्यापर्यंत तो भेटू शकेल, असे मला वाटत नाही."

"मी त्याच्याशी कसा संपर्क साधू शकेन, हे तू सांगू शकशील?"

"नाही."

"तू त्याच्याशी ताबडतोब संपर्क साधू शकशील?"

तिने क्षणभर विचार करून उत्तर दिले, "ताबडतोब नाही."

"संपर्क होताच त्याला सांग की, माझे नाक फार तीक्ष्ण आहे आणि मी सध्या स्किनर हिल्स डिस्ट्रिक्टमध्ये नाक खुपसले आहे. त्याला असेही सांग की, मला जो वास येतो आहे, तो काराकुल फरसारखा नाही. लक्षात राहील तुझ्या?"

"का... वाटते लक्षात राहील म्हणून. पण चमत्कारिकच निरोप आहे, मिस्टर मेसन."

"गरज पडेल, तर माझे अशील तिच्या शेजाऱ्यांबरोबरही बोलेल म्हणावे; पण ती तशी बोलली नाहीतर बरे होईल... त्याच्या दृष्टीने. आणि त्याला नाव सांगायला विसरू नकोस. ॲडेलेड किंगमन."

ती हसली. "सांगेन!"

"माझा दृष्टिकोन त्याच्या ध्यानात येणे खूप महत्त्वाचे आहे. त्याला ताबडतोब माझा निरोप मिळेल एवढे बघ."

"ठीक आहे."

"तू तसा प्रयत्न करशील ना?"

"मिस्टर मेसन, माझ्या चेहऱ्यावर उमटणारे भाव बघून तू माझा गैरफायदा घेणार नाहीस, अशी आशा आहे माझी. सभ्यतापूर्ण वागणूक आणि चेहऱ्यावर

कुठलेही भाव उठू नयेत, ही उत्कट इच्छा यामध्ये माझी कुतरओढ होते आहे.''

ती त्याच्याकडे बघून हसली तेव्हा त्या क्षणी तरी रडण्यामुळे तिच्या चेहऱ्यावर झालेला परिणाम ती विसरली होती.

मेसनने वाकून तिला अभिवादन केले. ''तू तुझ्या नवऱ्याचा विश्वासघात करून त्याच्या व्यवसायामधील गुपिते उघड करावीत असा प्रयत्नसुद्धा मी करणार नाही,'' त्याने खात्री दिली. ''पण माझा निरोप तू त्याला ताबडतोब पोहोचवणे अत्यंत निकडीचे आहे, ही गोष्ट अजिबात विसरू नकोस.''

आणि अचानक ती म्हणाली, ''मिस्टर मेसन, तुला विश्वासात घेऊन मी सांगते की, मला तुझी गरज आहे. तुला काहीतरी सांगायची माझी इच्छा आहे.'' ती थांबली. तिने एक दीर्घ श्वास घेतला. सर्व धीर एकवटून तिला जणू काहीतरी भराभर बोलून टाकायचे होते.

तेवढ्यात टेलिफोन खणखणला आणि पहिलाच शब्द तिच्या ओठात अडकला. तिने चिडूनच फोनकडे बघितले.

तिचा गोंधळ उडालेला बघून मेसन म्हणाला, ''शक्य आहे की, तुझ्या नवऱ्याचाच फोन असेल हा!''

तिने ओठ चावला, खुर्चीतच चुळबुळ केली. पुन्हा एकदा फोनची घंटा वाजली.

मेसन काही न बोलता शांतपणे बसून वाट बघत होता. तिचे तिनेच काय ते ठरवायचे होते.

ती थबकली होती. तिच्या मनात खळबळ उडाली होती. विचारांचे द्वंद्व सुरू झाले होते. मेसन हजर असताना ज्याचा फोन घ्यायची इच्छा नव्हती, त्याचा फोन घ्यायचा आणि अडचणीत सापडायचे की, तो असतानाही फोन घ्यायचे टाळून स्वत:च्याच मनाची स्थिती उघड करायची.

एका क्षणात तिचा निर्णय झाला आणि मेसनकडे खेद व्यक्त करून तिने फोन उचलला.

''हॅलो!'' आवाजात कोणत्याही तऱ्हेचा चढउतार दिसणार नाही आणि कुठल्याही तऱ्हेच्या भावना व्यक्त होणार नाहीत, याची काळजी ती घेत होती.

मेसनचे तिच्या चेहऱ्याकडे लक्ष होते. ती कोड्यात पडलेली दिसली. ''नाही, मी कोणी मिस्टर ट्रॅगला ओळखत नाही... लेफ्टनंट ट्रॅग? नाही. ओ... सांग त्याला की, माझा नवरा आज खूप उशिरापर्यंत येणार नाही. तो... काय? ...मी त्याला... निघाला आहे? ओ!''

तिने धाडकन रिसीव्हर खाली ठेवला आणि रागानेच ती मेसनला म्हणाली, ''काय आगाऊ माणूस आहे. तो इथे वर यायला निघाला आहे. मी उघडणारच नाही दार.''

"एक मिनिट,'' मेसन घाईघाईने म्हणाला. "लेफ्टनंट ट्रॅग कोण आहे, ते माहीत आहे तुला?''

"असेल कोणीतरी एकाकी पडलेला सैनिक वगैरे जो –''

"लेफ्टनंट ट्रॅग सैनिक वगैरे नाही,'' मेसनने सांगितले. "तो पोलीस दलातला लेफ्टनंट आहे. मुख्यालयात आहे आणि त्याचा होमिसाइड स्क्वॉडशी संबंध आहे... मनुष्यवध खाते. मी येण्यापूर्वी तू रडत का होतीस ते मला ठाऊक नाही, मिसेस मिलफिल्ड. पण लेफ्टनंट ट्रॅग छोट्या-छोट्या गुन्ह्यांकडे लक्ष देत नाही. तुझा कुठल्या खुनाशी वगैरे संबंध असेल, तर विचार करायला लाग... तातडीने विचार कर.''

ती त्याच्याकडे वळली. तिच्या डोळ्यात भीती उमटली होती.

मेसन तिच्याकडे रोखून बघत होता. "तुझ्या ओळखीच्या कुणाचा खून झाला आहे?''

"छे! कुणाचा नाही. अरे देवा! एखादे वेळी माझ्या –''

"बोल... बोल...'' ती बोलताना थांबल्याचे बघून मेसन म्हणाला.

"नाही! कुणी नाही!''

"तू 'माझ्या' म्हणालीस आणि थांबलीस,'' मेसनने तिला आठवण करून दिली. "एखादे वेळी तू 'माझ्या नवऱ्याचा' असे म्हणणार होतीस?''

"अरे देवा! अजिबात नाही! तुझ्या डोक्यात ही कल्पना आलीच कशी? कसला प्रयत्न चालवला आहेस तू? मी जे बोललेच नाही ते बोललेले दाखवायचा?''

"तू रडत का होतीस?'' मेसनने विचारले.

"कोण म्हणाले की, मी रडत होते म्हणून?''

"हे बघ, बोलत बसायला आपल्याला आख्खा दिवस नाही. आणि तुझ्या नवऱ्याच्या बाबतीत खरोखर काही घडले असेल आणि ट्रॅगने मला इथे बघितले, तर तुझीच अवस्था कठीण होईल. तू बोलावल्यामुळे मी आलो नव्हतो, हे तू त्याला कधीही पटवून देऊ शकणार नाहीस. मागून बाहेर पडायचा काही मार्ग आहे इथे?''

"नाही.''

"कांदे आहेत घरात?''

तिचे डोळे विस्फारले. "कांदे? आता कांद्यांचा काय संबंध आहे इथे?''

"मी सामान ठेवण्याच्या छोट्या खोलीत जातो. मी इथे आहे, असे ट्रॅगला सांगू नकोस. आपली ओळख आहे असेही दर्शवू नकोस. ॲप्रन बांध, सिंकमध्ये थोडे कांदे टाक. त्याने दारावरची घंटा दाबली की, हातात सुरी घेऊनच दार उघडायला जा. सांग की कांदे सोलत होतीस... तू नंतर ज्या भानगडीत अडकणार आहेस, त्या टाळण्यासाठीच हे करायला मी तुला सांगतो आहे. नुकतीच ओळख झालेल्या माणसाकडून तसे काहीच कारण नसताना मिळालेला सल्ला समज तू –''

दारावरची घंटा खणखणली.

मेसनने आपली हॅट उचलून, मिसेस मिलफिल्डच्या कंबरेभोवती हात घालून तिला ओढतच किचनमध्ये नेले. ''ॲप्रन, ॲप्रन कुठे आहे?''

''टांगलेला आहे, तिथेच.''

मेसनने घाईघाईनेच तिच्या कंबरेभोवती ॲप्रन बांधला.

''कांदे काढ. तुझ्या सुजलेल्या डोळ्यांचे ते एकच स्पष्टीकरण तू देऊ शकतेस.''

तिने एक डबा उघडला. मेसनने कांदे सिंकमध्ये टाकले.

दारावरची घंटा पुन्हा वाजायला लागली. आता घंटेवरचे बोट बराच वेळ काढले गेले नाही.

मेसनने ड्रॉवर उघडला. बऱ्याच सुऱ्यांमधली एक सुरी उचलून त्या सुरीने एक कांदा आधी कापला. मिसेस मिलफिल्डचा हात पकडून त्याच्यावर कांद्याचा तुकडा घासत म्हणाला, ''चल, हो पुढे आणि दार उघड. बोलताना जपून बोल. तू कांदे कापत होतीस, हे बोलायला विसरू नकोस आणि सर्वांत महत्त्वाची गोष्ट म्हणजे मी इथे आहे असे बोलू नकोस.''

तिच्या खांद्यावर थोपटत त्याने तिला दाराच्या दिशेने ढकलले, तेव्हा लेफ्टनंट ट्रॅगने तिसऱ्यांदा घंटा दाबायला सुरुवात केली होती.

कोठीच्या खोलीचे दार उघडून मेसन शांतपणे एका स्टुलावर बसला.

पुढले दार उघडल्याचा आवाज आला. बोलण्याचे आवाज आले. एकमेक आपली ओळख करून देत असावेत. दार बंद झाल्याचा आवाज आला. मग आवाज मोठे झाले. शब्दही भराभरा बोलले जात होते. त्याला शब्द नीट कळत नव्हते. लेफ्टनंट ट्रॅगचा गंभीर आवाज आणि मिसेस मिलफिल्डचा उच्च पट्टीतला उत्तरे देणारा आवाज.

अचानक मिसेस मिलफिल्ड किंचाळली. मग बराच वेळ कुठलाच आवाज आला नाही. लेफ्टनंट ट्रॅगच्या काहीतरी सांगत असल्याचा आवाज.

मग अगदी अस्पष्ट आवाज आणि शेवटी शांतता.

मेसनने अधीरपणे घड्याळाकडे बघितले. दार थोडे किलकिले करून बाहेरचे बोलणे ऐकण्याचा प्रयत्न सुरू केला.

बाहेरच्या खोलीत हालचालींचे आवाज येत होते. कुठला तरी दरवाजा उघडला आणि बंद झाला. मग पुन्हा ट्रॅगचा आवाज आला. तो शूजबद्दल काहीतरी विचारत होता.

मेसनने दार बंद केले आणि तो पुन्हा आपल्या स्टुलावर बसला. त्याने खाद्यपदार्थांच्या फडताळांवर नजर टाकली. कुरकुरीत सॉल्टेड बिस्किटांच्या खोक्यावर त्याची नजर पडल्यावर त्याला मोह पडला.

त्याने झाकण उचलून हात आत घेतला. स्टुलाच्या पायात पाय अडकवून

बिस्किटे खायला सुरुवात केली. तेवढ्यात त्याचे लक्ष पीनट बटरच्या जारकडे वळली. त्याने खिशातला छोटा चाकू काढला आणि बिस्किटांवर लोणी लावायला सुरुवात केली. थोड्या वेळाने बराचसा चुरा आणि तुकडे आसपास पसरले होते.

खाडकन दार उघडले, तरी हातामधल्या बिस्किटावर लोणी लावून होईपर्यंत त्याने नजर वर केली नाही.

"ठीक आहे, मेसन," लेफ्टनंट ट्रॅग म्हणाला. "तू आता बाहेर आलास तरी चालेल."

"आभारी आहे," मेसन जरा खेदानेच म्हणाला, "मला ग्लासभर दूधही हवे होते."

"ते फ्रीजमध्ये आहे," मिसेस मिलफिल्ड म्हणाली. "मी आणते तुझ्यासाठी." तिचा आवाज अगदी मधाळ बनला होता.

ट्रॅगने मेसनवर वरपासून खालपर्यंत नजर फिरवली आणि तो खोऽऽ खोऽऽ हसत सुटला. "काय विचार तरी काय आहे?"

"मी तुला एक संधी देत होतो, लेफ्टनंट!"

"तू मला एक संधी देत होतास?"

"बरोबर."

"माझ्या लक्षात येत नाही काही."

"मी एका व्यवहाराबद्दल मिसेस मिलफिल्डला भेटायला आलो होतो. तुझे तिच्याशी काय काम होते, ते मला माहीत नाही. पण मी तुला इथे आढळलो तर ती फार विचित्र परिस्थितीत सापडेल, असे माझ्या लक्षात आले. आणि तूदेखील नंतर वेगळ्या आणि चुकीच्या दृष्टिकोनातून विचार करायला लागशील, अशी मला भीती वाटली. तेव्हा तू जाईपर्यंत मी तुझ्या दृष्टिआड राहायचे ठरवले होते."

मिसेस मिलफिल्ड आली आणि म्हणाली, "दूध, मिस्टर मेसन."

बाटली हातात घेऊन मेसन सिंकजवळ जाऊन उभा राहिला. मिसेस मिलफिल्डने एक ग्लास त्याच्या हातात ठेवला. मेसनने ग्लासमध्ये दूध ओतता-ओतता हसतच लेफ्टनंट ट्रॅगकडे बघितले.

"हा तुझ्यासाठी लेफ्टनंट," ग्लास उंचावत मेसन म्हणाला.

"तू मला खरोखर बनवू शकशील असे तुला वाटते आहे का, मेसन?"

मेसनच्या तोंडात बिस्किटे कोंबलेली होती, तरी त्याला नक्की कळेल अशा स्वरात तो म्हणाला, "नक्कीच नाही. तू स्वतःहून तोंडघशी पडू नयेस असा मी प्रयत्न करतो आहे. आणि या वेळी कुणाचा मृत्यू ओढवला आहे, लेफ्टनंट?"

"कोणीतरी मरण पावले असणार असे का वाटते आहे तुला?"

"तुझ्या कामाचा भाग म्हणूनच तुझी ही भेट आहे ना, लेफ्टनंट?"

“प्रथम आपण तू इथे का आला आहेस याबद्दल बोलू या.”

मेसन हसला. “न सांगण्यासारखे काहीही नाही त्यात. मी जेवायला आलो होतो.”

“मेसन, या निरर्थक बोलण्याने काहीही फरक पडत नाही,” लेफ्टनंट ट्रॅग वैतागलेला दिसला.

“नाही कसा? मलातरी चांगल्या जेवणाचा लाभ झाला. पीनट बटर तर फारच छान होते, मिसेस मिलफिल्ड. तुमचे कौतुकच करायला हवे.”

“आभारी आहे!”

“ठीक आहे, मेसन!” ट्रॅग म्हणाला. “मिसेस मिलफिल्डच्या नवऱ्याचा खून झाला आहे.”

“वाईट झाले,” मेसन पुटपुटला. त्याच्या तोंडात बिस्किटांचा बकाणा भरला होता.

“तुला त्याबद्दल काही ठाऊक नसणारच,” ट्रॅग बडबडला.

“तू सांगितलेस तेवढेच.”

ट्रॅगने सिंकमधल्या कांद्यांकडे बघितले.

“हे कांदे कापत होतीस तू?”

“हो!”

“मग कापलेले कांदे कुठे आहेत?”

“मी कापायला सुरुवात केली आणि तू दारावरची घंटा दाबलीस.”

“ओ!” ट्रॅग म्हणाला. क्षणभराने त्याने संशयानेच मेसनकडे बघितले.

गप्पा मारल्याप्रमाणे दुधाचे दोन-तीन घोट घेत मेसनने विचारले, “तिच्या नवऱ्याचा खून कुठे झाला?”

ट्रॅग हसला. “तांत्रिकदृष्ट्या बघितले मेसन, तर खून लॉस एन्जलीसच्या हद्दीत झाला आहे.”

“बरं झालं,” मेसन म्हणाला. “तुला काहीतरी काम तर मिळाले. कोणी केला आहे खून?”

“अजून माहीत नाही.”

“कमाल आहे.”

ट्रॅग यावर काही बोलला नाही.

“मी इथे आहे हे कसे कळले तुला?” मेसनने अचानक प्रश्न विचारला.

“मीच सांगितले,” मिसेस मिलफिल्ड म्हणाली.

“का?” ग्लासमध्ये पुन्हा दूध ओतत मेससने विचारले.

“तुझे हे सर्व बघून मलाही भूक लागायला लागली आहे, मेसन.”

“मग तूही घे ना! पोलिसांना अधिकारही असतो तसा,” मेसन मित्रत्वाने म्हणाला. “त्याला मी इथे आहे हे का सांगितलेस मिसेस मिलफिल्ड?”

"सर्व कशाबद्दल चालू आहे कळल्यावर मला वाटले सांगितलेले बरे. मला माझ्याबद्दल कुठला गैरसमज निर्माण व्हायला नको होता."

"अर्थातच," मेसनने सिंकमधला नळ उघडून हात धुता-धुता म्हटले. सिंकवरच्या कागदी रुमालाच्या रोलवरून रुमाल खेचत त्याने हात पुसले.

"मी लेफ्टनंट ट्रॅगला सांगितले की, माझ्या नवऱ्याच्या उद्योगाशी संबंध असलेल्या दुसऱ्या कामासाठी तू आला आहेस आणि तो आला आहे कळल्यावर तुझ्या मनात आले की, त्याने तुला इथे बघितले नाहीतर बरे पडेल."

"त्याला काय बोलायचे हे शिकवायची काही गरज नाही, मिसेस मिलफिल्ड," ट्रॅग हसत म्हणाला. "त्याला सर्व बरोबर कळते. तू काय बोलणार तेदेखील."

मेसनने मान हलवत खेदानेच म्हटले, "मी सांगितले होते तुला, मिसेस मिलफिल्ड. तो माझ्यावर विश्वास ठेवणारच नाही. तर मग मी निघू आता? तुझ्या नवऱ्याबद्दल वाईट वाटते मला. लेफ्टनंट ट्रॅगने तुला काही तपशील सांगितला नसणारच बहुधा?"

"सांगितला की! सर्व व्यवस्थित सांगितले. असे दिसते आहे की –"

"थांब," ट्रॅगने तिला अडवले. "मी तुला सांगितलेली माहिती इतरांना सांगण्यासाठी दिलेली नव्हती."

ती गप्प बसली.

ट्रॅग पुन्हा सिंकमधल्या कांद्यांकडे बघायला लागला. त्याच्या कपाळावर आठ्या चढल्या होत्या.

"बरं तर," मेसन म्हणाला. "मी निघतो आता. मी तुझ्या दुःखात सहभागी आहे, मिसेस मिलफिल्ड."

"आभारी आहे," म्हणत ती लेफ्टनंट ट्रॅगकडे वळली. "मला एवढेच माहीत आहे. मी सरळ मनाने सर्व परिस्थिती सांगितली आहे तुला."

सिंकमधल्या कांद्यांकडे बघत ट्रॅग अजूनही कसला तरी विचार करत होता. "मलाही आनंद आहे त्याचा. पोलिसांशी स्पष्ट बोलले तर ते नेहमी फायद्याचेच असते."

त्याच्यावर पूर्ण विश्वास बसून ती आता भरभर बोलत होती. "तू मिस्टर मेसनला इथे बघू नयेस ही त्याचीच कल्पना होती. तू इथे का येतो आहेस, याची मला अर्थातच काही कल्पना नव्हती. फ्रेडबद्दल ऐकून मला फारच धक्का बसला आहे. पण शेवटी जे काही घडले, ते मी तुला जसेच्या तसे –"

"आणि इथेच माझा खरा तर प्रवेश होतो," मेसन म्हणाला.

विचार करत त्याच्याकडे बघत ट्रॅग म्हणाला, "म्हणजे इथेच तू बाहेर पडतोस."

दारात थांबून मेसन हसत म्हणाला, "काहीही म्हटलेस, तरी माझ्या दृष्टीने एकच अर्थ आहे त्याचा, लेफ्टनंट!"

४

कोपऱ्यावरच्या ड्रगस्टोअरमध्ये फोन होता. निकेलचे नाणे टाकून मेसनने कार्यालयातल्या अनलिस्टेड – टेलिफोन डिरेक्टरीत नसलेल्या – नंबरवर फोन केल्यावर त्याच्या टेबलावरचा फोन वाजायला लागला.

काही सेकंदांनी डेला स्ट्रीटने फोन उचलला.

"हॅलो,'' मेसनचा आवाज अगदी मजेत असल्याप्रमाणे होता. "जेवण झाले का?''

"अर्थातच नाही. कसे होणार? तू मला इथेच थांबायला सांगितले होतेस.''

"माझे झाले.''

"कमालच झाली तुझी.''

"आणि खूनही झाला आहे.''

"आणखी एक!''

"बरोबर!''

"कुणाचा?''

"फ्रेड मिलफिल्ड.''

"चीफ!'' ती उद्गारली. "कसा झाला?''

"मला माहीत नाही.''

"आपले अशील कोण आहे?''

मेसन हसला, "आपल्याकडे अशील नाही. सवयीची गुलाम नको बनू एवढी, डेला. अशील नसलेली खुनाची केस माझ्याकडे का असू नये?''

"त्यात फायदा नाही काही.''

"नाही,'' मेसनने कबुली दिली. "तू म्हणते आहेस त्यातही तथ्य आहे. पॉल ड्रेकला म्हणावे कामाला लाग. वार्ताहरांची भेट घे आणि मिलफिल्डच्या खुनाबद्दल माहिती मिळव.''

"चीफ,'' डेलाने निषेध नोंदवला. "खर्च कुणाच्या तरी खात्यावर मांडायलाच पाहिजे... कागदोपत्री हिशेब ठेवायला लागतो मला, आणि –''

"ठीक आहे!" मेसन म्हणाला. "मिस किंगमनच्या नावावर टाकून दे."

"खुनाबद्दल कुठली माहिती ड्रेककडून हवी आहे?"

"असेल ती सर्व. तू बाहेर पडून जेवून घे. मी पोहोचतोच आहे."

मेसनने फोन ठेवला, टॅक्सीला हात केला आणि आपल्या कार्यालयात पोहोचला. डेला स्ट्रीट त्याची वाटच बघत होती.

"ओ, हॅलो!" मेसन तिला बघताच आश्चर्याने म्हणाला, "मला वाटले तू बाहेर जेवायला गेली असणार."

"मी निघत असतानाच एक चांगल्या पोशाखातली स्त्री घाईघाईने कार्यालयात शिरायचा प्रयत्न करत होती. मला तिची कीव आली. मी तिला समजवायचा प्रयत्न केला की, तू सोमवार सकाळपर्यंत येणार नाहीस म्हणून. ती निराशा वाटत होती. तिचा चेहरा पांढराफटक पडला होता. ती म्हणाली की, काहीही करून तिला तुझी भेट हवीच आहे."

"डेला, मला आत्ता वेळ नाही कुणालाही भेटायला. मिलफिल्डचा खून झाला आहे. त्याची बायको –"

"या तरुण स्त्रीचे नाव कॅरोल बरबॅन्क आहे," डेला स्ट्रीट त्याला अडवत म्हणाली.

"ती कोण आहे, याची मला अजिबात पर्वा नाही. मला... ओ! एक मिनिट बरबॅन्क म्हणालीस? एक मिनिट!"

डेला स्ट्रीटने मान डोलावली.

"काराकुल फरच्या बरबॅन्कशी काही नाते आहे तिचे?"

"मला काही माहीत नव्हते म्हणून मी तिला आत घेतले. पण मला वाटते, तिचे तसे काहीतरी नाते असावे."

मेसनने हळूच शीळ मारली. "आपण बोलू या कॅरोल बरबॅन्कशी. कशी वाटते ती? अस्वस्थ?"

"त्याहून काहीतरी जास्तीच. फारच उद्विग्न दिसते."

"बाहेरच्या खोलीत बसली आहे?"

डेला स्ट्रीटने मान डोलावली.

"ठीक आहे," मेसन म्हणाला. "तू पॉल ड्रेकच्या कार्यालयात जाऊन त्याला मिलफिल्डच्या खुनाबद्दल सांग. त्याला म्हणावे पोलिसांना त्याबद्दल कळलेले आहे. मग तो आपल्यासाठी पूर्ण माहिती मिळवू शकेल. बाकी सर्व कामे सोडून या खुनाच्याच मागे लागायला सांग. तू त्याच्याशी बोलते आहेस तोपर्यंत या कॅरोल बरबॅन्कचा आपण ज्या बरबॅन्कचा शोध घेतो आहोत, त्याच्याशी काही संबंध आहे का हे बघायचा प्रयत्न करतो."

निघता-निघता दाराशी पोहोचल्यावर डेला स्ट्रीटने विचारले, "मिसेस

मिलफिल्डची प्रतिक्रिया काय होती?''

''ती एकदम ओरडली खरी. पण असे काहीतरी घडणार याची तिला कल्पना असावी. मी जाण्यापूर्वी ती रडत होती.''

''आकर्षक आहे?''

''फारच!''

''हुशार?''

''तिने मलाच तोंडघशी पाडले.''

डेला स्ट्रीटच्या भुवया उंचावल्या.

''त्यामुळेच तर तिने लेफ्टनंट ट्रॅगला आपलेसे केले.''

''कसे काय?''

''ट्रॅग तिथे पोहोचला. मी तिथे नसलो तर तिच्या दृष्टीने बरे ठरेल, असे मला वाटले. त्यापूर्वी ती रडतच होती. ट्रॅग आला म्हणजे खुनाचाच संबंध होता. मी कोठीच्या खोलीत दडून बसलो होतो, तर मी तिथे आहे असे तिनेच ट्रॅगला सांगून टाकले.''

''का?''

''लेफ्टनंट ट्रॅगचे तिच्याबद्दल चांगले मत व्हावे म्हणून!''

''वय काय आहे तिचे?'' डेला स्ट्रीटने विचारले.

''असेल तीसच्या आसपास.''

''ती धोकादायक ठरू शकते.'' डेला स्ट्रीटने मत दिले.

''मला वाटते ती तशीच आहे.''

''ठीक आहे. मी पॉल ड्रेकला मिलफिल्ड प्रकरणावर काम करायला सांगते. कॅरोल बरबॅन्क बाहेरच्या खोलीत वाट बघत थांबली आहे.''

शनिवारची दुपार. कार्यालयेच असणाऱ्या या इमारतीत शांतता होती. लांबलचक कॉरिडॉरमधून डेला स्ट्रीट धावत निघाली, तर तिच्या पावलांचाच आवाज घुमत होता. मेसनने लॉ लायब्ररीमधून रिसेप्शन ऑफिसमध्ये प्रवेश केला.

कॅरोल बरबॅन्क ताठ बसली होती. चेहरा पांढरा फटफटीत पडलेला. ओठ लाल. गुडघे एकमेकांवर दाबून धरलेले.

दरवाजाचे कुलूप आवाज करून उघडताच ती दचकली. तिचे मोठे डोळे मेसनवर खिळले.

त्या डोळ्यांमध्ये थोडीफार भीतीची भावना असली, तरी निश्चयाचीही होती. तिची घाबरगुंडी उडाली नव्हती, पण ती कष्टाने मनावर ताबा ठेवण्याचा प्रयत्न करत होती. सरळ विचार करण्याबाबत ठाम होती.

''मिस्टर मेसन?''

''हो!''

“मला वाटते काल तू एक मोटर अपघाताची केस बघत होतास. मिस्टर बिकलर याची गाडी द स्किनर हिल्स काराकुल कंपनीच्या ट्रकवर आदळल्याचे प्रकरण.”

“बरोबर!”

“माझ्या वडिलांचे मत आहे की, तू फार कौशल्याने प्रकरण हाताळलेस.”

“आभारी आहे!”

“ते म्हणाले की, कधी भानगडीत अडकलो तर तू आमच्या बाजूनेच राहशील, विरुद्ध पक्षाच्या नाही, ही कल्पना चांगली ठरेल.”

“तुझ्या वडिलांचा काराकुल शीप कंपनीशी संबंध आहे?” मेसनने विचारले.

“अप्रत्यक्षपणे!”

“त्याचे नाव?”

“रॉजर बरबॅन्क.”

“आणि काहीतरी भानगड निर्माण झाली आहे असे समजू मी?”

“माझ्या वडिलांचा सहकारी मिस्टर मिलफिल्ड याचा त्यांच्या यॉटवर – शिडाच्या हलक्या नौकेवर – खून झाला आहे.”

“आणि माझ्याकडून तुझी काय अपेक्षा आहे?”

“माझे वडील अत्यंत विचित्र आणि धोकादायक परिस्थितीत सापडले आहेत. माझी इच्छा आहे की, तू त्यांना मदत करावीस.”

“खून घडला त्या वेळी ते नौकेवर होते?”

“नाही. तिथेच गडबड झाली आहे. ते नौकेवर आहेत अशी त्यांनी इतरांची *समजूत* करून दिली होती, पण *खरे तर* ते नौकेवर नव्हते.”

“आहेत कुठे ते?”

“माहीत आहे, अशी खात्री नाही माझी.”

मेसन विचार करत म्हणाला, “मिस बरबॅन्क, तू काही बोलायच्या आधीच मी तुला सावध करतो आहे. मी बहुतेक तुझ्या वडिलांचे प्रतिनिधित्व करू शकणार नाही.”

“का नाही?”

“त्याला प्रतिकूल असणाऱ्या बाबींमध्ये माझी बांधिलकी आहे.”

“कशी काय?”

“कागदपत्रांप्रमाणे ॲडेलेड किंगमनकडे ऐंशी एकर जागेची मालकी आहे.”

“खरंतर ती प्रॉपर्टी फ्रॅन्क पालमोंची आहे,” तिने त्याला अडवले.

“तुझी चुकीची समजूत झाली आहे.”

“ती त्याच्या ताब्यात आहे.”

“विक्रीच्या करारपत्राप्रमाणे!”

“त्याने काही फरक पडत नाही. कारण गेली पाच वर्षे ती प्रॉपर्टी त्याच्याच

ताब्यात आहे.''

''करारपत्राप्रमाणेच!''

क्षणभर घुटमळून तिने विचारले, ''तुला किती पैसे हवे आहेत?''

''खूप हवे आहेत.''

''मेंढ्यांची पैदास होणारी प्रॉपर्टी आहे ती, मिस्टर मेसन, तेव्हा –''

''किंमत नगण्य!'' मेसन मध्येच बोलला. ''पण तेल सापडलेली प्रॉपर्टी असेल, तर ती फार मौल्यवान आहे.''

''तेलाबद्दल कोण बोलते आहे?''

''मी!''

ती स्थिर आणि शोधक नजरेने त्याच्याकडे बघत होती. ''या सगळ्याचा संबंध कुठे येतो, हे माझ्या ध्यानात येत नाही.''

''ॲडेलेड किंगमनला त्या प्रॉपर्टीसाठी एक लक्ष डॉलर्स रोख हवे आहेत,'' मेसनने स्पष्टपणे सांगितले.

''हे हास्यास्पद आहे, मिस्टर मेसन. अविश्वसनीय मागणी.''

''म्हणूनच मी म्हणतो आहे की, मी तुझ्या वडिलांचे प्रतिनिधित्व करू शकणार नाही.''

तिने आपला ओठ चावला. ''ती किंमत फार अवास्तव आहे, मिस्टर मेसन.''

मेसन खुशीत होता. ''तुला प्रतिनिधित्व करण्यासाठी ॲटर्नी हवा होता. आत्ता शनिवारची दुपार आहे. तसा ॲटर्नी शोधणे कठीणच आहे.''

''आमचे प्रतिनिधित्व करण्यासाठी *आम्हाला तूच हवा आहेस.*''

''जोपर्यंत दुसऱ्या कुणाच्या हितसंबंधांना बाधा येऊ शकते, तोपर्यंत नैतिकदृष्ट्या मी तुमचे प्रतिनिधित्व करू शकत नाही.''

''हे बघ,'' ती म्हणाली, ''सध्या तो विचार बाजूला ठेव. तू वडिलांचे प्रतिनिधित्व करत असताना किंगमन प्रॉपर्टीची केसही हाताळू शकतोस. वडील भेटतील तेव्हा त्यांच्याशी जास्तीतजास्त चांगला सौदा तू करू शकतोस.''

''त्यांना कठीण पडेल ते.''

''पटते आहे मला – आता तरी!''

''तुझ्या वडिलांच्या वतीने बोलायचा हक्क आहे तुझ्याकडे?''

''हो! अशा तऱ्हेच्या गंभीर परिस्थितीत आहे. मला माहीत आहे.''

''त्या बाबतीत कुठलाही गैरसमज नको आहे मला.''

''नाही होणार.''

''आणि मी काय करावे, अशी इच्छा आहे तुझी?''

''माझ्याबरोबर येऊन माझ्या वडिलांना भेटायचे. *त्यांना शोधायलाच पाहिजे.*''

"ते काय करत आहेत?"

"ते जे काही करत आहेत ते इतके महत्त्वाचे आहे की, त्यांना गुप्तता बाळगावी लागते आहे. ते कुठे आहेत किंवा काय करत आहेत, हे कुणालाही कळू देता येत नाही. त्यामुळे ते किती चमत्कारिक परिस्थितीत अडकले आहेत, याची कल्पना करता येते ना तुला?"

"खुनामुळे?"

"हो! फ्रेड मिलफिल्डचा खून वडिलांच्या नौकेवर पडला आहे. डॅड बहुधा दर शुक्रवारी रात्री नौकेवर जातात आणि नदीच्या मुखावर नांगर टाकतात. तेवढाच त्यांच्या उद्योगापासून त्यांना विरंगुळा मिळतो. या शुक्रवारी त्यांनी तेच केले, पण ते नौकेवर थांबले नाहीत. ते इतक्या मोठ्या आणि महत्त्वाच्या गोष्टीवर काम करत आहेत की कशात गुंतले आहेत, हे कुणाशीही कबूल करणार नाहीत."

"ते कुठे आहेत ते तुला माहीत आहे?"

"साधारण कल्पना आहे. मी आशा करते आहे की, मी त्यांना शोधून काढू शकेन. आणि पोलीस पोहोचण्यापूर्वी आपण तिथे जायला हवे. जायलाच पाहिजे, मिस्टर मेसन. लक्षात येते आहे?"

"का?"

"काय घडले आहे, ते त्यांना सांगण्यासाठी!"

"पोलीस सांगतील की त्यांना."

"त्याआधी ते त्यांना कुठल्या तरी बोलण्यात अडकवतील."

"कुठल्या तऱ्हेच्या?"

"तुझ्या लक्षात येत नाही, मिस्टर मेसन? डॅड इतक्या महत्त्वाच्या कामात आहेत की, पोलिसांनी प्रश्न विचारायला सुरुवात केली, तर ते स्वतःहून त्यांच्या सापळ्यात अडकतील."

"म्हणजे ते शपथेवर कबूल करतील की, अमुक वेळी ते नौकेवर हजर होते आणि नंतर कळेल की, खून तेवढ्याच वेळात झालेला असेल?"

"बरोबर!"

"आणि आपण त्यांना वेळेमध्ये शोधू शकलो तर?"

"आपण त्यांना सर्व समजावून सांगू शकू."

"आणि नंतर?"

"पोलिसांना खरोखर काय सांगायचे याचा विचार करण्यासाठी त्यांना अवधी मिळेल."

"एखादी चांगली खोटी कथा?"

"नाही. जास्तीत जास्त मर्यादेपर्यंत सत्य सांगायचा ते प्रयत्न करू शकतील."

"मला आणखी काही कळायला हवे. ते नक्की काय करत आहेत?"

''त्याचा संबंध राजकीय परिस्थितीशी आहे. मला वाटते ते तेल उद्योगामधल्या बड्या धेंडांमागे लागले आहेत आणि त्यासाठीच्या पूर्वतयारीसाठी डॅड काम करत आहेत. सर्व आधीच फुटले, तर ती आत्महत्या ठरेल.''

''ठीक आहे.''

''तेव्हा डॅडना शोधायलाच पाहिजे.''

मेसन विचारात पडून टेबलावर बोटे आपटत बसला.

''काम करण्यासाठी माझ्यापेक्षा तुझ्याकडेच जास्त माहिती आहे. पण या सगळ्या प्रकारात माझे नक्की स्थान काय आहे?''

''तू आमचे प्रतिनिधित्व करावेस, अशी माझी इच्छा आहे.''

''कोणत्या कामासाठी?''

''माझ्या वडिलांच्या हितसंबंधांचे रक्षण करण्यासाठी.''

''आणखी कुणासाठी?''

''अं... तू आमच्या कुटुंबासाठीच ॲटर्नी म्हणून सर्वसाधारणपणे काम करावेस.''

''आणि आपण नक्की काय करणार आहोत?''

''इकडे-तिकडे जाणार आहोत.''

''म्हणजे कुठे?''

''ते इतके गुप्त आहे की, मी आधी तुला सांगणार नाही. तू तुझी हॅट उचल, ओव्हरकोट घे आणि आत्ताच्या आत्ता आपण तुझ्या कार्यालयाबाहेर पडू.'' तिने पुन्हा पटकन आपल्या मनगटावरल्या घड्याळाकडे नजर टाकली.

''मी परत कधी येणार?''

''वडिलांचा शोध लागल्यावर.''

मेसन तिला घेऊन आपल्या केबिनमध्ये गेला, कपाट उघडून त्याने आपली हॅट उचलली, ओव्हरकोट उचलला आणि कॅरोल बरबॅन्ककडे वळून त्याने विचारले, ''तयार?''

तिसऱ्यांदा तिने आपल्या घड्याळाकडे बघितले. काहीतरी बोलणार इतक्यात विचार बदलून म्हणाली, ''हो, तयार!''

ड्रेक डिटेक्टिव्ह एजन्सीच्या दाराजवळून जाताना मेसनने दार उघडून हाक मारली, ''डेला!''

डेला आतमधून कुठल्या तरी खोलीमधून बाहेर आली.

डावा डोळा मिचकावून तो म्हणाला, ''मी बाहेर जातो आहे. तू बाहेर जाऊन खाऊन घे. माझी वाट बघू नकोस!''

''तू कधी परत येशील, चीफ?''

उत्तर कॅरोल बरबॅन्कने अगदी स्पष्ट आवाजात दिले, ''सांगता येत नाही.''

५

इमारतीबाहेर पडताच कॅरोल बरबॅन्कने मेसनचा दंड धरून त्याला अर्धा ब्लॉक अंतरावर असलेल्या पार्किंग स्पेसकडे नेले.

आसपासच्या लोकांवर नजर फिरवत, कपाळावर आठ्या चढवत ती म्हणाली, ''तो इथे असायला हवा होता.''

''कोण? – तुझा डॅड?''

''अंहं – जडसन बेल्टिन.''

''जडसन बेल्टिन कोण आहे?''

''डॅडचा उजवा हात.''

''त्याला खुनाबद्दल कळलेले आहे?''

''हो!''

''तू कुठे जाणार ते माहीत आहे?''

''नाही.''

काही क्षणांनी तिने आपल्या तुटक बोलण्याचा पुनर्विचार केला आणि ती म्हणाली, ''गाडी आणायची, टाकी पूर्ण भरायची आणि तिच्या ट्रन्कमध्ये पाच गॅलनचे दोन कॅन्स भरून ठेवायचे याशिवाय त्याला काहीही माहिती नाही. पाच मिनिटांपूर्वीच इथे पोहोचून, तो माझी वाट बघत थांबणार होता. अर्थात कोणत्याही कारणाने तो... आलाच तो!''

रस्त्यावरच्या वाहतुकीमधून एक गाडी झपाट्याने मार्ग कापत होती. एका गाडीपुढे येऊन सराईतपणे त्याने पार्किंग लॉटमध्ये गाडी घुसवली.

''तोच बेल्टिन. त्याचा आपल्याशी काही संबंध आहे असे दाखवू नकोस. कोणीतरी आपल्याला गाडी आणून पोहोचवणार आहे, अशा तऱ्हेने वाट बघत उभा राहा.''

''सगळे एवढे लपवाछपवीने कशासाठी?''

''कृपा करून विश्वास ठेव माझ्यावर,'' ती हळूच म्हणाली, ''मी स्पष्टीकरण

देऊ शकत नाही. मी सांगेन तेवढेच कर.''

पस्तिशीच्या एका सडसडीत, पाठीतून वाकलेल्या माणसाने गाडी एका अटेन्डन्टच्या ताब्यात दिली. पंचवीस सेन्ट दिल्यावर त्याने नंबराचा एक कागद – पार्किंग तिकीट – त्या माणसाच्या हातात टेकवले. बेल्टिन चालत-चालत येऊन कॅरोल बरबॅन्क आणि पेरी मेसन उभे असलेली जागा पार करून पुढे गेला. त्याने ओळख दर्शवली नाही, पण पुढे जाता-जाता त्याने त्याच्या हातात धरलेले पार्किंग तिकीट कॅरोलच्या हातात कोंबले.

''त्याच्या मागावर कुणी नाही ना बघू या,'' कॅरोल म्हणाली. ''तिकडे बघ – तो माणूस! बघितलेस? आताच तो उभ्या असलेल्या गाडीमधून बाहेर पडून जडसनमागे निघाला आहे.''

''गर्दीचा रस्ता आहे हा,'' मेसन म्हणाला. ''या भागात तू कोणत्याही क्षणी मागे वळून बघितलेस, तर शंभर-दोनशे माणसे तुझ्यामागून येताना दिसतील तुला. त्याचा अर्थ ते तुझाच पाठलाग करत आहेत असा करून घेणार आहेस की काय तू?''

तिने काही उत्तर दिले नाही, पण जडसन कोपऱ्यावरून दिसेनासा होईपर्यंत ती वाट बघत थांबली. ज्याने बेल्टिनची गाडी नेऊन उभी केली होती, त्या सर्व्हिस स्टेशन अटेन्डन्टला न सांगता दुसऱ्या अटेन्डन्टच्या हातात तिने पार्किंग तिकीट देण्याची काळजी घेतली. पार्किंग स्टेशनमधून बाहेर पडण्याच्या ठिकाणी त्याने गाडी आणून उभी केल्यावर ती ड्रायव्हरच्या जागी बसली. मेसन दुसऱ्या बाजूने येऊन गाडीत बसल्यावर तिने गाडी चालू केली आणि क्षणभर थांबून रहदारीमध्ये घुसवली. इतक्या कौशल्याने की मेसननेही मनातल्या मनात तिचे कौतुक केले.

''आता आपल्या मागे नक्की कोणी नाही ना याची खात्री करून घेते मी,'' ती म्हणाली.

सिग्नल बदलता-बदलता पुढे येणाऱ्या गाड्यांच्या समोरून तिने गाडी अचानक डावीकडे वळवली.

पुढे गेल्यावर तिने विचारले, ''आहे कुणी आपल्यामागे?''

मेसनने एकदा मोठ्याने श्वास घेतला आणि मागे वळूनही न बघता तो म्हणाला, ''आपल्यामागे कुणी येत असते, तर एव्हाना मागे गाडीवर गाडी आदळल्याचा आवाज झाला असता.''

पुढल्या कोपऱ्यावर तिने गाडी उजवीकडे वळवली आणि सिग्नल नव्हता म्हणून हळूहळू पुढे आणली. सिग्नल बदलता क्षणी मागच्याप्रमाणेच तिने गाडी दाणकन पुढे काढली.

कोणी पाठलागावर नाही, अशी तिची खात्री पटल्यावर तिने गाडी चालवण्यावर

पूर्ण लक्ष केंद्रित केले. गाडी हॉलिवुडमधून बाहेर पडली. मग काहुएन्गा ग्रेड, तिथून व्हेन्चुरा बोलीवार्ड. पुढे जाणाऱ्या गाड्या हळू जात असल्या, तर काहीही करून ती आपली गाडी त्या गाड्यांच्या पुढे काढत होती. तिचे गाडी चालवण्यावरच इतके लक्ष होते की, ती बोलतही नव्हती. मेसनला ते पसंत होते. तो आरामात मागे टेकून सिगरेट्स ओढत बसला.

कोनेहो ग्रेडनंतर ते झपाट्याने डोंगर उतारावरून कामारियोमध्ये पोहोचले. व्हेन्चुरामध्ये शिरताना ती पुन्हा आपल्या घड्याळाकडे बघत होती.

"आपण वेळेत पोहोचू अशी आशा आहे माझी," ती म्हणाली.

लॉस एन्जलीस सोडल्यापासून प्रथमच तिच्या तोंडातून शब्द बाहेर पडले होते.

मेसन काही बोलला नाही.

व्हेन्चुरापासून सान्ता बार्बारापर्यंतचे अर्धे अंतर पार केल्यावर तिने अचानक गाडी हळू केली आणि 'मोटेल' जवळ उभी केली. गिलावा दिलेल्या भिंती असलेले बंगले, लाल कौलारू घरे, हिरवीगार पामची झाडे आणि मागे निळा समुद्र.

"आता आपण बाहेर पडणार आहोत का?" मेसनने विचारले.

"हो!"

मेसन तिच्या मागोमाग मॅनेजरच्या कार्यालयात गेला.

"जे. सी. लॅसिंग म्हणून कोणी राहते आहे इथे?" तिने विचारले.

"कॉटेज नंबर-१४," मॅनेजरने रजिस्टर चाळून उत्तर दिले, "पाच जण आहेत."

"आभारी आहे!" तिच्याकडे हसून बघत कॅरोलने मेसनला खूण केली.

ते खडीच्या रस्त्यावरून निघाले. सूर्य मावळतीला येत होता. इमारतींवर सावल्या पसरत होत्या. गाडीतून बाहेर पडल्यावर त्यांना आता गार वाऱ्याची जाणीव व्हायला लागली. स्कर्ट गुडघ्यांवर दाबून, कॅरोल खाली वाकून चालत होती.

त्यांना हव्या असलेल्या केबिनमध्ये शांतता दिसत होती. अंधारही. गराजमध्ये एकही गाडी उभी नव्हती.

धावतच सिमेंटच्या तीन पायऱ्या चढत कॅरोलने घाबरल्याप्रमाणे दारावर ठोकायला सुरुवात केली. आतून कुठलेच उत्तर मिळाले नाही, तेव्हा तिने दाराच्या मुठीला हात घातला.

दाराला कुलूप लावलेले नव्हते. मूठ वळवताच त्यांच्या मागच्या दिशेने येणाऱ्या वाऱ्याने दार सताड उघडले.

ते आपटायच्या आधीच कॅरोलने उडी मारून ते पकडले. "मला वाटते आता आतमध्ये शिरायला हवे," ती अस्वस्थपणे उद्गारली.

तिच्या मागोमाग आत शिरत मेसनने खांद्याने जोर लावूनच दार बंद केले.

"हॅलो!" तो ओरडला. "कुणी आहे का इथे?"

कोणीही उत्तर दिले नाही.

केबिन म्हणजे चार मोठ्या खोल्यांची इमारत होती. दोन-दोन खोल्यांची दोन कॉटेजेस. पुढल्या मोठ्या खोलीत दोन बेड होते. सर्वांना एकत्र बसता येईल, एवढी मोठी खोली होती ती. चांगल्या हॉटेल्सप्रमाणे फर्निचर होते. बेड्स व्यवस्थित तयार करून ठेवले होते. सोफ्यासमोर तीन खुर्च्या अर्धवर्तुळात मांडून ठेवल्या होत्या. केबिनमध्ये सापडलेल्या सर्व ॲश ट्रेंचा वापर झालेला दिसत होता. सिगार आणि सिगरेट्सच्या थोटकांनी ते भरून गेले होते. पाच ग्लासेस होते. केराची टोपली रिकाम्या बाटल्यांनी भरली होती. दारू आणि सिगारेटचा वास खोलीभर भरून राहिलेला होता.

"ते निघून गेलेले दिसतात," कॅरोल म्हणाली. "कुठे काही सामान वगैरे पडलेले आहे का बघू या."

ती पुढे होऊन वेगवेगळ्या खोल्यात फिरून बघायला लागली.

काहीच सामान नव्हते. बाथरूम्समध्ये वापरलेले टॉवेल्स होते. एका बाथरूमच्या फळीवर एक रेझर आणि शेव्हिंग ब्रश होता. कॅरोलने ब्रश उचलला. "डॅडचा आहे हा!" ती उद्गारली.

"एखादे वेळी त्यांचा परत यायचा विचार असेल."

"नाही. त्यांची बॅग नाही इथे. दाढीच्या वस्तू सोडून दिल्या असतील. अशा गोष्टी विसरतात ते."

"ते परत येतील असे वाटत नाही तुला?"

"नाही. ज्या कामासाठी ही केबिन भाड्याने घेतलेली होती, ते काम झालेले दिसते."

"कुठले काम?"

"राजकीय बैठक. साक्रामेन्टोमधली वजनदार माणसे. ते कोण होते; ते मी सांगू शकत नाही आणि ते कशाबद्दल चर्चा करत होते याबद्दल तर ब्र काढायचा माझा धीर होणार नाही. तो एक राजकीय बॉम्ब आहे. फारच मोठी आणि अचाट गोष्ट. समजा बातमी अगोदरच फुटली, तर या कॉन्फरन्समध्ये भाग घेतलेल्या राजकीय व्यक्तींच्या कारकिर्दी धुळीला मिळतील."

"ठीक आहे," मेसन म्हणाला. "हा शोध तुझा आहे. तुला यानंतर काय करायचे आहे?"

"काहीही नाही. वडिलांच्या दाढीच्या गोष्टी मी उचलते आणि निघू या आपण! आणखी काही करता येण्यासारखे नाही."

मेसन गप्प बसला.

क्षणभर थबकून कॅरोलने ब्रश उचलला आणि सेफ्टी रेझरकडे बघत बसली.

"त्यांनी तो स्वच्छदेखील केलेला नाही," ती म्हणाली. नंतर ती मेसनकडे वळली. "तो मी धुऊन स्वच्छ करावा का?"

"ते अवलंबून असेल."

"कशावर?"

"तुझे वडील इथे आले होते हे सिद्ध करणे महत्त्वाचे आहे असे तुला वाटत असण्यावर."

"ते तर ते इथे होते, असे कबूलदेखील करणार नाहीत."

"का नाही?"

"मी सांगितले आहे तुला. संबंधित व्यक्तींच्या दृष्टीने ती राजकीय आत्महत्या ठरू शकते."

"पण त्यामुळे *तुझ्या वडिलांच्या व्यवसायाला* काही धक्का बसणार नाही ना?"

"कशामुळे?"

"ते इथे होते कळले तरी."

"नाही! नाही फरक पडणार. मी इतरांचा विचार करते आहे."

"समजा तुझ्या वडिलांनी त्यांची नावे उघड केली नाहीत तर?"

"का? त्याने काय चांगले घडणार आहे?"

"समजा तुझ्या वडिलांना काल रात्री ते कुठे होते, असे दाखवायची गरज पडली तर रेझर हा त्यांच्या म्हणण्याला पुष्टी देणारा पुरावा ठरू शकतो. केसांची मायक्रोस्कोपखाली तपासणी करता येते."

मेसन काय बोलतो आहे, ते ध्यानात येताच तिचा चेहरा उजळला. "बरोबर!" ती उद्गारली. "तू अगदी बरोबर बोलतो आहेस."

"तू मॅनेजरच्या ऑफिसमध्ये थांबून सांगू शकतेस तिला की, हीच केबिन आणखी आठवडाभर भाड्याने घेण्याची तुझी इच्छा आहे. रोख भाडे देऊन टाक. तिला असेही सांग की, तुझी एकच अट आहे. ती केबिन जशी आहे तशीच ठेवायची. आतमध्ये कुणालाही; अगदी खोल्या साफ करणाऱ्या चेम्बरमेड्सनाही प्रवेश करू द्यायचा नाही."

"चांगली कल्पना आहे. चल निघू या," ती म्हणाली.

"पुढच्या दाराला खरे तर आपल्याला कुलूप लावता यायला पाहिजे. तुला इथे कुठे किल्ली दिसली नाही का?"

शोध करूनही त्यांना किल्ली कुठे सापडली नाही. १३ नंबरच्या केबिनचे दार बंद होते आणि किल्ली आत होती. पण १४ नंबरच्या खोलीची किल्ली नव्हती.

“आता तुझे वडील कुठे असतील असे वाटते तुला?”

त्याने प्रश्न विचारताच तिच्या डोळ्यात भीती उमटली. “ते नौकेवर गेले असणार,” ती निराशेनेच म्हणाली. “पोलीस प्रश्न विचारण्यासाठी त्यांची वाटच बघत असतील. ते काहीतरी खोटेनाटे सांगतील – ते इथे होते, हे नाकबूल करण्यासाठी काहीही सांगतील.”

“मला वाटते आपण आता प्रथम मोटेलच्या कार्यालयात जाऊन योग्य ती व्यवस्था करू. मग लॉस एन्जलीसला परत जाऊ आणि तुझ्या वडिलांना शोधायचा प्रयत्न करू.”

मेसनने कॅरोलसाठी दार उघडून धरताच वाऱ्याने तिचा स्कर्ट वर उडाला. जे दिसले; ते त्याच्या पसंतीस पडले. मग तिने स्कर्ट खाली पकडून धरायचा प्रयत्न सुरू केला आणि मेसनने जोर लावूनच दार बंद केले.

“मॅनेजरशी बोलण्याचे काम तूच कर,” ती म्हणाली. मग अचानक पुढे म्हणाली, “मला वाटते खर्चासाठी काही पैसे ठेव तुझ्याकडे.”

तिने बिलांची एक थप्पी त्याच्या हातात कोंबली. त्या वीस डॉलर्सच्या नोटा होत्या. लॉस एन्जलीसच्या एका बँकेचा स्टॅम्प असलेली एक पट्टी नोटांभोवती गुंडाळून चिकटवली होती. पाचशे डॉलर्स होते.

“इतक्या पैशांची गरज पडणार नाही,” मेसन म्हणाला.

“ठेवून घे. इतरही खर्च असणार आहेत. हिशेब ठेव म्हणजे झाले.”

मेसनने त्या नोटा कोटाच्या खिशात टाकल्या. कार्यालय असे लिहिलेल्या केबिनमध्ये शिरून तो काउन्टरजवळ मॅनेजर म्हणून काम करणारी स्त्री बाहेर येईपर्यंत वाट बघत उभा राहिला.

ती सवयीनेच हसली.

“हवी असलेली माणसे मिळाली?” तिने विचारले.

मेसनने अत्यंत सभ्यतेने म्हटले, “परिस्थिती जरा विचित्र आणि गोंधळाची दिसते आहे.”

तिच्या चेहऱ्यावर उमटलेले हसू तत्काळ नाहीसे झाले. अत्यंत कठोर नजरेने तिने प्रथम त्याच्यावर नजर फिरवली आणि मग त्याच्या शेजारी उभ्या असलेल्या तरुण स्त्रीवर.

“खरंच?” ती थंडपणे उद्‌गारली. “कशा तऱ्हेने परिस्थिती गोंधळाची बनली आहे?”

“आम्ही या तरुण स्त्रीच्या वडिलांचा शोध घेतो आहोत. ते आम्हाला १४ नंबरच्या केबिनमध्ये भेटणार होते. पण आम्हाला उशीर झाला म्हणून ते बहुधा आम्हाला शोधायला गेले असावेत.”

त्या स्त्रीचा चेहरा कठोरच राहिला. मेसन बोलायचा थांबल्यावर ती गप्प राहिली. तिने त्याला कुठल्याही तऱ्हेने उत्तेजन दिले नाही.

"तेव्हा मला वाटते की, आम्हाला करण्यासारखी एकच गोष्ट आहे. ही केबिन तू दुसऱ्या कुणाला भाड्याने न दिलेली बरी."

"उद्या दुपारी बारा वाजेपर्यंतचे भाडे दिलेले आहे," ती म्हणाली.

"केबिनमध्ये हजर असणाऱ्या सर्व व्यक्तींची नावे रजिस्टरमध्ये लिहिलेली आहेत का?"

"का?"

"मला पूर्ण खात्री करून घ्यायची आहे की, मी शोधत असलेली माणसे हीच आहेत."

"लॅसिंग नाव होते?"

"ते एका व्यक्तीचे नाव आहे," कॅरोल घाईघाईने म्हणाली, "माझ्या वडिलांचे नाही. मी विचार करते आहे की, सर्वांनीच नावे दिली होती का?"

"तुझ्या वडिलांचे नाव काय आहे?" मॅनेजरने विचारले.

कॅरोल बरबॅन्कने तिच्या नजरेला सरळ नजर भिडवत म्हटले, "बरबॅन्क, रॉजर बरबॅन्क."

मॅनेजरची कठोर नजर जरा मवाळ झाली. "आम्ही सर्वसाधारणपणे एखाद्या पार्टीमधल्या सर्वांच्या नावाचे रजिस्ट्रेशन करत नाही – म्हणजे अनेक जण असतील तर, ज्याच्याकडे गाडी असते तो माणूसच स्वत:चे नाव, गाडी कोणत्या कंपनीची आहे, लायसन्स नंबर वगैरे तपशील लिहितो. एक मिनिट थांबा, बघते मी."

तिने रेकॉर्ड बुक फिरवून त्यांच्यासमोर धरले. "नाही. रजिस्ट्रेशन जे.सी. लॅसिंग आणि पार्टी असेच केलेले आहे."

"उद्या सकाळपर्यंत कुणालाच केबिनमध्ये जायची गरज नाही. बेड्स वगैरे व्यवस्थित घातलेल्या आहेत."

"पण आत कोण आणि कशासाठी जाईल?" मॅनेजरने विचारले.

"चेम्बरमेड्स एखादे वेळी टॉवेल्स वगैरे बदलायला जातील."

"मग काय झाले?"

"ती केबिन आहे तशीच ठेवली जावी, अशी आमची इच्छा आहे."

"भाडे दिवसाला आठ डॉलर्स पडेल," ती स्त्री थंडपणे म्हणाली.

मेसनने चाळीस डॉलर्स तिच्या हातामध्ये ठेवत म्हटले, "हे पाच दिवसांचे भाडे."

पैसे बघितल्यावर ती एकदम शांत झाली. "तुला पावती हवी आहे?"

आता मेसनचा आवाज तिच्यासारखाच कठोर बनला.

"अर्थातच!"

६

मोटेलमधून गाडी बाहेर काढून परत लॉस एन्जलीसच्या मार्गाला लागल्यावर कॅरोलने विचारले, ''आता काय?''

''अजून तरी तू म्हणशील तेच करणार आहे मी,'' मेसन म्हणाला आणि क्षणभर थांबला. ''काही खाण्यापिण्याची योजना आखली आहे?''

ती हसली. ''भूक लागली आहे?''

''भूक? उपासमारच होते आहे. या थंडगार वाऱ्याने खाण्याची तीव्र इच्छा निर्माण झाली आहे.''

''पुढे खाऊ कुठेतरी. पण डॅडना शोधायची खूप इच्छा आहे.''

''आता त्यासाठी फार उशीर झाला आहे असे नाही वाटत तुला? पोलिसांनी आत्तापर्यंत गाठले असणार त्यांना.''

''शक्य आहे.''

सूर्य क्षितिजाखाली सरकला होता. समुद्र निळसर दिसत होता. वाऱ्यामुळे प्रक्षुब्ध वाटत होता. उजवीकडे आकाशातल्या हिरवट निळ्या रंगाच्या पार्श्वभूमीवर चॅनल आयलन्ड्स उठून दिसत होती.

''मला वाटते गाडीचे दिवे लावावे आता,'' कॅरोल म्हणाली. तिने हेडलाइट्स लावले.

व्हेन्चुरा मागे टाकून कामारियो जवळ येताना मेसनने विचारले, ''तुझ्या वडिलांनी किती काळापूर्वी मोटेल सोडले असेल वाटते तुला?''

तिने एकदा पटकन त्याच्याकडे बघितले. ''माहीत नाही. का?''

''सहजच विचार आला मनात!''

''मला सांगता येणारच नाही.''

''हं!''

गाडी वेगाने जात असली, तरी आवाज येत नव्हता. कोनेहो ग्रेड, मग ओकचे प्रचंड वृक्ष असणारा पठारी प्रदेश. वाऱ्याचा जोर कमी झाला. निरभ्र आकाशात तारे

चमकायला लागले. खूप दूरवर असतानाच लॉस एन्जलीस शहराच्या हद्दीबद्दल पाट्या दिसायला लागल्या. पंधरा-वीस मिनिटांनी कॅरोल बरबॅन्क अचानक म्हणाली, ''पुढे एक रेस्टॉरन्ट आहे. प्रवासात असताना डॅड बऱ्याचदा खाण्यापिण्यासाठी थांबतात तिथे. एखादे वेळी ते तिथे असतीलही – दुपारी खूप उशिरापर्यंत त्यांनी मोटर लॉज सोडले नसेल तरच.''

''तर मग रस्त्यावर आपण त्यांना मागे टाकले असण्याचीही शक्यता आहे.''

''आपण तेच केले असण्याची शक्यता मलाही वाटते आहे,'' ती म्हणाली. ''पुढे लाल अक्षरांत नाव दिसते आहे तेच रेस्टॉरन्ट – ''अडोब हट रेस्टॉरन्ट.''

मेसन काही बोलला नाही.

कॅरोलने पार्किंग प्लेसमध्ये गाडी उभी केली. इंजीन बंद केले आणि ती गाडीबाहेर पडली. मेसन बाहेर येऊन उभा राहिला. गाडीला कुलूप लावण्यासाठी ती गाडीच्या दरवाजामध्ये किल्ली घालत असताना विरुद्ध दिशेला उभी असलेली लाल दिव्याची गाडी मेसनला दिसली. तिच्याकडे बोट दाखवत मेसन म्हणाला, ''पोलीस याच रेस्टॉरन्टमध्ये खातात बहुधा.''

''हो, हायवे पेट्रोल्स इथेच खाण्यापिण्यासाठी येतात आणि –''

''ती हायवे पेट्रोलची गाडी नाही.''

ती गप्प बसलेली दिसल्यावर मेसनने तिचे मनगट पकडूनच तिला अडोब हाउसमध्ये नेले.

डायनिंग रूममध्ये पंधरा तरी टेबल्स होती. समोर भिंतीमध्ये शेकोटी होती आणि ओक वृक्षाची लाकडे जळत होती. हवाहवासा वाटणारा उबदारपणा पसरला होता. स्पॅनिश डान्सरप्रमाणे पोशाख केलेली, काळ्या केसांची, काळ्या डोळ्यांची, ओठ रंगवलेली सेविका स्वागताला पुढे झाली आणि मेसनकडे हसून बघत ती त्यांना एका टेबलाच्या दिशेने घेऊन जाण्यासाठी पुढे झाली.

अचानक एक आश्चर्योद्गार काढून, कॅरोल डावीकडच्या कोपऱ्याच्या दिशेने वळली. तिथे तीन पुरुष टेबलाशी बोलत बसले होते.

एका अत्यंत दणकट, बारीक मिशी ठेवलेल्या, भेदक डोळ्यांच्या माणसाने वर नजर वळवताच तिच्याकडे हसून बघितल्याचे आणि कॅरोलने ''हॅलो, डॅड! तुम्ही इथे काय करत आहात?'' विचारल्याचे मेसनने ऐकले.

ते तिघेही उठून उभे राहिले. कॅरोलमागून येणाऱ्या मेसनने त्या माणसाला अभिवादन करत म्हटले, ''मिस्टर रॉजर बरबॅन्क, मला वाटते.''

''पेरी मेसन, वकील!'' कॅरोलने घाईघाईने ओळख करून दिली.

बरबॅन्कच्या जाड्या बोटांच्या, ताकदवान उजव्या हाताने वकिलाचा उजवा हात हातात घेतला.

''आणि लेफ्टनंट ट्रॅग,'' मेसन म्हणाला. ट्रॅगच्या कोड्यात पडलेल्या चेहऱ्याकडे बघून तो हळूच हसला. ''ही कॅरोल बरबॅन्क, लेफ्टनंट आणि तुझ्याबरोबरचा सद्‌गृहस्थ मनुष्यवध खात्यामधला असणार अशी अपेक्षा आहे माझी.''

''जॉर्ज एव्हॉन,'' ट्रॅगने कबुली दिली. पुढली माहिती द्यावी की न द्यावी असा क्षणभर तरी विचार करून तो पुढे म्हणाला, ''बोटांच्या ठशांचा तज्ज्ञ.''

मेसनने एव्हॉनबरोबर हातमिळवणी केली.

''तुम्हीपण बसून घेणार ना?'' रॉजर बरबॅन्कने सभ्यपणे विचारले.

हसताना स्वच्छ पांढरे दात दाखवत सेविका पुढे आली आणि म्हणाली, ''तुम्ही मित्रांना भेटणार आहात माहीत नव्हते. वेटर, ताबडतोब दोन खुर्च्या आण या टेबलाशी.''

वेटरने दोन खुर्च्या आणल्यावर मेसनने खुर्ची मागे करत कॅरोल बरबॅन्कला प्रथम बसवले आणि मगच तो स्वत: बसला. ''आम्हाला फार भूक लागली आहे,'' मेसन म्हणाला.

ट्रॅग उपरोधिकपणे म्हणाला, ''तुझी कुमक येऊन पोहोचायला जास्त वेळ लागला नाही. बरोबर आहे ना, बरबॅन्क?''

बरबॅन्कच्या भुवया वर उंचावल्या, ''माझी कुमक?''

''तुझा ॲटर्नी.''

''काहीतरी चूक होते आहे,'' बरबॅन्क म्हणाला. ''मी मेसनला बोलावलेले नाही.''

''तू अजून त्याला काही सांगितलेले नाहीस?'' कॅरोलने ट्रॅगला विचारले.

''मला इथे येऊन जास्त वेळ झालेला नाही,'' ट्रॅगने उत्तर दिले. ''मी काही प्रश्न विचारले एवढेच.''

''काय सांगितलेले नाही?'' बरबॅन्कने कॅरोलकडे बघत विचारले.

तिने काही उत्तर द्यायच्या आतच ट्रॅग म्हणाला, ''एक गोष्ट नीट लक्षात घे, मिस्टर बरबॅन्क. काल दुपारी आणि संध्याकाळी तू नक्की कुठे होतास आणि काय करत होतास हे आम्हाला कळणे अत्यंत महत्त्वाचे आहे. आतापर्यंत तू बोलण्याची खूप टाळाटाळ केली आहेस. तू आता बोलायला सुरुवात करावीस हे श्रेयस्कर आहे.''

''पण मी कुठे होतो, याचा तुझ्याशी काय संबंध आहे?''

''सद्‌गृहस्थहो! आपण सर्वांनीच प्रामाणिकपणे वागणे खूप गरजेचे आहे,'' मेसन म्हणाला.

कॅरोल बरबॅन्क म्हणाली, ''डॅड, तुम्ही या माणसांना तुम्ही नक्की कुठे होतात ते *सांगायलाच पाहिजे*. इच्छा नसेल, तर तुमच्याबरोबर असणाऱ्या इतर माणसांची नावे त्यांना सांगण्याची गरज नाही. पण तुम्ही कुठे होतात आणि तिथे कधी गेलात

हे त्यांना सांगायलाच हवे. ते खूप महत्त्वाचे आहे.''

मेसन अगदी गोड स्वरात म्हणाला, ''फ्रेड मिलफिल्ड याचा तुमच्या नौकेवर खून झाला आहे.''

लेफ्टनंट ट्रॅग रागावलाच. ''सभ्यपणाने वागायचा प्रयत्न केला की, हे असे घडते. आत पाऊल ठेवताच मी तुला मुख्यालयामध्ये नेऊन तिथेच तुझी चौकशी करायला पाहिजे होती.''

''*फ्रेड मिलफिल्डचा खून!*'' बरबॅन्क उद्गारला.

''हो, डॅड! सबंध दुपार आम्ही तुम्हाला शोधतो आहोत.''

''आणि बरोबर वकील असणे गरजेचे आहे वाटले तुला?'' ट्रॅगने विचारले.

कठोर नजरेने त्याच्याकडे बघत कॅरोलने उत्तर दिले, ''अगदी निश्चितपणे आणि तुला जर केसबाबतच्या सर्व गोष्टी समजल्या –''

''फ्रेड मिलफिल्डचा खून करावा असे कुणालाही का वाटावे ते कळत नाही मला,'' बरबॅन्क म्हणाला. ''लेफ्टनंट, त्याचा खूनच झाला आहे अशी खात्री आहे तुझी?''

''डॅड, माझ्यावर विश्वास नाही का तुमचा? कृपा करून सांगा त्यांना.''

''प्रथम लेफ्टनंट ट्रॅगला बोलायचे असेल ते ऐकू या आपण,'' रॉजर बरबॅन्क म्हणाला.

पण कॅरोलला तेवढा धीर नव्हता. ती लेफ्टनंट ट्रॅगला म्हणाली, ''काल दुपारी डॅड तिथे नव्हतेच. ते राजकारण्यांबरोबरही असतात आणि काही गोष्टी सर्वस्वी गुप्त राखणे अत्यंत आवश्यक असते. आतासुद्धा काही तपशील मी तुला सांगूच शकणार नाही – समज डॅडना साक्रोमेन्टोमधल्या काही वजनदार व्यक्तींना भेटायचे असले आणि त्यांची इच्छा होती की, डॅडनी या भेटीबद्दल कुठेही काही बोलता कामा नये, तर त्या व्यक्ती कोण होत्या हे डॅड तुला सांगू शकणार नाही आणि त्यांच्यापैकी प्रत्येक व्यक्तीला तू वेगवेगळे गाठून जरी प्रश्न विचारलास तरी तो नाकबूलच करेल. गुप्तपणे भेटण्यासाठी सर्व तऱ्हेची काळजी घेऊन ते हायवेवरच्या एका मोटर लॉजमध्ये भेटले, जवळजवळ चोवीस तास वेगवेगळ्या योजना आखण्यासाठी त्यांची कॉन्फरन्स चालूच राहिली आणि थोड्या वेळापूर्वी ते निघाले. मला वाटले की डॅड इथेच जेवणासाठी थांबतील. म्हटले बघू या! –आणि आलो आम्ही इथे.''

''वा! फारच छान!'' ट्रॅग म्हणाला. ''आणि तू म्हणतेस की, त्यांच्यापैकी कोणीही कबूल करणार नाही की, तो कॉन्फरन्सला हजर होता म्हणून?''

''कुणाचा धीरच होणार नाही तसे कबूल करण्याचा.''

''ठीक आहे,'' ट्रॅग म्हणाला. ''आता आपण वायफळ बडबड बंद करू या. या सगळ्याला काही अर्थ असेल, तर तो आम्हाला कळायला हवा आणि खात्री

करून घेता यायला हवी आणि नसला –'' इथे ट्रॅगच्या आवाजाला वेगळीच धार आली, ''तर त्याचीही खात्री पटायला हवी.''

''तुम्ही सांगा त्याला, डॅड!'' कॅरोल म्हणाली.

बरबॅन्क काही बोलला नाही. तो आठ्या चढवून आपल्या मुलीकडे बघत होता.

''ठीक आहे!'' कॅरोल म्हणाली. ''मला सांगावे लागणार असेल, तर मीच सांगते. हायवेवर व्हेन्चुरा आणि सान्ता बार्बारा दरम्यान असणाऱ्या 'सर्फ अॅन्ड सन मोटेल'वर चौकशी कर. मोठे आहे –''

''ते कुठे आहे ते ठाऊक आहे मला,'' ट्रॅग म्हणाला. ''आणि त्या ठिकाणी तू म्हणतेस ती कॉन्फरन्स भरली होती?''

''जाऊन तर बघ तिथे.''

ट्रॅग बरबॅन्ककडे वळला. ''ती म्हणते आहे ते खरे असेल, तर तूदेखील –''

बरबॅन्क संतापलेला वाटला. ''ठीक आहे. नाहीतरी गुप्त गोष्ट हिने फोडलीच आहे. पण मी दुजोरा देणार नाही. मला विचारलेस तर मी नाहीच म्हणणार.''

''काही पुरावा?'' ट्रॅगने कॅरोलला विचारले.

''अर्थातच. पण वेळ दवडून उपयोगी नाही. भरलेले अॅश ट्रे आणि रिकाम्या बाटल्या अजून तिथेच आहेत. बोटांचे ठसे मिळव, मॅनेजरला आम्ही सर्वकाही जसेच्या तसे ठेवायला सांगितले आहे. बाथरूमवरच्या काचेच्या फळीवर डॅड आपले दाढीचे सामान विसरून आले आहेत.''

''अरे देवा!'' बरबॅन्क उद्गारला. ''तो रेझर तर मी सारखा सगळीकडे विसरतो.''

''रेझर सोडून एखादा खराखुरा पुरावा नाही?''

कॅरोलने विचारले, ''डॅड, तुम्ही किल्ली आणली आहे का? मोटेलमध्ये नव्हती.''

रॉजर बरबॅन्कने हळूच आपला हात कोटाच्या बाजूच्या खिशात घालून विशिष्ट प्रकारची, चेनच्या शेवटी असणाऱ्या रिंगमध्ये अडकवलेली किल्ली बाहेर काढली. चेनवर सर्फ अॅन्ड सन मोटेल असे लेबल होते. लेबलच्या खाली मोठ्या अक्षरांत १४ हा आकडा लिहिलेला होता.

मागच्या बाजूला नेहमीप्रमाणे एक नोटिस स्टॅम्प केली होती. चुकून किल्ली घेऊन गेलात, तर फक्त स्टॅम्प लावून ती कुठल्याही पोस्टाच्या पेटीत टाकावी म्हणून.

ट्रॅगने किल्ली घेतली आणि खुर्ची मागे सरकवून वेटरला खूण केली. ''आमची ऑर्डर रद्द कर आणि बिल या शहाण्याकडे दे!''

त्याने मेसनच्या दिशेने रागानेच बोट दाखवले.

७

कॉरिडॉरमधून जात असताना वकिलाला आपल्या केबिनमधला दिवा चालू दिसला. रबरी टाचांमुळे त्याच्या बुटांचा अजिबात आवाज येत नव्हता. त्याने हळूच आपली लॅच की दाराला लावली. क्लिक आवाज करून कुलूप उघडल्यावर त्याने आवाज न करता दार उघडले.

मेसनच्या टेबलाशी आपले डोके दंडावर ठेवून डेला स्ट्रीट गाढ झोपली होती.

मेसनने हळूच दार लोटले. हॅट आणि कोट अडकवला. टेबलाजवळ जाऊन अत्यंत प्रेमाने तिच्याकडे बघत बसला. हळूच तिच्या केसांवरून हात फिरवून खांद्यामागे धरला.

''तू कधी घरी जातच नाहीस की काय?'' अत्यंत हळूवारपणे त्याने विचारले.

डेला दचकूनच उठली आणि तिने मान वळवली. डोळ्यांची उघडझाप करत मेसनकडे बघितले. ''काय झाले ते मला माहीत करून घ्यायचे होते,'' ती म्हणाली. ''तेव्हा वाट बघणे भाग होते.''

''अरे देवा! मला कशाची तरी गरज भासेल आणि मी फोन करेन म्हणून तू इथेच वाट बघत थांबली होतीस? रात्री जेवली तरी आहेस का?''

''नाही.''

''दुपारी काय केले होतेस?''

''गर्टीला सँडविचेस आणि दूध आणायला पाठवले होते.''

''यापुढे मी तुला माझ्याबरोबरच ठेवणार आहे – निदान वेळच्या वेळी खाणेपिणे तरी होईल.''

''मग नवीन काय घडले?''

मेसनने निरखून तिच्या चेहऱ्याकडे बघितले. ती थकलेली वाटत होती. ''नवीन म्हणजे तू आता घरी जाणार आहेस आणि थोडा वेळ झोप घेणार आहेस.''

''किती वाजले आहेत?''

''अकरा वाजून गेले आहेत.''

"म्हणजे मी एक तासाहून जास्तीच झोपले होते."

"पॉल ड्रेक कुठे आहे?"

"तो घरी गेला."

"तूही घरीच जाणार आहेस. चल, चल लवकर, पर्स वगैरे घे तुझी."

"मला वाटले तू फोन करशील एखादे वेळी. मी –"

"ते सर्व विसर आता," मेसन तिला अडवत म्हणाला. "माझ्याकडे तुझ्या अपार्टमेंटचा फोन नंबर आहे. मी घरी फोन करू शकलो असतो. काम इतक्या गंभीरपणे घेत जाऊ नकोस."

"काय झाले?"

"किनाऱ्या किनाऱ्याने मजेत गाडीमधून गेलो," तिला कोट चढवायला मदत करत मेसन म्हणाला. "एका छान मोटेलमध्ये गेलो. आपण एकदा थांबायला हवे तिथे, डेला. सुरेख जागा आहे. नाव आहे, 'सर्फ ॲन्ड सन.' आज जरी सागरावरून थंडगार आणि बोचरा वारा वाहत असला तरी उन्हाळ्यात तिथे मस्त वाटत असणार."

"रॉजर बरबॅन्क सापडला?"

"हो, पण तिथे नाही."

"कुठे होता तो?"

"इथून अर्धा तास अंतरावर असणाऱ्या व्हेन्चुरा बोलीवार्डवरच्या एका रेस्टॉरन्टमध्ये. एक जुने अडोब हाउस – उष्ण हवामानाच्या प्रदेशात राहण्यासाठी चिखल, गवत, पाणी मळून बनवलेल्या, सूर्यप्रकाशात वाळवलेल्या विटांचे घर – घराच्या अंतर्भागात आर्द्रता कमी असते – घेऊन त्याचे रेस्टॉरन्टमध्ये रूपांतर केले आहे."

"मोटेलचा काय संबंध आला?"

"बरबॅन्क त्या ठिकाणी काही बड्या राजकारण्यांना भेटला असावा, असे दिसते आहे. ते तिथे आले होते, याचा कुठलाही माग राहणार नाही याची त्यांनी काळजी घेतली आहे. बरबॅन्क स्वत: आपल्या नौकेवर होता असा समज होता. प्रत्येक माणसाने आपण अशा कुठल्या कॉन्फरन्सला हजर होतो, हे नाकबूल करण्यासाठी खूप काळजी घेतली आहे."

"का?"

"ती खूप मोठी माणसे होती. गव्हर्नर स्वत:ही तिथे हजर असेल. काहीतरी राजकीय योजनेची आखणी चालू होती. वर्तमानपत्रांना पत्ता लागला तर गहजब उडाला असता."

"गव्हर्नर खरोखरच होता का तिथे?"

मेसन म्हणाला, "महत्त्वाची बाब अशीही असू शकेल की *त्यालाच बोलावले नसेल.*"

"म्हणजे लेजिस्लेचरमधील काही नेते त्याच्याविरुद्धच कट रचत होते की काय?"

"हो, असू शकेल तसे... कॅरोल ज्या तऱ्हेने सांगत होती त्यावरून तरी."

"अशा परिस्थितीत एकाच्या नौकेवर खून पडणे ही किती अडचणीत आणणारी गोष्ट ठरू शकते याचा मला थोडाफार अंदाज करता येतो आहे," डेला विचार करत म्हणाली.

"किंवा..." मेसन बोलायचे थांबला.

"काय झाले?"

"जास्त गंभीरपणे घेऊ नकोस. चल आता. दिवे बंद कर."

तिने दिवे बंद केले. क्लिक आवाज होईपर्यंत मेसन दाराबाहेर उभा राहिला. मूठ फिरवून त्याने कुलूप लागले आहे, याची खात्री करून घेतली.

कॉरिडॉरमधून पुढे जाताना मेसन म्हणाला, "असे वाटते की आम्ही त्या रेस्टॉरन्टमध्ये पोहोचायच्या थोडा वेळ आधीच लेफ्टनंट ट्रॅग आणि बोटांच्या ठशांचा तज्ज्ञ एक्हॉन यांनी बरबॅन्कला त्या ठिकाणी गाठले होते... एक-दोन मिनिटे आधीच असू शकेल."

"अडोब रेस्टॉरन्ट?"

"हो!"

"आणि काय झाले?"

"कॅरोलने तिच्या डॅडना सांगितले की ते कुठे होते, हे त्यांनी सांगायलाच पाहिजे. शेवटी मी तिथे नव्हतोच असे बोलणे त्याने थांबवले."

"विचित्र परिस्थितीत अडकलेला माणूस," डेला म्हणाली. "अनेक माणसांबरोबर होतो असे म्हणायचे आणि ते त्याच्याबरोबर होते असे त्यांना नाकबूल करणे भाग आहे असेही सांगायचे."

"अगदीच विचित्र," मेसनने संमती दर्शवली. "ट्रॅगपुढे अवघड प्रश्नच उभा राहिला होता. त्याच्याबद्दल बोलायचे तर शक्तिशाली राजकारणी लोकांशी त्याचा संबंध येणार आहे. खून झाला त्या वेळी मी नौकेवर नव्हतो, हे बरबॅन्कचे म्हणणे त्याने मान्य करणे एक बाब झाली. पण त्यालाही पुरावा हवाच म्हणून त्याने माग काढायला सुरुवात केली, तर तो कठीण परिस्थितीत सापडू शकतो. त्याचे काय आहे डेला की, ट्रॅगला थोडेफार राजकारणी लोकांच्या सदिच्छेवर अवलंबून राहावेच लागते."

मेसनने एलिव्हेटरचे बटण दाबले.

"पण पुष्टी देणारा कुठला पुरावा होता का?"

"होता. आणि तो बरोबर अशा मानसिक अवस्थेत पुढे केला होता की, विश्वास

बसलाच पाहिजे.''

''नक्की कुठला पुरावा होता तो?''

''बरबॅन्कचा हात त्याच्या कोटाच्या खिशात गेला. ज्या कॉटेजमध्ये हे राजकारणी भेटले होते, त्या कॉटेजची चावी त्याने समोर ठेवली. सर्फ अॅन्ड सन मोटेलच्या केबिन नंबर १४ची किल्ली.''

''त्यावर ट्रॅग काय म्हणाला?''

''ट्रॅगचा इतका विश्वास बसला की, तो खाणेपिणे विसरून उठला आणि त्याने हायवे पकडला. खाण्यापिण्यासारख्या गोष्टी तो कामाच्या आड येऊ देत नाही.''

''म्हणजे जेवला नाही तो?''

''जेवण येण्याची वाटही बघितली नाही त्याने आणि खरेतर चांगले जेवण मागवले होते. सूप, मांसाचे गरमागरम तुकडे, सॅलड, शेंगातल्या तिखट बिया, टॉर्टिलाज –''

''चीफ, मला भूक लागावी असा प्रयत्न आहे का तुझा?''

''लागली आहे भूक?''

''लक्षात नाही आले. पण... लागली आहे.''

''तेच ठीक आहे. तू आता काहीतरी गरमागरम खाणार आहेस. यापुढे शनिवारी दुपारी, रात्री, कार्यालयातल्या छोट्या केबिनमध्ये थांबली होतीस, असे कधीही माझ्या कानावर येता कामा नये. पॉलला खुनाबद्दल काही कळले आहे?''

''त्याने लिहूनच ठेवले आहे. महत्त्वाच्या गोष्टीच अर्थात आणि... वर्तमानपत्रांचा विचारच माझ्या मनात आला नाही. उशिराच्या आवृत्तीत बातमी यायला हवी.''

मेसनने आता एलिव्हेटरच्या बटणावर बोट दाबूनच धरले. ''तू आता गरम सूप, कॉकटेल आणि मांसाचा मोठा तुकडा खाणार आहेस.''

''गरम सूप आवडेल या वेळी,'' तिने कबुली दिली. ''कुठे जाणार आहोत आपण?''

''नवव्या रस्त्यावरच्या छोट्या रेस्टॉरन्टमध्ये. तिथे बसायला बूथ मिळेल. गप्पा मारता येतील. ट्रेकने दिलेला रिपोर्ट कुठे आहे?''

''माझ्या पर्समध्ये!''

''ठीक आहे. रमत-गमत पोहोचू तिथे.''

जॅनिटरने एलिव्हेटर वर आणला. मेसन बराच वेळ घंटी दाबत बसला ते त्याला आवडले नव्हते, याची जाणीव त्याने कपाळावर आठ्या चढवून मेसनकडे बघत दिली.

मेसन आणि डेला गप्प बसून खाली पोहोचले, रस्त्यावर आले आणि एकमेकांकडे बघून हसले. जॅनिटरच्या नजरेचा अर्थ दोघांच्याही लक्षात आला होता. हातात हात घालून नवव्या रस्त्यावरून चालत एका कुठलाही भपका न दाखवणाऱ्या रेस्टॉरन्टमध्ये

शिरले. प्रोप्रायटर ओळखीचा होता, प्रवेशद्वाराजवळच पडदे लावलेल्या एका बूथमध्ये ते बसले.

प्रोप्रायटर एक अगडबंब, लाल चेहऱ्याचा माणूस होता. ॲप्रन गुंडाळलेला, डोक्यावर शेफची टोपी.

मोडक्या-तोडक्या भाषेत त्याने अत्यंत प्रेमाने स्वागत करून सांगितले की, पिएर स्वत: त्यांच्यासाठी जेवण बनवणार आहे.

"छान! हा आम्ही आमचा सन्मानच समजतो," मेसनने खात्री दिली. "डेलासाठी ड्राय मार्टिनी आणि माझ्यासाठी स्कॉच आणि सोडा. मग डेलासाठी फिले मिग्नॉन आणि ओ ग्रात्यॅ – मांसाचा मोठा तुकडा आणि थोडासा बटाट्याचा रस्सा – आणि दोघांसाठी कॉफी. फिले मिग्नॉन आहेत; पिएर?"

"मिस स्ट्रीटसाठी ती मागेल ते आहे. मार्टिनी आणि स्कॉच तर ताबडतोब आणतो."

तो माग-मागे जाऊन पडद्याबाहेर पडल्यावर डेलाने आपली पर्स उघडली खुनाबद्दल जी काही माहिती मिळवता आली होती, तिच्याबद्दलचा पॉल ड्रेकचा रिपोर्ट मेसनच्या हातात ठेवला. "काही फोटोग्राफ्सही आहेत. पॉल म्हणाला आहे की, ते मोठे करून उद्या किंवा सोमवारी देतो," तिने सांगितले.

प्रोप्रायटर त्यांची पेये घेऊन आला आणि प्रेमाने त्यांच्याकडे बघत बसला. "इथे येता आणि कामाबद्दल बोलता? इतकी सुंदर मुलगी... पिएरला वीस वर्षे तरुण वाटेल – फू – काम! काम!!"

ग्लासेस टेकवून त्यांनी एकमेकांचे शुभचिंतन केले. पेरी मेसनने एक घोट घेतला आणि अचानक हात पुढे करून तो डेलाच्या हातावर ठेवला. "ठीक आहे, डेला. यापुढे आपण आरामात काम करत जाऊ. नाहीतरी तू नेहमी म्हणत असतेस की, इतर वकिलांप्रमाणे मी कार्यालयात बसून काम का करत नाही. इतरांनी यावे की कार्यालयात; हे पिएरचे म्हणणे बरोबर आहे. आपण कामाबद्दलच फार बोलत राहतो."

डेला शांतपणे म्हणाली, "मला वाटते तू प्रथम पॉलचा रिपोर्ट नजरेखालून घालावास."

मेसनला काहीतरी बोलायचे होते, पण मग त्याने विचार बदलला आणि ड्रेकचा रिपोर्ट उघडून वाचायला लागला.

व्यवस्थित टाईप केलेला होता. पहिल्या पानावर सारांश होता.

सारांश

पेरी : तपशीलवार माहिती आणि फोटोग्राफ्स जोडले आहेत. ही थोडक्यात पुनरुक्ती आहे. रॉजर बरबॅन्क हा उद्योगांना पैसा पुरवणारा माणूस आहे. धोका असेल

अशा ठिकाणी तो सहसा पैसा गुंतवत नाही. फ्रेड मिलफिल्ड आणि हॅरी व्हॅन न्युई यांनी स्किनर हिल्स शीप प्रोजेक्टसाठी – तो जो काय प्रकल्प असेल तो – बरबॅन्ककडून पैसे मिळवले. तुझा तेलाबद्दलचा तर्क एखादे वेळी खरा असू शकेल. पोलिसांना अजून व्हॅन न्युईबद्दल कळलेले दिसत नाही. माझ्या माणसांनी तो कॉर्निश हॉटेलमध्ये आहे हे शोधून काढले आहे आणि ते त्याच्यावर नजर ठेवून आहेत.

बरबॅन्कच्या नौकेवर शुक्रवारी संध्याकाळी कधीतरी खून पडला आहे. पस्तीस फूट लांब, शिडांची नौका आहे. बरबॅन्क तिचा वापर कुठे लांब जाण्यासाठी करत नाहीतर इतरांपासून एकांत मिळावा म्हणून करतो. तो बहुधा शुक्रवारी रात्री जातो, भरतीच्या वेळी मड फ्लॅट्समध्ये – गाळ आणि चिखल असलेल्या एका ठिकाणी – उभी करतो आणि भाल्यांनी शार्क्स मारण्यात स्वतःची करमणूक करून घेतो. ओहोटी सुरू झाली की, चॅनलमध्ये नांगर टाकून पुस्तके वाचतो, कागदपत्रांचा अभ्यास करतो, नाहीतर रिकामटेकडेपणाने वेळ घालवतो. बेल्टिन नावाचा त्याचा विश्वासू माणूस कधी-कधी महत्त्वाची बातमी सांगायला नौकेवर येतो. एक दोन वेळा, आधी ठरवून मिलफिल्डही नौकेवर गेला होता. एकदा व्हॅन न्युई त्याच्याबरोबर होता. बरबॅन्कला फक्त शिडांचा वापरच करायचा असतो. गरज पडली, तर वापरण्यासाठी ऑक्झिलिअरी मोटरदेखील बोटीवर नाही. बोटीवरच्या छोट्या डिंगीवर – वल्हवायचा छोटा मचवा – आउटबोर्ड मोटर लावली आहे आणि पाच गॅलनचा गॅसोलिनचा डबाही त्यावर असतो एवढेच. अन्न शिजवण्यासाठी, नौका उबदार ठेवण्यासाठी लाकडी स्टोव्हचाच वापर होतो. प्रकाशासाठी मेणबत्त्या आहेत. प्रेत केबिनच्या स्टारबोर्ड साइडला – उजव्या बाजूला – सापडले. पण खून केबिनच्या पोर्ट साइडला – डाव्या बाजूला – झाला होता आणि ओहोटीच्या वेळी नौका तळाला आपटल्यावर प्रेत गडगडत उजव्या बाजूला गेले असावे अशी चिन्हे दिसतात. डोक्याच्या मागच्या बाजूला एकच जोरदार फटका हाणल्याने मृत्यू ओढवला होता. एवढेच मला कळले आहे. पोलिसांचे काय तर्क आहेत याबद्दल विशेष माहिती मला अजून तरी मिळू शकलेली नाही. एक वेगळाच धागा त्यांच्या हाताला लागला आहे. 'कम्पॅनिअन वे'वरच्या – नौकेवरच्या जिन्याच्या – खालच्या पायरीवर अगदी मध्यभागी एका *स्त्रीच्या शूची* रक्ताळलेली रेखाकृती आहे. पोलिसांना हा फार महत्त्वाचा पुरावा वाटतो आहे. नावे, पत्ते, यॉट-क्लबची जागा, नौकेची रेखाकृती, माझ्या माणसांचे – ऑपरेटिव्हजचे – रिपोर्ट या गोष्टी सोबत जोडल्या आहेत. हा फक्त सारांश आहे. माझी गरज भासली, तर मी तुझ्या फोनची वाटच बघतो आहे. तू परत कधी येणार हे तिला माहीत नाही, असे डेलाने सांगितले.

– पॉल

रिपोर्टबरोबर जोडलेल्या कागदपत्रांवर आणि फोटोग्राफ्सवर मेसनने नजर टाकली. डेला स्ट्रीट कॉकटेल संपवत, सिगरेट ओढत शांतपणे त्याच्याकडे बघत बसली होती.

पिएरने जेवण आणले, कागदपत्रे बघण्यात दंग असलेल्या पेरी मेसनकडे नाखुशीनेच नजर टाकली आणि उमदेपणाने डेलाला म्हटले, ''वीस वर्षे तरुण होण्यासाठी माझा उजवा हात देईन. पण नको,'' त्याने अचानक दुरुस्ती केली. ''वीस वर्षे तरुण पिएरला उजव्या हाताची गरज भासेल.''

मेसनने वर बघत हसतच पिएरला म्हटले, ''छान वाक्य आहे, पिएर. मला वाटते तुझ्या टेबलावरच्या फोनला खूप मोठी वायर आहे. तो देणार का इथे? मला एक फोन करायचा आहे.''

पिएरने एक सुस्कारा सोडला. ''नेहमी काम,'' त्याने तक्रारीच्या सुरात म्हटले, ''मी तरुण होतो तेव्हाही कामच... पण काय वेगळे काम होते!''

तो बूथ सोडून आपल्या टेबलाजवळ गेला आणि पार्टिशनवरून त्याने फोन मेसनच्या हातात ठेवला. मेसनने पॉल ड्रेकला फोन केला. ओठ जवळजवळ फोनला टेकवूनच तो बोलत होता. बूथबाहेर कुणाला कुजबुजही ऐकू गेली नसती.

ड्रेकने फोन उचलल्यावर मेसन म्हणाला, ''हॅलो, पॉल. पेन्सिल आहे ना जवळ?''

''आहे.''

''एक नाव लिहून घे. जे. सी. लॅसिंग. लक्षात आले? लॅ-सिं-ग.''

''हं!''

''हायवेवर व्हेन्चुरा आणि सान्ता बार्बारा यांच्यामध्ये असलेल्या एका मोटेलचे नावही लिहून घे – सर्फ अ‍ॅन्ड सन मोटेल; लिहिलेस?''

''हं!''

''जे. सी. लॅसिंग, सर्फ अ‍ॅन्ड सन मोटेलमध्ये काल नाव रजिस्टर करून १४ नंबरच्या केबिनमध्ये राहिला असावा. मला त्याची मिळेल तेवढी माहिती हवी आहे.''

''ठीक आहे. मी कामाला लागतो.''

''मी तुझा रिपोर्टच वाचतो आहे,'' मेसन म्हणाला. ''प्रेत कुणाला सापडले होते, पॉल?''

''पालेर्मो नावाच्या मेंढपाळाला. त्याला मिलफिल्डला भेटायचे होते आणि मिलफिल्ड बरबॅन्कच्या नौकेवर आहे, हे त्याला माहीत होते.''

''तो नौकेवर कसा गेला?''

''तो एक सेन्ट खर्च करायला तयार नसणारा माणूस आहे. स्वत:कडे एक फोल्डिंग बोट असताना रोबोट भाड्याने घेऊन तो पन्नास सेन्ट घालवणार नव्हता. स्किनर हिल्स डिस्ट्रिक्टमध्ये एक तळे आहे. तिथे बदके मारण्यासाठी दिवसाला

दहा डॉलर्स घेऊन पालेर्मो बोट आणि डिकॉईज – खऱ्या पक्ष्यांना फसवण्यासाठी कृत्रिम पक्षी – वगैरे पुरवतो. तेव्हा आपली फोल्डिंग बोट एका ट्रेलरमध्ये घालून तो ती तिकडे घेऊन गेला.''

''फक्त पन्नास सेन्ट वाचवण्यासाठी?'' मेसनने विचारले.

''तो तसेच सांगतो आहे. पण मी त्याच्याशी बोललेलो नाही. वार्ताहर म्हणतात त्याला एकदा भेटलात तरी तो जे सांगतो आहे त्यावर तुमचा विश्वास बसेल. आणखी एक गोष्ट. व्हॅन न्युईने तो राहत असलेल्या हॉटेलमधल्या क्लार्कला सांगितले आहे की, सॅन फ्रान्सिस्कोला जाणारे विमान पकडण्यापासून त्याने मिसेस मिलफिल्डला थांबवले नसते, तर आतापर्यंत ती कठीण परिस्थितीतच अडकली असती. माझा माणूस लॉबीमध्ये घुटमळत त्यांच्या गप्पा ऐकण्याचा प्रयत्न करत होता. आणि बरेचसे बोलणे ऐकूनच त्याने हे सांगितले आहे.''

''छान काम केलेस, पॉल. आता त्याबद्दल तो काय म्हणतो बघतो मी.''

''शक्य असेल, तर माझ्या माणसाचा उल्लेखही करू नकोस.''

''ठीक आहे,'' मेसन म्हणाला. ''तू आता लॅसिंगची भेट घे. मला वाटते मी सुद्धा ताबडतोब व्हॅन न्युईशी बोलतो – म्हणजे पोलिसांनी त्याला गाठायच्या आधी मी त्याला भेटू शकलो तर. तो कॉर्निश हॉटेलमध्ये आहे म्हणालास ना तू?''

''मला मिळालेल्या शेवटच्या माहितीप्रमाणे तरी तो तिथेच आहे,'' ड्रेक म्हणाला.

''आणि ती कधी मिळाली होती?''

''तीस-एक मिनिटांपूर्वी.''

''ठीक आहे. भेटतो मी त्याला,'' मेसन म्हणाला. ''पण पोलिसांचे त्याच्याकडे कसे काय दुर्लक्ष झाले?''

''स्किनर हिल्स उद्योगाबद्दल त्यांना विशेष काही माहिती नसावी. आपण त्या काराकुल फरच्या सौद्याबद्दल प्रथम काम करू सुरू केले होते म्हणूनच आपल्याला या आतल्या बातम्या कळल्या.''

''ठीक आहे,'' मेसन म्हणाला. ''मला काही कळले, तर मी फोन करतो तुला.''

''दोन-अडीच वाजेपर्यंत मला रिपोर्ट्स मिळत राहातील. पण त्यानंतर फोन करायचा झाला, तर कृपा करून खूप महत्त्वाचे काम असेल तरच कर.''

मेसनने फोन बंद करून बाजूला सरकवला.

''जेवण कसे आहे, डेला?''

''उत्कृष्ट. कॅरोलबद्दल सांग मला.''

''तिच्याबद्दल काय?''

"तू परत आलास तेव्हा नीट का बोलत नव्हतास?"

मेसनने कोटाच्या खिशात हात घालून कॅरोलने त्याला दिलेली वीस डॉलर्सच्या नोटांची थप्पी बाहेर काढली.

"हे काय?"

"खर्चासाठी पैसे."

"तुला खूप खर्च करावा लागणार आहे असे तिला वाटत असावे, असे निदान दिसते तरी."

"तसे दिसते आहे?"

"नाही दिसत?"

"बँका कधी बंद होतात, डेला?"

"म्हणजे काय? ओ! शनिवार म्हणून."

"अगदी बरोबर. आपल्याकडे वीस-वीस डॉलर्सच्या नोटांमध्ये पाचशे डॉलर्स आहेत. त्यांच्याभोवती असलेल्या पट्टीवर सीबोर्ड नॅशनल ट्रस्ट अॅन्ड सेव्हिंग्ज बँकेचा शिक्का आहे. कोऱ्या करकरीत नोटा. आश्चर्य आहे ना?"

"तू सुचवते आहेस की, कॅरोलने हे पैसे बँकेमधून अगोदरच –"

"बरोबर."

"पण दुपारच्या आधी तिला खुनाबद्दल कळलेही नव्हते. बरोबर?"

मेसन हसला. "मी तिला विचारले नाही. न विचारण्याची काळजीच घेतली खरी तर. डेला, समजा एखादा गुन्हा घडला तेव्हा तू घटनास्थळी हजर नव्हतीस असा पुरावा तयार करण्याची जबाबदारी तुझ्यावर आली तर काय करशील तू?"

"माहीत नाही. अरे देवा! हे अशक्यच वाटते."

"तुला विचार करण्यासाठी खूप वेळ मिळाला तरी, राजकीय नेते हजर असणाऱ्या एका कॉन्फरन्सला तू हजर होतीस आणि ती इतकी महत्त्वाची होती की हजर राहिलेल्या राजकारणी लोकांपैकी कुणालाही आपण त्या कॉन्फरन्सला हजर होतो असे उघडपणे सांगण्याचा धीर तर होणारच नाही, पण ते सरळ नाकबूलच करतील याहून जास्ती चांगली योजना आखणे शक्यच होणार नाही. आणि त्यानंतर समजा एखाद्या साक्षीदाराला त्या ठिकाणी जायला लावून सिगार आणि सिगरेट्सच्या थोटकांनी भरलेलं अॅश ट्रे, रिकाम्या बाटल्यांनी भरलेल्या केराच्या टोपल्या, बाथरूममधले वापरलेले टॉवेल्स दाखवून 'वडिलांचा रेझरही बाथरूममधल्या काचेच्या फळीवर आहे' म्हणू शकलीस, तर मला वाटते ते अत्यंत कौशल्याने केलेले काम ठरेल."

"नक्कीच."

"आणि अगदी योग्य वेळ साधून पोलिसांनी 'वडील' कुठे आहेत ते शोधले, 'वडील' गुन्हा घडला तेव्हा आपण कुठे होतो, हे सांगायला अजिबात उत्सुक नसले

पण दबाव आल्यावर त्यांनी नाइलाजास्तव खिशात हात घालून, ज्या केबिनमध्ये कॉन्फरन्स झाली होती असा समज होता, त्याच केबिनची चावी त्यांना काढून दिली तर... पुरावा कसा बनवायचा याचा उत्कृष्ट नमुना ठरेल हा. तुला नाही वाटत तसे?''

"सर्व प्रकार म्हणजे एका तऱ्हेची बनवाबनवी होती, असे वाटते तुला?''

"मला माहीत नाही. मी फक्त दाखवून देतो आहे.''

"पण पोलीस प्रत्येक तपशील खरा आहे याचा शोध घेऊ शकतील ना?''

"शकतील म्हणायचे आहे तुला की घेतील?''

"आता त्यात काय फरक आहे?''

"तू जर पोलीस अधिकारी असशील तर काय करशील? मोठ्या राजकारण्यांनी काळजीपूर्वक बनवलेला गुप्ततेचा बुरखा फाडून काढावा का, असे ठरवायची पाळी आलीतर काय करशील?''

"मी सत्य खणून काढायचा प्रयत्न करेन,'' डेला म्हणाली. "एखादे वेळी सर्व विसरूनच जाईन. थोडाही वेळ न दवडता विसरून जाईन.''

"अगदी बरोबर!''

"कॅरोल बरबॅन्क फार वेगळी मुलगी दिसते आहे,'' डेला स्ट्रीट विचार करत म्हणाली.

"किंवा तिचा डॅड फार वेगळा माणूस आहे,'' मेसन म्हणाला. "मला खरे काय आहे ते शोधून काढायची इच्छा आहे. मधल्या काळात तू तुझे जेवण संपवून घरी जाणार आहेस आणि थोडी झोप घेणास आहेस.''

डेला स्ट्रीट त्याच्याकडे बघून हसली. "तू जर पोलिसांच्या आधी हॉटेल कॉर्निशला जाणार असशील तर नाही. एखादे वेळी जवळ वही असली, तर बरे पडेल.''

"पण मग जेवण संपल्यावर काही गोड खाता येणार नाही.''

"नकोच होते, मला ते.''

"आता मात्र पिएरचा रक्तदाबच वाढणार आहे.''

डेला स्ट्रीटने पर्स उघडून शांतपणे लिपस्टिक लावायला सुरुवात केली. "पिएरचा रक्तदाब गेली चाळीस वर्षे कधी चढत असतो आणि कधी उतरत असतो असे कळले आहे मला.''

"म्हणजे तो साधारण १४ वर्षांचा असल्यापासून हा प्रकार चालू असणार,'' मेसन म्हणाला.

डेला स्ट्रीटने लिपस्टिक आणि पावडरची छोटी डबी परत पर्समध्ये टाकली. "ठीक आहे. गेली बेचाळीस वर्षे हा प्रकार चालू आहे, असे आपण म्हणू या.''

८

उद्योग आणि व्यवसायांच्या कार्यालयांच्या भागांच्या कोपऱ्यात असलेले कॉर्निश हॉटेल साधे-सुधे होते. रात्री काम करणारा क्लार्क साठीचा तरी असेल. कानांवरच्या भागावर ताठ उभे राहिलेले केस, मोठे कपाळ चश्म्याच्या काचांवरून पेरी मेसन आणि डेला स्ट्रीट यांच्याकडे नजर टाकत त्याने म्हटले, ''हॉटेल पूर्ण भरलेले आहे. एकही खोली रिकामी नाही.''

''हॅरी व्हॅन न्युई नावाने कुणी हॉटेलमध्ये रजिस्टर झाला आहे?''

''आहे. व्हॅन न्युई, लास वेगास, नेवाडा, खोली नंबर ६१८. काही निरोप द्यायचा आहे?''

''फोन करून मी आलो आहे सांगितलेस तर बरे होईल.''

''तू येणार हे माहीत आहे त्याला?''

''नाही.''

''खूप उशिराची वेळ आहे ही.''

''किती वाजले आहेत ते माहीत आहे मला.''

थोडेसे घुटमळून त्याने फोनच्या वायरचा प्लग सॉकिटमध्ये घातला आणि फोन केला. ''एक पुरुष आणि एक स्त्री तुला भेटायला इथे आले आहेत.''

क्षणभर थांबून तो मेसनकडे वळला.

''नाव काय म्हणाला होतास तू?''

''मेसन.''

क्लार्क फोनवर म्हणाला, ''मिस्टर मेसन. ठीक आहे. तू झोपला आहेस की नाही, याची खात्री नव्हती मला.''

त्याने प्लग बाहेर काढत म्हटले, ''तुम्ही वर गेलात तरी चालेल.''

मेसनने डेला स्ट्रीटला खूण केली.

एलिव्हेटर स्वयंचलित होता. डुगडुगत आणि खडखड करत सहाव्या मजल्यावर पोहोचायला बराच वेळ लागला.

खोली नंबर ६१८च्या दारात हॅरी व्हॅन न्युई त्यांची वाट बघत उभा होता. मेसनला त्याच्यावर नजर फिरवायला वेळ मिळाला. त्याने हातमिळवणी करत म्हटले, ''मिस्टर मेसन?'' तो अगदी सभ्यपणे बोलत होता. ''आणि ही मिसेस मेसन?''

''मिस स्ट्रीट.''

''ओ! – क्षमा असावी. आत या – दोघांनी आत या. खोलीकडे दुर्लक्ष करा. कुणी भेटायला येईल, अशी माझी अपेक्षा नव्हती आणि पसाराही झाला आहे. त्या खुर्चीत बस मिस स्ट्रीट. आरामशीर आहे. मासिके आणि वर्तमानपत्रे बाजूला करतो मी.''

आवाज गोड, प्रसन्न, भावना व्यक्त करणारा होता.

पण नजर अत्यंत अस्थिर होती. डोळे तर इतके काळेभोर होते की, त्यामध्ये कुठलीही भावना उमटेल असे वाटत नव्हते. त्याचीच भरपाई बहुधा आवाजात होती. हा माणूस एका सुरात बोलणारा नव्हता. त्याचा प्रत्येक शब्द जिवंत आणि भावनाप्रधान उमटला असता. बोलता-बोलता त्याने सराईतपणे खोली आवरली.

''तुला भेटायला येणाऱ्या सर्वांचे तू इतक्या अगत्याने स्वागत करतोस का?'' मेसनने विनोदाने विचारले. ''आम्ही पुस्तके विकत असू, नाहीतर देणगी मागायलाही आलेलो असू.''

''आणि तसे असले तरी काय झाले, मिस्टर मेसन? भलत्याच वेळेला मला येऊन भेटायची तसदी तुम्ही घेतली आहे. तुमचा वेळ दवडण्याइतके जर तुमचे काम महत्त्वाचे असेल, तर मी तुमच्याशी सभ्यपणे वागायलाच हवे. मीदेखील एक विक्रेता आहे. नेहमी म्हणतो की, कुणाचेही बोलणे सभ्यपणे ऐकायला हवे.''

''हा एक वेगळा दृष्टिकोन आहे खरा,'' मेसनने कबूल केले. ''पण मी कोण आहे, काय करतो हे तुला माहीत नाही. बरोबर?''

''नाही माहीत.''

''मी ॲटर्नी आहे.''

''मेसन... मेसन... पेरी मेसन नाहीस ना?''

''हो!''

''मी तुझ्याबद्दल ऐकलेले आहे, मिस्टर मेसन. तू तिला भेटला होतास असे डाफने म्हणाली होती.''

''डाफने?''

''मिसेस मिलफिल्ड.''

''हो! तिच्यामुळेच तर मी भेटायला आलो आहे.''

''खरंच?''

''तुझी तिच्याशी चांगली ओळख आहे?''

''हो!''

"आणि तू तिच्या नवऱ्यालाही ओळखत होतास?"

"त्याचीही चांगली ओळख होती, मिस्टर मेसन."

"मग शुक्रवारी दुपारी तिने विमानाने सॅन फ्रान्सिस्कोला जायचा विचार का बदलला?" मेसनने अचानक विचारले.

त्याच्या डोळ्यांत आणि चेहऱ्यावर भावना उमटल्या नाहीत, तरी शब्दांत जाणवल्या. "मला त्याबद्दल वाईट वाटते आहे," त्याच्या स्वरावरून तरी त्याला खरोखर गोंधळात पडल्यासारखे वाटत असावे. "याबद्दल कुणाला माहीत असेल असे मला वाटले नव्हते."

"मी स्पष्टीकरण विचारू शकतो?"

"तू जे काही करत असशील त्याचा या गोष्टीशी काही संबंध असेल, असे मला वाटत नाही, मिस्टर मेसन."

"म्हणजे मी त्याबद्दल विचारण्यात काही अर्थ नाही?"

"छे! छे! गैरसमज नको, मिस्टर मेसन. सर्व कटकटी तुला सांगाव्यात अशी माझी इच्छा नाही."

"का?"

"वैयक्तिक संबंधांचा भाग ही पहिली गोष्ट. मी विमानतळावर जाऊन तिला परत यायला लावले. अप्रत्यक्षपणे त्याचा माझ्या मित्राशी संबंध आहे. तो जर जिवंत असता, तर त्याबद्दल त्याने तुझ्याशी बोलायला मला परवानगी दिली असती किंवा नसतीही आणि आता तर परिस्थिती अशी आहे की... तशी परवानगी तो मला कधीही देऊ शकणार नाही."

"म्हणजे फ्रेड मिलफिल्डबद्दल बोलतो आहेस तू?"

"हो!"

"म्हणजे याचा त्याच्याशी संबंध होता?"

"घरगुती प्रश्न."

"मी काय सांगतो तिकडे नीट लक्ष दे. पाल्हाळ लावत बसायला मला वेळ नाही. पोलीस खुनाचा तपास करत आहेत. *ते* प्रत्येक गोष्टीचा शोध घेतल्याशिवाय राहणार नाहीत. मी त्याच खुनाच्या तपासात आहे. *मीदेखील* कुठलीही गोष्ट सोडणार नाही."

"विमानतळावर जे घडले ते तुला कसे कळले, ते मी विचारू शकतो?" व्हॅन न्युईने अचानक विचारले.

"कारण मी मिलफिल्डच्या खुनाचा तपास करतो आहे आणि रद्द केलेल्या त्या ट्रिपचा त्याच्याशी संबंध असू शकतो."

"तसा काहीही संबंध नाही."

"त्याचा निर्णय माझा मीच घेणे, मला पसंत आहे."

"त्याबद्दल तुला कसे कळले हे अजूनही तू मला सांगत नाहीस."

"ठीक आहे. त्याबद्दल मला कसे कळले, ते मी तुला सांगणार नाही किंवा तुझा त्याच्याशी संबंध आहे, हे मला कसे कळले तेही मी तुला सांगणार नाही. मला सांगायची गरज नाही."

"मला हे पटत नाही. मी दिलगीर आहे."

"मी तुला खूप चांगल्या तऱ्हेने सांगायचा प्रयत्न करतो आहे, तर तू मला तोच मुद्दा घणाचे घाव घालून तुझ्या डोक्यात घुसवायला भाग पाडतो आहेस. मी तुला सांगायचा प्रयत्न करतो आहे की, तू हे सर्व कशाबद्दल चालले आहे ते मला सांगितले नाहीस आणि त्याबाबत समाधानकारक स्पष्टीकरण दिले नाहीस, तर पोलिसांकडे जाण्याशिवाय मला पर्याय राहणार नाही. मग त्यांनाच काय ते विचारू दे."

"का?"

"कारण फ्रेड मिलफिल्डच्या मृत्यूचे गूढ उकलण्याची इच्छा असणाऱ्या काही लोकांचे मी प्रतिनिधित्व करतो आहे."

"ती तर माझीही इच्छा आहे. त्याचा याच्याशी संबंध असता, तर मी सांगितले असते तुला."

"तू मला सांगावेस हेच श्रेयस्कर ठरेल. काही संबंध आहे किंवा नाही, ते मी ठरवेन."

व्हॅन न्युईने डेला स्ट्रीटकडे बघितले, गुडघे बाजूला घेतले. क्षणभराने पुन्हा एकावर एक ठेवले. खिशामधून चांदीची सिगरेट केस बाहेर काढून विचारले, "सिगरेट ओढणार?"

"आभारी आहे," डेला स्ट्रीट म्हणाली.

मेसननेही एक सिगरेट घेतली. सिगरेट पेटवून झाल्यावर मेसन म्हणाला, "आता या सिगरेट्स देण्याघेण्यात, पेटवण्यात, काय स्पष्टीकरण द्यायचे याचा विचार करण्याइतपत वेळ तुला मिळाला आहे."

"वेळ मिळाला ही गोष्ट खरी आहे," व्हॅन न्युई खेदानेच म्हणाला. "पण काय करावे हे सुचलेले नाही."

"तुला हवा तितका वेळ घे तू," मेसन म्हणाला आणि खुर्चीमध्ये आरामात टेकून बसला.

"ठीक आहे," व्हॅन न्युई अचानक म्हणाला. "तुला डाफनेबद्दल काही माहिती आहे किंवा तिच्या पार्श्वभूमीबद्दल?"

"अजिबात नाही."

"ती जरा... वेगळी आहे. तिच्या भावना अस्थिर असतात."

"म्हणजे काय नक्की?"

“ती फार चंचलपणे वागू शकते.”

“चांगले शब्द शोधून ती अनितीने वागू शकते, असे सांगायचा तू प्रयत्न करतो आहेस का?”

“नाही – अजिबात नाही – नक्कीच नाही. ती... ती... तिच्या मनात सारखी चलबिचल चालू असते – भावनाप्रधान जिप्सीच जणू.”

“आता भावनाप्रधान जिप्सी म्हणजे तुला नक्की काय सुचवायचे आहे?”

“भावनांच्या वादळात ती गुरफटली जाते. ती वादळे थोड्या काळापुरती असली, तरी भयंकर तीव्र आणि अतिरेकी असतात. नंतर ती लवकर स्वतःला सावरतेही.”

“आणि सध्या ती तशाच एका वादळातून जाते आहे?”

“जात होती.”

“तुझ्याबरोबर काही प्रकरण?”

“माझ्याबरोबर?” व्हॅन न्युई मोठ्याने हसला. “मी आपला त्या कुटुंबाचा मित्र आहे. मी तिला खूप चांगले ओळखतो आणि ती मला खूप चांगले ओळखते. माझा आधार वाटतो तिला ...बस, तेवढेच... आणि मलाही तेवढेच ठीक होते. नाही, हा सॅन फ्रान्सिस्कोमधला कुणीतरी आहे. तिने अंतिम निर्णय घ्यायचा ठरवले होते. अशा परिस्थितीत नवऱ्यांना ज्या तऱ्हेची चिठ्ठी मिळते, तशीच चिठ्ठी तिने फ्रेडसाठी लिहून ठेवून ती सॅन फ्रान्सिस्कोला तिच्या प्रियकराकडे जाण्यासाठी निघाली होती. फ्रेडला काय घटस्फोट हवा असेल किंवा आणखी काही करायचे असेल, तर त्याचे तो बघेल. ही खरी डाफने. मनात विचार आला की कृती करून पार होणार. पण मानायला हवे तिला. पूर्ण विचाराने सर्व करते.”

“तू तर तिची जन्मजात सवय आहे, असा बोलतो आहेस.”

“सवय नाही,” व्हॅन न्युई म्हणाला. “पण समजावणे कठीण आहे.”

“दिसते आहे खरे तसेच.”

“प्रत्येक क्षणाला तिला कुणाच्या तरी वेड्यासारखे प्रेमात पडायला हवे असते.”

“नवरा आहे तिला.”

“तू वास्तववादी आहेस, मिस्टर मेसन किंवा असायला पाहिजेस. विवाह म्हणजे एक जुळवलेला नातेसंबंध आहे. कधीकधी अत्यंत कंटाळवाणा असणारा. डाफनेचा प्रश्न तोच आहे. कंटाळा चालत नाही तिला. तिला सारखे प्रेमात राहायचे असते. कोणत्याही नवऱ्याबरोबर वर्षाचे तीनशे पासष्ट दिवस प्रेमात असणे कठीणच आहे.”

“तुला तिचा फारच कळवळा दिसतो.”

“तू तिला समजून घ्यावेस अशी माझी इच्छा आहे.”

“ठीक आहे. तू म्हणतो आहेस ते मान्य करतो मी. धरून चालू की, ती भावनाप्रधान जिप्सी आहे. ती सॅन फ्रान्सिस्कोला निघाली होती. मग काय केलेस तू?”

"तिला जाण्यापासून परावृत्त केले."

"का?"

"मला माहीत होते की, ती गेली तर जास्ती दु:खी होईल."

"तू तिला विमानतळावर भेटलास आणि सांगितलेस की, तिला परत फिरायला पाहिजे?"

"बरोबर!"

"आणि ती लॉस एन्जलीसला परत आली. तू काय केलेस नंतर?"

"तिच्याशी बोललो. ती किती मोठा गाढवपणा करणार होती, ते स्पष्टपणे सांगितले."

"मग तिने काय केले?"

"प्रथम खूप रडली. शेवटी माझे म्हणणे तिला पटले. माझ्यासारखा दुसरा मित्र नाहीच असेही सांगितले."

"हे कोणत्या वेळी झाले?"

"मी विमानतळावरून परत निघाल्यावर."

"तू घरी सोडलेस तिला?"

"हो!"

"त्यासाठी किती वेळ मोडला?"

"वीस-पंचवीस मिनिटे."

"तिला घरी सोडल्यावर तू किती वेळ तिथे थांबला होतास?"

"साधारण अर्धा किंवा पाऊण तास."

"ती विमानतळावर सापडेल हे कसे कळले तुला?"

"तो एक विचित्र योगायोगच होता."

"विचित्र योगायोगांवर तर जगतो मी," मेसनने त्याला सांगितले.

"फ्रेडचा आणि माझा थोडासा व्यावसायिक संबंध आहे... होता. आम्ही कामाची विभागणी केली होती."

"म्हणजे या स्किनर हिल्स काराकुल कंपनीत तू मिलफिल्डबरोबर काम करत होतास?"

"तसे म्हणायला हरकत नाही. पण माझा संबंध तसा अप्रत्यक्षपणे आला होता."

"याचा अर्थ नक्की काय घ्यायचा?"

"मी इतर काही... हे सोडून दे, मिस्टर मेसन. काही व्यावसायिक बाबींबद्दल मी चर्चा करू शकत नाही."

"म्हणजे तू तेलाच्या दृष्टिकोनामधून...."

"मिस्टर मेसन, मला उगीचच काही बोलायला लावू नकोस. फ्रेडबरोबर माझे व्यावसायिक संबंध होते एवढे मी सांगू शकतो. त्याने मला त्याच्या घरी जाऊन

कागदपत्रे असलेली एक ब्रीफ केस आणायला सांगितली. ती मला कुठे सापडेल तेही सांगितले. म्हणजे चुकून डाफने त्या वेळी घरी नसली तर. त्याने घराची चावीदेखील देऊन ठेवली. डाफने एखादे वेळी खरेदीला वगैरे बाहेर गेली असण्याची शक्यता त्याला वाटत होती.''

''ही कोणती वेळ होती?''

''दुपार असेल. थोडासाच वेळ नंतर.''

''मिलफिल्डने स्वत:च जाऊन कागदपत्रे का आणली नाहीत?''

''महत्त्वाच्या व्यक्तीबरोबर जेवणासाठी म्हणून त्याची भेट ठरली होती.''

''आणि तू त्याला जेवणानंतर भेटणार होतास?''

''नाही. चार-एक वाजता.''

''जेवणानंतर तो कुठे जाणार होता याची काही कल्पना? किंवा कागदपत्रांचे तो काय करणार होता याची?''

''ते कागदपत्र त्याला मिस्टर बरबॅन्क याला दाखवायचे होते. तो त्याच्या नौकेवर मिलफिल्डची वाट बघणार होता.''

''पण नौकेवर तर बरबॅन्कला एकट्याला राहायला आवडे. त्या ठिकाणी व्यवसायाबद्दल बोलायला तो तयार नसे.''

''सर्वसाधारण नियम तोच होता, पण ही बाब असाधारण होती. मिस्टर बरबॅन्कला फ्रेडला भेटायचे होते आणि त्यानेच त्याला नौकेवर बोलावले होते.''

''खात्री आहे तुला?''

''हो!''

''समजा आता कळले की, शुक्रवारी दुपारी रॉजर बरबॅन्क नौकेवर नव्हता आणि त्याचा यायचा विचारही नव्हता तर?''

व्हॅन न्युई हसला आणि त्याने मान हलवली. हसणे आणि मान हलवणे, या दोन्ही हालचाली त्याचा आत्मविश्वास दाखवत होत्या. ''असे काहीही नव्हते असेच आढळेल, मिस्टर मेसन.''

काहीतरी बोलायचे ठरवत असताना मेसनने विचार बदलला. व्हॅन न्युईच्या उत्तरावर त्याने नीट विचार केला आणि नंतर तो म्हणाला, ''ठीक आहे. तू कागदपत्रे आणायला गेलास. नंतर काय घडले?''

''फ्रेडला लिहिलेली चिठ्ठी सोफ्यावर टोचून ठेवली होती.''

''त्या चिठ्ठीचे काय केलेस तू? – वाचून तशीच ठेवलीस?''

''नक्कीच नाही. फ्रेड घाईघाईने घरी आला तर? मी ती उचलली आणि खिशात ठेवली.''

''ती फ्रेडसाठीच लिहिलेली होती?''

"हो!"

"ती चिठ्ठी आहे तुझ्याजवळ?"

"मिस्टर मेसन, तुझी ही चौकशी जरा जादाच होते आहे, असे वाटत नाही तुला?"

"नाही."

"मिस्टर मेसन, त्या चिठ्ठीचा परिणाम इतरांच्या सुखी –"

"ती चिठ्ठी एक पुरावा आहे. ज्या दृष्टिकोनातून मी चौकशी चालवली आहे त्याप्रमाणे तरी. तुला जर प्रसिद्धी टाळायची असेल, तर उत्कृष्ट मार्ग मला हवी आहे ती माहिती देणे हाच आहे."

व्हॅन न्युई क्षणभर घुटमळला आणि प्रश्नार्थक मुद्रेने त्याने डेला स्ट्रीटकडे बघितले. "तोच उत्कृष्ट मार्ग आहे. तुला ही पटायला हवे," ती त्याला म्हणाली.

"ठीक आहे," म्हणत व्हॅन न्युईने शरणागती पत्करली. "खऱ्या सत्य गोष्टी तुझ्या हातात असणे हाच एखादे वेळी चांगला मार्ग ठरेलही, मिस्टर मेसन."

त्याने ब्रीफ केस उघडून एक कागद काढला आणि मेसनच्या हातात ठेवला.

कुठल्या तरी कापडाला टोचून ठेवल्याप्रमाणे त्या कागदाला वरती दोन छोटी भोके पडली होती. टोचून ठेवताना थोडा चुरगळल्यासारखा वाटत होता.

शाई आणि पेनने व्यवस्थित लिहिलेली चिठ्ठी होती ती.

प्रिय फ्रेड,

आजपर्यंत जे काही घडत आले आहे, त्यामुळे मी चांगली स्त्री नाही असाच विचार तू करत असणार हे मला माहीत आहे. पण त्याला इलाज नाही. आजपर्यंत डझनभर वेळा तरी मी तुला सांगितले आहे की, माझा माझ्या मनावर ताबा राहत नाही. मी माझ्या भावनांना आवर घालायचा प्रयत्न करते. पण मनाच्या खोल गाभ्यात भावनांपलीकडे जे काही आहे, त्याला मी आवर घालू शकत नाही. माझे स्वत:चे त्यावर काही नियंत्रण नाही.

मी उचलणार असलेल्या पावलाबद्दल मी बराच काळ विचार केला आहे. निदान तेवढे तरी तू नक्की लक्षात घे. एखादे वेळी माझ्या वागण्यातली लक्षणे तुझ्या लक्षात आलीही असतील, पण त्यांचा अर्थ लावणे तुला जड गेले असेल. तुला भीती वाटली असेल. मलाही वाटली होती. थोडक्यात सांगायचे तर मी डगच्या प्रेमात पडले आहे. बस. तू काही केल्यामुळे किंवा करण्याचे टाळल्यामुळे ही गोष्ट घडलेली नाही आणि आता त्याबद्दल तुला काही करता येणार नाही की मलाही. तू माझ्याशी नेहमीच फार छान वागला आहेस. तू त्याबद्दल माझ्या कौतुकाला

आणि आदराला प्राप्त आहेस. गेले चार-पाच आठवडे तू दिवसाचे आणि रात्रीचेही प्रत्येक मिनिट त्या तेलाच्या सौद्याचा विचार करण्यात घालवले आहेस. मला खूप एकाकी वाटत होते. पण या गोष्टी अशाच असतात, हे मला ठाऊक आहे. तू चांगल्या तऱ्हेने काम करतो आहेस आणि त्यामुळे बराच पैसाही कमावणार आहेस. अभिनंदन, फ्रेड! मला त्यातला एक सेन्टही नको आहे, फ्रेड! घटस्फोट मिळवण्यासाठी आवश्यक ती कायदेशीर पावले तू उचलायला लाग. मालमत्ता, देण्याघेण्याचा व्यवहार, तडजोड, स्वेच्छेने हक्क सोडून देणे, वगैरे जे काही करतात ते करायला लाग. तुझा वकील सर्व सांगेलच तुला. आशा आहे की आपण कायम मित्र राहू. गुडबाय!

– तुझीच डाफने

"छान आहे चिठ्ठी," मेसन म्हणाला.

"त्यातले अक्षरनूअक्षर खरे आहे," व्हॅन न्युई म्हणाला. "तिला तसेच म्हणायचे होते."

"मलाही तसेच वाटते. डग कोण?"

"सॅन फ्रान्सिस्कोमध्ये ज्याला ती भेटणार होती तो माणूस."

"वा! काय उत्तर आहे. उरलेले नाव काय त्याचे?"

व्हॅन न्युईने हसून नकारार्थी मान हलवली. "तू कमाल करतोस, मेसन. प्रत्येक गोष्टीला मर्यादा हवी काहीतरी."

"कशाला मर्यादा हवी?"

"आपण इतर किती जणांना या प्रकरणात खेचायचे याला."

"हे प्रकरण म्हणजे खुनाची केस आहे. डग कोण आहे?"

"मी ती माहिती तुला देऊ शकत नाही," अगदी औपचारिकपणे आणि गंभीरपणे व्हॅन न्युई म्हणाला.

मेसन अचानक खुर्ची मागे सरकवून उभा राहिला. "ठीक आहे, व्हॅन न्युई. तू दिलेल्या माहितीबद्दल मी आभारी आहे तुझा."

"तू हे सर्व गुप्त ठेवशील असा विश्वास मी बाळगू शकतो ना?"

"अजिबात नाही."

"माझी समजूत होती तू सर्व गुप्त ठेवणार आहेस म्हणून."

"मग गैरसमज झाला होता तुझा."

"तू म्हणाला होतास की दुसरा पर्याय म्हणजे तू ही माहिती पोलिसांना देशील."

"अगदी बरोबर."

“मग त्यांना देणार नाहीस माहिती तू?”

“नक्कीच देणार आहे. तसेच काहीतरी सयुक्तिक कारण आहे, अशी माझी स्वत:चीच खात्री पटली तरच मी ही माहिती पोलिसांना देणार नाही.”

“पण मी सांगतो आहे तुला की, या सगळ्याचा फ्रेडच्या मृत्यूशी काडीमात्र संबंध नाही म्हणून. फ्रेड आणि दुसऱ्याच कुणाचा तरी यात संबंध आहे.”

“हा माणूस सॅन फ्रान्सिस्कोमध्ये आहे?”

“हो!”

“त्याने कधी तिला पत्रे लिहिली आहेत?”

व्हॅन न्युईने मेसनच्या नजरेला नजर देण्याचे टाळले.

“पोलीस सर्व खणून काढणार आहेत आणि त्यात रहस्यमय काहीही नाही,” मेसन म्हणाला. “ते तिला शुक्रवारी दुपारी प्रत्येक मिनिटाला ती कुठे होती विचारतील आणि ती खोटे बोलली, तर भलत्याच भानगडीत अडकेल.”

“पोलिसांना कुठलीही पत्रे मिळणार नाहीत,” व्हॅन न्युई म्हणाला.

“म्हणजे ती नष्ट केली आहेत म्हणायचे आहे तुला?”

“म्हणजे ती पोलिसांना कधीच सापडणार नाहीत.”

पेरी मेसनने अचानक हात पुढे करून व्हॅन न्युईने त्याच्या खुर्चीशेजारी ठेवलेली ब्रीफकेस उचलली. “म्हणजे ती पत्रे तुझ्याकडे आहेत?”

“मिस्टर मेसन, प्लीज! ती ब्रीफकेस माझी आहे.”

मेसनने डेला स्ट्रीटला सांगितले, “लेफ्टनंट ट्रॅगला फोन कर.”

क्षणभर तरी तणावपूर्ण शांतता पसरली. डेला उठून फोनच्या दिशेने निघाली.

तिने रिसीव्हर उचलेपर्यंत व्हॅन न्युई थांबला होता. मग एकाएकी तो म्हणाला, “फोन खाली ठेव मिस स्ट्रीट. ब्रीफकेसच्या उजव्या बाजूच्या कप्प्यात पत्रे आहेत, मिस्टर मेसन.”

डेला स्ट्रीटने फोन खाली ठेवला. मेसनने ब्रीफकेस उघडली, पत्रे बाहेर काढली, त्यांच्यावर एक नजर टाकली आणि आपल्या खिशात ठेवली.

“तू त्या पत्रांचे काय करणार आहेस?” व्हॅन न्युईने घाबरूनच विचारले.

“मी ती नीट वाचणार आहे. तुझे म्हणणे खरे ठरले आणि त्यांचा या केसशी काही संबंध नाही असे मला वाटले, तर ती मी तुला परत देणार आहे.”

“नाहीतर?”

“नाही तर,” मेसन म्हणाला, “मी ती माझ्याकडे ठेवणार आहे.”

मेसन निघाला आणि दाराजवळ थांबला. “तुला चिठ्ठी सापडली आणि तू घाईघाईने विमानतळावर गेलास?”

“हो!”

“मिलफिल्डची भेट न घेताच?”

“नाही. मी त्याला हवे असलेले कागदपत्र त्याच्या ताब्यात दिले आणि नंतरच विमानतळावर गेलो.”

“त्याला कुठे भेटलास तू?”

“या हॉटेलसमोर. यॉट क्लबवर जायला त्याला अर्धा तास उशीर झाला होता आणि तो घाईत होता. फारच अस्वस्थ वाटत होता.”

“कशामुळे?”

“व्यवसायातला काहीतरी प्रश्न. तो म्हणाला त्याच्याबाबतीत कुणीतरी खोटे बोलत होते.”

“बरबॅन्कला सांगितलेल्या खोट्या गोष्टी?”

“तसेच वाटते. पण मी स्वत:च विचारात होतो. मी चौकशी केली नाही. उशीर झाल्यामुळे बरबॅन्कची भेट होणार नाही या भीतीने तो घाईत होता. – तिथेच तुझी चूक होते आहे, मिस्टर मेसन. ते पाच वाजता यॉट क्लबवर भेटणार होते. आउटबोर्ड मोटर बसवलेली आपली डिंगी घेऊन बरबॅन्क मूरिंग फ्लोटवर पाच वाजता येणार होता.”

“तेव्हा मिलफिल्डची वाट बघत तू अर्धा तास हॉटेलवर थांबला होतास?”

“बरोबर. पस्तीस मिनिटे खरे तर. हॉटेलसमोरच उभा होतो.”

“त्याला का उशीर झाला?”

“माहीत नाही. भयंकर बेचैन होता.”

“आणि मिसेस मिलफिल्ड तू विमानतळावर गेलास तेव्हाही तिथेच होती?”

“हो! नशीबच. तिला तिकीट मिळाले नव्हते. कोणी तिकीट रद्द केले असते तर ते पहिलेच तिकीट तिला मिळणार होते.”

“आणि तू तिला परत घेऊन आलास?”

“हो!”

“तुला मिळालेली चिठ्ठी तिला दाखवलीस?”

“अर्थातच.”

“मला जरा विचार करू दे,” मेसन म्हणाला.

व्हॅन न्युई गंभीरपणे म्हणाला, “मिसेस मिलफिल्ड मला जशी दिसते तशी तुला दिसत नाही याचे वाईट वाटते मला.”

“मी तिच्याबद्दलच थोडा विचार करणार आहे,” मेसन म्हणाला.

“तू तसा प्रयत्न केला आहेस असे वाटत नाही मला,” व्हॅन न्युई म्हणाला.

“एखादे वेळी केला नसेलही,” मेसनने कबुली दिली. “मला कुणाकडे इतर लोकांच्या दृष्टिकोनातून बघायचे नसते. माझ्या नजरेने बघायचे असते. गुड नाइट!”

९

एलिव्हेटरसाठी उभे असताना मेसन डेला स्ट्रीटला म्हणाला, ''आता मी तुला घरी सोडणार आहे. तू व्यवस्थित झोप घे!''

ती हसली. ''वेड्यासारखे बोलू नकोस.''

''तू दमली आहेस खूप!''

''काही दमलेली वगैरे नाहीस तुला जर वाटत असेल की, त्या पत्रांमध्ये काय लिहिले आहे ते तू माझ्यापासून दडवू शकशील, तर तुझी कल्पना चुकीची आहे.''

''ओ हो! सगळे रंगीबेरंगी परिच्छेद कधी वाचतो असे झालेले दिसते,'' मेसन हसत म्हणाला.

''अगदी प्रत्येक परिच्छेद,'' तिने कबुली दिली. ''शेवटी प्रत्येक स्त्रीला या गोष्टींमध्ये किती उत्सुकता असते ते कळायला हवे तुला.''

''मी प्रत्येक स्त्री किती दमू शकते, याचा विचार करत होतो.''

''त्या जेवणामुळे माझ्यात भलताच उत्साह संचारला आहे. चीफ, तो व्हॅन न्युई बोलत असताना रात्रभर मी बसून ऐकायला तयार आहे.''

''त्याचा आवाज विलक्षण आहे,'' मेसनने मान्य केले. ''त्याचे व्यक्तिमत्त्व तसेच विलक्षण असावे.''

''असा मित्र असणारी स्त्री भाग्यवानच म्हणायला पाहिजे,'' डेलाच्या सुरात मात्र थोडी खंत होती. ''जो तिला ओळखतो, सहानुभूती दाखवतो आणि तिला वाचवायचा प्रयत्न करतो.''

''कशापासून वाचवायचा?'' मेसनने विचारले.

''अर्थातच स्वत:पासूनच!''

''डाफने मिलफिल्डला स्वत:पासून वाचायची इच्छा दिसत नव्हती.''

''अर्थातच नव्हती. पण हॅरी व्हॅन न्युईसारखा उत्कृष्ट मित्र असणे, किती छान गोष्ट आहे. तू ती पत्रे कधी वाचणार आहेस, चीफ?''

मेसन मोठ्याने हसून म्हणाला, ''उद्या सकाळी.''

त्यांनी हॉटेलची लॉबी ओलांडली.

''शुभ रात्री,'' मेसन क्लार्कला म्हणाला.

त्याच्या घशामधून फक्त एक गुरगुरल्यासारखा आवाज बाहेर आला.

''बोल, चीफ, तू ती पत्रे कुठे वाचणार आहेस?''

''कार्यालयात. अर्थातच.''

''कधी?''

''उद्या सकाळी.''

आता ती मोठ्याने हसली. ''आपण गाडीमधला डॅशलाइट लावू या का?''

ते गाडीत शेजारी-शेजारी बसले. अर्धा डझन तरी पत्रे होती. सर्व पेन वापरून शाईने लिहिलेली. पोस्टाचे स्टॅम्प असणाऱ्या सुरुवातीच्या पत्रांवर पाठविणाऱ्याचे नाव आणि पत्ता होता. डग्लस बरवेल, आणि सॅन फ्रान्सिस्कोमधील एका हॉटेलचे नाव. नंतरच्या पत्रांवर फक्त डी. बी. अशी आद्याक्षरे होती आणि सॅन फ्रान्सिस्को येथील एका हॉटेलचा पत्ता. साधारण सहा आठवड्यांच्या काळात पाठवलेली पत्रे होती आणि दिवसागणिक जवळीक वाढत गेलेली दिसत होती.

''काय वाटते तुला?'' पत्रे वाचून झाल्यावर मेसनने डेला स्ट्रीटला विचारले.

''चांगला पोरगा दिसतो आहे,'' डेला म्हणाली.

''पोरगा?''

''म्हणजे – तसल्या गोष्टींमध्ये अननुभवी वाटतो.''

''तुला असे का वाटते?''

''कारण – तसे स्पष्ट नाही सांगता येत, पण तो तिच्या प्रेमात आकंठ बुडाला आहे नक्की. भाबडा आणि आदर्शवादी वाटतो. तो तिच्याबरोबर कधीच सुखी होणार नाही. व्हॅन न्युईचे म्हणणे बरोबर होते. फार मोठी शोकांतिका ठरली असती.''

''ठीक आहे,'' मेसन म्हणाला. ''त्याला स्वतःला काय वाटते बघू या.''

''म्हणजे?''

''आपण लाँग डिस्टन्स फोन लावू या त्याला. त्याला भेटायला वेळ नाही. आणि एखादे वेळी भेट फुकटही जायची. पोलिसांनी काही करायच्या आधीच त्याला स्वतःला काय म्हणायचे आहे, ते आपण बघू या.''

एका मोठ्या हॉटेलमधल्या लाँग डिस्टन्स फोन बूथमधून त्यांनी त्याला फोन केला आणि त्या वेळी त्यांना काही सेकंदात फोन मिळालासुद्धा. ऑपरेटर म्हणाली, ''मिस्टर मेसन, तुझा डग्लस बरवेलला केलेला फोन... तो काही दिवस शहर सोडून गेला आहे.''

''फोनवरून त्याच्याशी कुठे संपर्क साधता येईल ते कळू शकेल?'' मेसनने विचारले.

त्या मुलीने गोड आवाजात म्हटले, "तुझी इच्छा असेल, तर तू हॉटेल क्लार्कशी बोल. तो शहराबाहेर आहे एवढीच माहिती आम्ही सांगू शकतो."

"ठीक आहे," मेसन म्हणाला आणि नंतर डेलाकडे वळला, "मी पैज मारतो की, तो लॉस एन्जलीसमध्येच आहे. कितीची पैज लावतेस, डेला?"

क्षणभराने फोनमधून एका पुरुषाचा आवाज आला, "हॅलो."

"मी डग्लस बरवेलशी बोलू इच्छितो. खूप महत्त्वाचे काम आहे," मेसनने सांगितले.

"तू मला वाटते लॉस एन्जलीसमधून बोलतो आहेस, बरोबर आहे ना?"

"हो!"

"तोही तिथेच आहे."

"तो मला कुठे भेटू शकेल हे सांगू शकतोस?"

"हॉटेल क्लेमोर."

"आभारी आहे," मेसन म्हणाला आणि त्याने फोन खाली ठेवला.

"आतातरी एक गोष्ट निश्चित आहे," मेसन डेला स्ट्रीटला म्हणाला. "तू घरी जाणार आहेस आणि झोप घेणार आहेस."

"बरवेलबद्दल काय कळले?"

"तो इथेच, लॉस एन्जलीसमध्ये आहे."

"कुठे?"

"क्लेमोर हॉटेलमध्ये."

"दोन ब्लॉक्स अंतरावर तर आहे," डेला म्हणाली. पण मेसन जरा का-कू करताना पाहिल्यावर ती पुढे म्हणाली, "आणि हे सर्व सोडून मी मध्येच घरी परत गेले, तर मला झोप येणेही शक्य नाही."

"खुनाच्या बाबतीत जादा उत्साहित होणे टाळायला शिकले पाहिजे तुला," मेसनने तिला सांगितले.

"खून? माझ्या मनात खुनाने खळबळ उडालेलीच नाही. ही प्रेमकथा आहे. पूर्ण वेगळी. चल चीफ, निघू या आपण."

१०

डग्लस बरवेल तिशीचा तरुण होता. उंच, गालफडे जरा वर आलेली, काळे कुरळे केस, मोठे, काळे आणि स्वच्छ डोळे. डोळ्यांभोवती काळी वर्तुळे, दिसायला पांढराफटक, केस विस्कटलेले. खोलीमधला सर्वांत आरामशीर खुर्चीशेजारच्या टेबलावरचा ॲश ट्रे सिगरेट्सच्या थोटकांनी भरून वाहत होता. कुठलीही सिगरेट अर्ध्याहून जास्ती ओढलेली नव्हती.

त्याच्या मनावरचा ताण त्याच्या आवाजात दिसत होता आणि व्हॅन न्युईच्या बोलण्यातला मनमोकळेपणा, तर त्याच्या बोलण्यात अजिबात नव्हता.

''तुला काय हवे आहे?'' त्याने खेकसल्याप्रमाणे विचारले.

त्याच्यावर एकदा आपली करडी नजर रोखून मेसनही खाडकन म्हणाला, ''तुला मिसेस मिलफिल्डबद्दल काही प्रश्न विचारायचे आहेत.'' ओळख करून घेणे नाही की प्रास्ताविक नाही.

त्याच्या चेहऱ्यावर निराशेचे आणि आश्चर्याचे जे भाव उमटले तसे भाव मेसनने अचानक त्याच्या पोटात ठोसा हाणला असता, तरी उमटले नसते. ''क... काय... कोणाविषयी?''

''मिसेस मिलफिल्डबद्दल,'' मेसन म्हणाला आणि त्याने लाथ मारूनच दार बंद केले. एका आरामशीर खुर्चीकडे बोट दाखवत तो डेलाला म्हणाला, ''खाली बस, डेला.''

''पण मला मिसेस मिलफिल्डबद्दल काही माहिती नाही.''

''फ्रेड मिलफिल्डला ओळखतोस?'' मेसनने विचारले.

''हो, भेटलो आहे त्याला.''

''कामाच्या संदर्भात?''

''हो!''

''आणि त्याच्या बायकोची कधी भेट झाली होती?''

''मी... मला वाटते मी एकदाच भेटलो आहे तिला, मिस्टर... नाव काय आहे

म्हणालास तुझे?"

"मेसन."

"मिस्टर मेसन, मी तिला फक्त एकदाच भेटलो आहे आणि या चौकशीचे कारण कळू शकेल मला? माझ्याच खोलीत घुसून मला प्रश्न विचारलेले आवडत नाहीत मला. तुझा पोलिसांशी काही संबंध आहे?"

"तिच्या नवऱ्याचा खून पडला आहे हे ऐकले आहेस ना तू?"

"हो!"

"त्याचा खून झाला हे तुला कसे कळले?"

"तिने सांगितले मला."

"ओ! म्हणजे तिला भेटला आहेस तर तू?"

आता तो शांत आवाजात आणि काळजीपूर्वक बोलायला लागला. "मी मिस्टर मिलफिल्डशी बोलण्याच्या प्रयत्नात त्याच्या घरी फोन केला होता. तेव्हा तिनेच मला काय घडले ते सांगितले."

"फक्त तेवढ्याचसाठी तू घरी फोन केला होतास?"

"हो!"

"आणि तिच्याशी तुझी तशी खास मैत्री नाही?"

"मिस्टर मेसन, मी सांगितले आहे तुला की, मी तिला फक्त एकदाच भेटलो आहे. ती एक आकर्षक स्त्री आहे. पण प्रयत्न केलातरी मी तिचे वर्णन करू शकणार नाही. एकदा बघितली आणि विसरूनही गेलो."

"हे छान झाले. माझ्याकडे आता एकदम भक्कम केस आहे."

"म्हणजे?"

"तू कुणाविरुद्ध तरी तक्रार दाखल करू शकतोस आणि मी तुझे प्रतिनिधित्व करेन."

"तू ॲटर्नी आहेस?"

"हो!"

"ओ! मला वाटले तुझा पोलिसांशी संबंध आहे."

"प्रत्यक्षपणे नाही. पण तू काहीतरी कारवाई करशील, अशी पोलीस अपेक्षा करणारच आणि मी तुझे प्रतिनिधित्व करण्याच्या परिस्थितीत आहे."

"कारवाई? कुठली कारवाई? तू काय म्हणतो आहेस?"

"खोटी कागदपत्रे तयार केल्याबद्दल खटला दाखल करणे."

"खोटी कागदपत्रे तयार केल्याबद्दल कुणावर खटला दाखल करायचा?"

मेसनने आपल्या खिशात हात घालून सहा पत्रांचा जुडगा बाहेर काढला. "ज्याने कुणी या पत्रांवर तुझे नाव टाकले आहे, त्या व्यक्तीवर. ज्याने कुणी मिसेस

फ्रेड मिलफिल्डला ही भावनेने ओथंबलेली उत्कृष्ट प्रेमपत्रे लिहून त्याखाली तुझी सही ठोकली आहे, त्या व्यक्तीवर.''

एखाद्या टायरला भोक पाडल्यावर त्यातून फूस करून हवा निघून जावी तशी बरवेलची अवस्था झाली. त्याचा विरोध मावळला. ''माझी पत्रे!'' तो उद्गारला.

''तुझी पत्रे?'' मेसनने विचारले.

''हो!''

''मला वाटते तू म्हणालास की, तू त्या स्त्रीला विशेष ओळखतसुद्धा नाहीस म्हणून.''

''मिस्टर मेसन, *तुला ही पत्रे कुठे मिळाली?''*

''तपशिलात जायची गरज आहे?''

''आहे.''

''ती मला दिली गेली.'' मेसन म्हणाला.

''कुणाकडून?''

''पोलीस असू शकतील,'' मेसन म्हणाला, ''किंवा वर्तमानपत्राचा वार्ताहर असेल किंवा माझे एखादे अशिलही असू शकते. मी ते सांगू शकत नाही; पण मी त्यांचे काय करणार आहे, हे तुला सांगू शकतो.''

''काय?''

''मी ती पत्रे पोलिसांना देणार आहे.''

''मिस्टर मेसन, कृपा करून तसे काही करू नको.''

''का नको?''

''ती वर्तमानपत्रांना मिळतील.''

''त्याला माझा इलाज नाही. पोलिसांपासून पुरावा रोखून ठेवायचा मला काहीही अधिकार नाही.''

''पुरावा!''

''हो!''

''कशाचा पुरावा?''

''फ्रेड मिलफिल्डच्या खुनाशी तुझा संबंध आहे हे दर्शवणारा पुरावा.''

''मिस्टर मेसन, तुझे डोके फिरले आहे का?''

''मला नाही वाटत तसे.''

''या पत्रांचा संबंध त्या...?''

मेसन म्हणाला, ''नीट ऐक, बरवेल आणि सरळपणे काय झाले ते सांग. मिसेस मिलफिल्ड सॅन फ्रान्सिस्कोला तुझ्याकडे येण्यासाठी निघाली होती. ती तुझ्याबरोबर पळून जाणार होती. एका मित्राने तिला थांबवले. ती...''

''तिला एका मित्राने थांबवले?'' बरवेल आश्चर्याने उद्गारला.

मेसनने मान डोलावली.

''शक्य नाही. तसे असणेच शक्य नाही. तिनेच विचार बदलला असणार. तिने फोन करून मला सांगितले की तिने यायचे नाही असे ठरवले आहे. ती... मिस्टर मेसन, हा आणखी एक सापळा नाही ना... तू मला अडकवण्याचा प्रयत्न करत नाहीस ना, का...''

मेसनने फोनकडे बोट दाखवले. ''फोन कर आणि विचार तिला.''

बरवेलने फोनच्या दिशेने पाऊल टाकले आणि तेवढ्यात त्याचा विचार बदलला. ''नाही, मी... नाही, मी ते करणार नाही... आत्ता नाही.''

''ठीक आहे,'' मेसन म्हणाला. ''नंतर कर मग. ती सॅन फ्रान्सिस्कोला जायला निघाली. तिच्या नवऱ्याच्या मित्राने तिला विचार बदलायला लावला तेव्हा तूच इथे आलास. फ्रेड मिलफिल्डला सगळ्या प्रकरणाचा पत्ता लागला होता. तो बरबॅन्कच्या नौकेवर होता. तू तरुण होतास आणि तुझे डोके ताळ्यावर नव्हते. तेव्हा तू त्याला भेटायला बरबॅन्कच्या नौकेवर गेलास. तुमच्या दोघांमध्ये हाणामारी सुरू झाली. त्याने तुला एक ठोसा मारल्यावर तूही त्याला एक दणका ठेवून दिलास आणि...''

''थांब!'' बरवेल ओरडला. ''तुझ्या या बोलण्याला काही आधार नाही. फ्रेड मिलफिल्ड माझ्या आयुष्याचा भाग नव्हता. त्याला भेटायचे मला काहीही कारण नव्हते. मला तशी इच्छाही नव्हती. तो अत्यंत कठोर होता, क्रूर होता. त्याला आपल्या पत्नीच्या भावनांची थोडीही कदर नव्हती. तो कधीही तिच्याशी प्रेमाने वागला नाही. त्याला पैशांची हाव होती. त्या हव्यासापायी त्याने कधी तिच्याकडे लक्षसुद्धा दिले नाही. तिच्या वस्त्राच्या काठालासुद्धा स्पर्श करायची लायकी नव्हती त्याची. तो...''

''तू फारच जुन्या-पुराण्या प्रणयकथा वाचतोस बहुतेक. जरा वास्तव जगाचा विचार कर.''

बरवेलच्या डोळ्यांत दुःख दाटून आले होते.

''ठीक आहे,'' मेसन म्हणाला. त्याच्या खऱ्याखुऱ्या दुःखानेच बहुधा मेसनच्या मनात सहानुभूती निर्माण झाली. ''तू लॉस एन्जलीसला आलास. मिसेस मिलफिल्डशी संपर्क साधलास. काय म्हणाली ती?''

''ती म्हणाली –''

''बोल, बोल पुढे.''

''तिने सांगितले की, तिच्या नवऱ्याचा खून झाला आहे आणि मी तिला भेटायचा प्रयत्न करता कामा नये, नाहीतर पोलिसांना संशय येईल.''

''ही कधीची वेळ होती?''

"मी आगगाडीमधून उतरल्यानंतरची."

डेला स्ट्रीटकडे एकदा हेतूपूर्ण नजर टाकत मेसन बेपर्वाईने म्हणाला, "तू केवळ इच्छा झाली म्हणून इथे आलास?"

"हो!"

"तू कुठून फोन केलास तिला?"

"माझ्या हॉटेलमधून."

"साधारण किती वाजता?"

"दहा वाजताच्या सुमाराला."

"आणि ती म्हणाली की, तिच्या नवऱ्याचा खून झाला आहे?"

"तेव्हा नाही. पहिल्यांदा तिला फोन केला होता तेव्हा ती मला भेटलीच नाही."

मेसनने पत्रे खिशात टाकली. "नंतर भेटली ती तुला?"

"हो! शेवटी भेटली तेव्हा तिने मला तिच्या नवऱ्याच्या मृत्यूबद्दल सांगितले."

"त्याचा खून झाला असे सांगितले?"

"अगदी त्या शब्दांत नाही. ती म्हणाली दुर्दैवी अपघातात तो मरण पावला आहे आणि पोलीस चौकशी चालू आहे."

"तिने तू काय करावेस असे सुचवले?"

"दूर राहा, मला भेटायचा प्रयत्न करू नको आणि पुढली गाडी पकडून सॅन फ्रान्सिस्कोला परत जा असे सांगितले."

"तू तसे केले नाहीस?"

"नाही."

"आणि अचानक मनात आले म्हणून तू इथे आलास?" मेसनने विचारले.

"बरोबर!"

"आणि मला जे कळले आहे त्याप्रमाणे या शहरात आल्याबरोबर तू मिसेस मिलफिल्डला फोन केला होतास?"

"फोन करायचा प्रयत्न केला होता, हो! पण दुपार उलटून जाईपर्यंत ती उत्तर द्यायला भेटली नाही."

"दुपार उलटल्यानंतर का?" मेसनने जरा विचारात पडून विचारले. "एक वाजला असेल तेव्हा?"

"छे! दुपारच्या आसपासच कधीतरी!"

मेसनने डेला स्ट्रीटकडे बघत सहज विचारल्याप्रमाणे म्हटले, "आणि काय घडले ते त्याच वेळी प्रथम ऐकलेस तू?"

"हो!"

"आणि थोडा तपशीलही सांगितला तिने?"

"ती म्हणाली की, प्रेत बरबॅन्कच्या नौकेवर सापडले होते. पण मी त्याबद्दल काही बोलायचे नाही."

"तू सॅन फ्रान्सिस्कोला परत गेलाच नाहीस?"

"अर्थातच. मला इथेच राहायचे आहे. तिला मदतीची गरज भासली आणि मी काही करू शकत असेन तर... मला तिच्याजवळच असायची इच्छा आहे."

"तशी गरज असणार नाही."

"माहिती आहे मला. ते पटतेही आहे. पण मी जाऊ शकलो नाही."

"तुला मनात आशा आहे की तू तिला भेटू शकशील, होय ना?"

"खरं आहे."

"तू रॉजर बरबॅन्कला ओळखत होतास?"

"नाही."

"मी एखादे वेळी पुन्हा भेटेन तुला. पण मधल्या काळात तुझ्या जागी जर मी असतो तर, मिसेस मिलफिल्डशी संपर्क साधण्याचा कुठल्याही तऱ्हेचा प्रयत्न केला नसता."

"मिस्टर मेसन, ती कशी आहे हे तू मला सांगू शकत नाहीस का? कशी दिसते आहे, कशी सहन करते आहे? ही तिच्या मनावर भलताच ताण पाडणारी वेळ आहे. हे सर्व –"

मेसनने मध्येच त्याला अडवले. "दारू प्यायलास तर तू खूप बडबड करतोस का?"

बरवेल कसाबसा हसला. "छे! मला गरगरायला लागते आणि मी सरळ झोपायला जातो." त्याला ही कबुली देणेसुद्धा अवघड जात होते.

मेसनने डेला स्ट्रीटसाठी दरवाजा उघडून धरला. "मग माझा तुला सल्ला आहे की, ताबडतोब दारू प्यायला सुरुवात कर आणि चढेपर्यंत पीतच राहा."

११

वसंत ऋतू. कॅलिफोर्नियामधली हवा उबदार होती. स्किनर हिल्सचा परिसर मखमली, हिरवागार दिसत होता. सुपीक आणि संपन्न असा भूभाग वाटत होता.

महिनाभराने तळपणाऱ्या सूर्यामुळे त्याच टेकड्या सोनेरी, तांबूस दिसायला लागल्या असत्या. प्रचंड ओक वृक्षांची सावलीच हवीहवीशी वाटायला लागली असती. हिरव्यागार टेकड्यांवर मधून-मधून दिसणाऱ्या या वृक्षांकडे आता मुद्दाम लक्षसुद्धा जात नव्हते. नजर भूमीवरून ढळत नव्हती.

एका चढावर वळल्यावर मेसनने गाडी थांबवली. तो डेला स्ट्रीटकडे वळून म्हणाला, ''पोहोचलो आपण इथे.''

''काय सुरेख दृश्य आहे!'' ती उद्गारली.

''आहेच,'' मेसनने कबूल केले.

''आणि त्या सर्व काराकुल मेंढ्या कुठे आहेत?''

मेसनने ग्लोव्ह कम्पार्टमेन्ट उघडून दुर्बीण काढली. गाडीचा दरवाजा उघडून तो सूर्यप्रकाशात उभा राहिला. दुर्बीण स्थिर राहावी म्हणून त्याने आपले कोपर दाराला टेकवले.

''तिकडे आहेत त्या,'' तो म्हणाला.

''त्या कुरणात छोटे-छोटे ठिपके वाटत आहेत त्या?''

''हो!''

''मला बघू दे.''

डेला स्ट्रीटने वळून आपले पाय बाहेर काढले. स्कर्ट उडवत बाहेर उडी मारली आणि मेसनच्या शेजारी येऊन उभी राहिली. वकिलाने दुर्बीण तिच्या हातात दिली आणि तिला कोपर टेकवून दुर्बीण धरता यावी म्हणून तो बाजूला सरकला.

शक्तिमान दुर्बिणीतून त्यांच्याकडे बघत डेला स्ट्रीट उद्गारली, ''आमचे फर कोट त्यांच्यापासून मिळतात तर!''

''बरोबर!''

“म्हणजे त्या मेंढ्या –”

“पूर्ण वाढ झालेल्या मेंढ्यांपासून नाही. त्यांच्या केसांपासून ट्वीड – लोकरीचे जाड कापड – तयार करून त्यांची ब्लँकेट्स बनवतात किंवा रग वगैरे बनवतात. काराकुल कोट हे एक दिवसाच्या, नवीन जन्मलेल्या कोकरांच्या केसांपासून बनवतात.”

“फारच वाईटपणे फसवतो आपण त्या कोकरांना,” डेला म्हणाली.

“आहे खरे तसेच.”

“मला माहीत नव्हते हे.”

“दुसऱ्या बाजूने विचार केला, तर हा फरचा उद्योग नसता तर या जातीची कुणी पैदासच केली नसती आणि कोकरांचा कधी जन्मच झाला नसता – शेवटी हे असेच असते.”

“कोंबडीचे पिलू पहिले की अंडे, असाच प्रकार आहे हा.”

“अगदी बरोबर बोललीस.”

“आणि आता तू काय करायचे ठरवतो आहेस?”

“मी त्या फ्रॅन्क पालेर्मोचा शोध घेऊन त्याला काय माहिती आहे बघणार आहे... म्हणजे तो बोलायला तयार झाला तर. आणि मग आपल्या अशिलांबरोबर बोलणार आहोत. मैत्रीपूर्ण गप्पा.”

“तुला वाटते की, ते तुझ्यापासून काहीतरी लपवून ठेवत आहेत?” डेलाने विचारले.

“व्हॅन न्युई खरे बोलत असेल, तर नक्कीच. आता मी काढलेल्या माहितीप्रमाणे तिकडे डावीकडे वळून त्या टेकड्यांकडे जाणाऱ्या वळणा-वळणाच्या रस्त्याने आपल्याला पुढे जायचे आहे.”

डेलाने दुर्बीण मेसनला परत दिली आणि त्याने ती चामड्याच्या केसमध्ये ठेवून दिली. गाडीत बसल्यावर मेसनने गाडी सुरू केली. एका छोट्याशा ओढ्यावरचा छोटासा पूल ओलांडल्यावर रस्ता वर चढायला लागला. वेग वाढवून पुढे जाता-जाता त्याने डावीकडे जाणाऱ्या एका छोट्याशा मातीच्या रस्त्यावर गाडी घेतली.

“बराच वापरात येणारा रस्ता दिसतो. गाडी गेल्याच्या ताज्या खुणा आहेत,” डेला म्हणाली.

“हं!”

“पालेर्मो कसा दिसतो माहीत आहे?”

“त्याच्यासारखी माणसे कशी दिसतात याची मला कल्पना आहे.”

“म्हणजे कशी?”

“अत्यंत आडदांड, हट्टी, कारस्थानी, सारखी हाणामारीवर येणारी, चमकणारे

डोळे, इतरांवर बळजबरी करण्याची प्रवृत्ती, तोंडाला, श्वासाला कायम लसूण आणि दारूचा आंबटसर वास.''

''तू तर त्याला एकदम निर्दय बनवून टाकतो आहेस.''

''मी जे सांगितले आहे ते खरे तर कमीच आहे. दुसऱ्या कुणाचा संबंध असलेल्या प्रकरणांमध्ये अशाच तऱ्हेच्या व्यक्तींनी प्रेतांचा शोध लावलेला बरा.''

बरेच मैल ते नापिक जमिनीशी अयशस्वी लढा दिलेल्या, गरीब माणसांच्या प्रयत्नांच्या साक्षीदार असणारी टपऱ्यांसारखी घरे, रंग न लावलेल्या, उजाड, ओसाड पडलेल्या केबिन्स बघत जात होते. आता फ्रेड मिलफिल्ड आणि स्किनर हिल्स काराकुल फर कंपनीचे मालक जमिनी विकत घेत आहेत म्हटल्यावर त्यांना भूल पाडणाऱ्या किमतींना जमिनी विकून ते दूर निघून गेले होते आणि मिळालेल्या पैशांवर चैन करत होते.

मातीचा रस्ता एका चढावरून छोट्या दरीत उतरायला लागला. आत्तापर्यंत ते बघत येत असलेल्या केबिन्ससारख्या एका केबिनच्या चिमणीतून थोडा-थोडा धूर बाहेर पडत होता.

''बहुधा रविवार रात्रीचे जेवण बनवत असावा,'' मेसन डेला स्ट्रीटला म्हणाला.

''हीच जागा?''

''मी काढलेल्या नकाशाप्रमाणे तरी हीच जागा.''

एका कोरड्या पडलेल्या ओहोळावरून मेसनने गाडी पुढे नेली. दुसऱ्या बाजूच्या छोट्याशा चढावावर चढवली, एका छोट्या टेकडीला वळसा घातला आणि केबिन सभोवतालच्या कचरापट्टीने भरलेल्या मोकळ्या जागेत ती उभी केली.

त्या केबिनच्या मागे उंचच उंच टेकड्या होत्या. शीप कन्ट्री तिथेच संपत होती. त्या टेकड्यांवर ओक वृक्ष, रानटी झुडपे, वनस्पती यांची दाटी दिसत होती.

केबिनचा दरवाजा धाडकन उघडला. एक आडवा वाढलेला, लाल चेहऱ्याचा आणि पांढऱ्या केसांचा माणूस दरवाजात उभा राहून आपल्या हिरवट झाक असणाऱ्या डोळ्यांनी त्यांच्याकडे रोखून बघायचा प्रयत्न करत होता.

''मी फ्रॅन्क पालेर्मोला शोधतो आहे.''

''ठीक आहे. योग्य जागी पोहोचला आहेस. हा फ्रॅन्क पालेर्मोच आहे. काय पाहिजे तुला?''

''मी पेरी मेसन, वकील.''

त्या माणसाच्या शरीरात भलताच उत्साह संचारला आणि तो धावतच पुढे होऊन म्हणाला, ''मिस्टर मेसन! कमाल आहे! तुझ्यासारखा मोठा वकील माझ्यासारख्या छोट्या मेंढपाळाला भेटायला आला आहे? आश्चर्य आहे. त्या गाडीला खूप पैसे पडले असणार. खात्री आहे माझी. बाहेर ये. त्या स्त्रीला घेऊन ये. आपण बोलू. छान

वाइनचा ग्लास घेऊ. बरोबर?''

''नाही,'' डेलाकडे हसून बघत मेसनने उत्तर दिले. ''इथेच बोलायला हवे. मी फार घाईत आहे.'' गाडीबाहेर पडून मेसनने त्याच्याशी हातमिळवणी केली.

''पण वाइन? बाहेर आणतो ग्लास.''

''सॉरी. दुपारच्या आधी पीत नाही मी.''

पालेर्मोचा चेहरा पडला. ''माझ्याकडे खरोखर चांगली वाइन आहे. तुला रेस्टॉरन्टमध्ये मिळणार नाही अशी. रेस्टॉरन्टमध्ये देतात ती वाइन फार गोड असते. चांगली नसतेच. चांगली वाइन प्यायली की माणूस कसा दमदार बनतो. काय?''

''सवय असेल तरच ती प्यावी,'' मेसनने म्हटले. ''सवय नसेल तर ती कडकच वाटेल.''

''अजिबातच नाही. ही स्त्री कोण? तुझी बायको?''

''माझी सेक्रेटरी.''

''सेक्रेटरी? सेक्रेटरी कशाला हवी?''

मेसनचा चेहरा एकदम हसरा बनला. ''बोललेले लिहून घेते ती.''

डेला स्ट्रीटही पालेर्मोकडे बघून हसली.

पालेर्मोचे डोळे चमकायला लागले. या जगातला एक माणूस दुसऱ्या माणसाशी गूढ भाषेत बोलावा तसा तो म्हणाला, ''अरे देवा! कमाल झाली. बघावीशी वाटणारी स्त्री. बोललेले लिहून घेते का ती?'' पालेर्मो डोके मागे घेऊन खोऽऽ खोऽऽ हसायला लागला.

डेला स्ट्रीटने हळूच गाडीच्या ग्लोव्ह कम्पार्टमेंटमध्ये हात घातला, एक शॉर्ट हॅन्डची वही आणि पेन्सिल बाहेर काढली आणि मांडीवर ती वही ठेवून पेन्सिल सरसावून बसली. ती मेसनला म्हणाली, ''तुझे वर्णन जवळ-जवळ अचूकच होते. दुर्गंधी असलेला श्वास आहे का? अगदी अचूक तर्क केला होतास? बरे मी तरी दूरच आहे.''

''नशिबवान आहेस,'' मेसन म्हणाला. ''तू त्याच्या जास्ती जवळ सरकलीस, तर तुझी घ्राणेंद्रिये मी प्रॉफेट आहे असेच म्हणतील.''

पालेर्मोचे हसणे तत्काळ थांबले. जाड्या भुवयांखालचे चमकणारे डोळे आळीपाळीने गेसन आणि डेला स्ट्रीटकडे बघायला लागले. ''काय म्हणालास तू?''

''आज दुपारी उशिरा माझी एक भेट ठरवलेली आहे, अशी माझी सेक्रेटरी मला आठवण करून देते आहे. मला माझ्या कार्यालयात परत जाणे भाग आहे.''

''तू रविवारी पण काम करतोस?''

''कधी-कधी.''

पालेर्मोचे डोळे पुन्हा मेसनच्या गाडीकडे वळले. ''खूप पैसे कमावतोस. रविवारी कशाला काम करायचे?''

मेसन गंभीरपणे म्हणाला, ''मी इतके पैसे मिळवतो की, इन्कमटॅक्स भरण्यासाठी मला रविवारी काम करावे लागते.''

''अरे देवा! इतके पैसे मिळवून टॅक्स भरायला पैसे नाहीत? कठीण आहे, फारच कठीण आहे. हे बघ, माझ्या मनात एक कल्पना आली आहे. आम्ही खूप पैसे मिळवतो आहोत. मी तुला भेटणार होतो. कमालच झाली पण. तूच मला भेटायला झालास.''

''तू जमिनीबद्दल मला भेटायला येणार होतास?''

''हो! तुला काय वाटले? तू तूझ्या माणसांना माझ्याविरुद्ध खटला भरायला सांग. मग आपण सर्वच श्रीमंत होऊ.''

''ते कसे काय?''

''तू सिद्ध कर की, ही जमीन माझ्या मालकीची नाही.''

''पण ती तुझ्या मालकीची नाहीच, पालेर्मो.''

''नाही. तू मी सांगतो तसे कर. आपणच बनवाबनवी करू. जमीन माझ्या मालकीची नाही हे सिद्ध करायला मी तुला मदत करेन.''

''म्हणजे तू स्वत:हून, मुद्दामहून खटला हरशील?''

पालेर्मोने जोराजोराने होकारार्थी मान हलवली. त्याची शोधक नजर जास्तीच चमकदार बनत होती. ''बरोबर.''

''पण का?'' मेसनने विचारले.

पालेर्मोने नकळत पुन्हा मेसनला गाडीपासून दूर नेण्यासाठी त्याच्या दंडाकडे हात नेला.

''आणि कसा?''

''आपण मेंढ्यांपासून पैसे मिळवायचे... स्त्रियांच्या कोटासाठी फर,'' पालेर्मो म्हणाला आणि पुन्हा खोऽऽ खोऽऽ हसत त्याने मित्राप्रमाणे मेसनला कोपरखळी मारली. ''फर असणाऱ्या मेंढ्यांपासून खूप पैसे मिळवायचे.''

मेसन गप्प बसून राहिला होता.

कुजबुजल्याप्रमाणे बोलत पालेर्मोने मेसनच्या कानाजवळ तोंड आणले आणि लसणाचा वास त्याच्या नाकात घुसला. ''तुला माहिती आहे? माझी जमीन विकत घेण्यासाठी मी मिलफिल्डला कॉन्ट्रॅक्ट दिले आहे. भरपूर पैसे घेणार आहे.''

''पण जमिनीचा हा ऐंशी एकराचा पट्टा तुझ्या मालकीचा नाही.''

''ते सोड. ती माझ्याच कब्जात आहे. तू माझी काळजी नको करू. फ्रॅन्क पालेर्मो हुशार आहे. तू वकील असलास तरी मलाही कायदा चांगला कळतो, काय? पाच वर्षे मी प्रॉपर्टीवर राहतो. टॅक्सेस भरतो. त्यानंतर कुणी काही करू शकत नाही. काय? कोर्टात बघितले एकदा. माझा भाऊ. त्याने तेच केले. मी इथे

आलो. ठरवले की, भावाप्रमाणेच हुशार बनायचे.''

''पण या वेळी तू जरा जादा हुशारी दाखवायचा प्रयत्न केलास.''

पालेर्मोच्या खोल डोळ्यात क्षणभर राग उफाळून आला. मग पुन्हा त्याने मित्रत्वाने अघळ-पघळ बोलायला सुरुवात केली. ''मिस्टर मेसन, काय झाले माहीत आहे? परवा एक माणूस आला होता. तुझ्यासारखीच मोठी गाडी होती त्याची. म्हणाला, पालेर्मो, मिस्टर मिलफिल्ड या प्रॉपर्टीसाठी तुला किती पैसे देणार आहे?''

मी म्हणालो, ''का? तू का विचारतो आहेस?'' तो म्हणाला, ''कारण मी एखादे वेळी तुला जास्ती पैसे देऊ शकतो.''

''ठीक आहे,'' मी त्याला म्हणालो. ''मी कॉन्ट्रॅक्ट केले होते – त्याच्यात एक किंमत. पण मिलफिल्ड, त्याने रोख पैसे दिले. मी खिशात टाकले. त्या पैशांबद्दल कॉन्ट्रॅक्टमध्ये काही लिहिलेले नाही.''

''ते किती होते, ते त्याला सांगितले होतेस?'' मेसनने विचारले.

''अर्थातच सांगितले होते. त्याने एक हजार डॉलर्स... एक हजार डॉलर्स रोख दिले. कॉन्ट्रॅक्ट... एक हजार डॉलर्स रोखबद्दल कॉन्ट्रॅक्टमध्ये काहीनाही. मग मिलफिल्डने तेच कॉन्ट्रॅक्ट आसपास प्रॉपर्टी असणाऱ्या इतरांना दाखवले. सगळे कसे सरळ होते. काय? बघितलेस ना?''

मेसनने मान डोलावली.

''ठीक आहे,'' हा माणूस म्हणाला. ''मी एखादे वेळी तुझ्या प्रॉपर्टीसाठी पाच हजार डॉलर्स मिळवून देऊ शकतो – आले लक्षात? पाच हजार डॉलर्स? मग काय? केली सही कॉन्ट्रॅक्टवर. पण वाटत नाही, कॉन्ट्रॅक्ट चांगले आहे.''

''का?''

''साक्षीदार नाही.''

''पण सही केली आहेस तू?''

''केली ना! – का नाही? सही केली – एक हजार डॉलर्स रोख मिळाले – का नाही, सही करायची?''

''म्हणजे मला समजते आहे त्याप्रमाणे मी तुझ्याविरुद्ध दावा दाखल करावा अशी तुझी इच्छा आहे. म्हणजे सिद्ध होईल की, तुझा मालकी हक्क नाही.''

पालेर्मोचे डोळे खुशीने चमकले. ''बरोबर!''

''आणि तू प्रॉपर्टी विकली आहेस का?''

पुन्हा त्याने जोराजोराने डोके हलवले.

''आणि नंतर काय करायचे आपण?'' मेसनने विचारले.

''काय करायचे? मग मी मिलफिल्डला प्रॉपर्टी विकू शकत नाही, कारण ती प्रॉपर्टी माझी नाही. त्याला एक हजार डॉलर्स परत मिळणार नाहीत. कारण साक्षीदार

नाही. मी म्हणेन – अरे देवा, त्याने कधीच एक हजार डॉलर्स दिले नव्हते. त्याने फक्त कॉन्ट्रॅक्टवर लिहिलेली किंमत द्यायची होती. साक्षीदार नाही. ठीक आहे. मिळेल तुला प्रॉपर्टी. पण ती माझ्याकडे नाही. मग विकणार कशी? कॉन्ट्रॅक्टचा उपयोग नाही, कारण माझ्याकडे प्रॉपर्टी नाही. तुझ्याकडे आहे. पाच हजार डॉलर्सना तू दुसऱ्या माणसाला विकणार आहे. तू अर्धे पैसे ठेवायचे, अर्धे मला द्यायचे. आपण सर्वांनी पैसे बनवायचे. काय?''

त्याच्या प्रस्तावावर वकिलाची प्रतिक्रिया कशी असणार आहे, बघण्यासाठी पालेर्मो काळजीपूर्वक मेसनकडे बघत होता.

"माझ्या अशिलाला हे पसंत पडेल असे मला वाटत नाही,'' मेसन म्हणाला. "त्या माणसाचे नाव काय म्हणाला होतास तू?''

"तो मला नाव सांगायलाच कबूल नाही. नावाबद्दल नंतर बघू असे म्हणाला. पण मी हुशार आहे. त्याचे लक्ष नाही बघून त्याच्या गाडीचा लायसन्स नंबर बघितला मी. मोठी गाडी. तुझ्यासारखी. छान गाडी. मी लायसन्स नंबर लिहून ठेवला. लायसन्स नंबर मिळाल्यावर माणसाने नाव सांगितले नाहीतरी काय फरक पडणार?''

"त्या दिवशी शुक्रवार होता?''

"हो! शुक्रवार.''

"वेळ?''

"दुपारी.''

"दुपारी कधी?''

"माहीत नाही. माझ्याकडे घड्याळ नाही. पण दुपारी. ते झाड दिसते आहे? तो माणूस आला तेव्हा झाडाची सावली ही इथे होती.''

एका मोठ्या ओक वृक्षाच्या खोडापासून चाळीस फूट अंतरावर पालेर्मो घाईघाईने चालत गेला. आपली टाच घासून-घासून त्याने मातीमध्ये एक भेग पाडली. "इथे-इथे होती झाडाची सावली.''

मेसनने झाडाकडे बघितले, सूर्याच्या दिशेने बघितले, सावलीच्या कोनाचा विचार केला आणि मान डोलावली. "आणि तुझ्याकडे त्याच्या गाडीचा लायसन्स नंबर आहे.''

"अर्थातच आहे. मी पेन्सिल घेऊन गाडीचा नंबर लिहून ठेवला. मी हुशार माणूस आहे. तू हुशार वकील आहेस. मी हुशार मेंढपाळही आहे. तू ती प्रॉपर्टी मिळव आणि ताबडतोब पाच हजार डॉलर्सना विकून टाक. पैसे अर्धे-अर्धे वाटून घ्यायचे.''

पटकन एकदा डेलाकडे नजर टाकत मेसनने विचारले, "आणि ते हजार डॉलर्सही आपण निम्मे वाटून घ्यायचे का? मिलफिल्डकडून मिळालेले?''

पालेर्मोने एक पाऊल मागे टाकले. "काय भलतीच बडबड चालवली आहेस

तू? मला पैसे मिळालेले नाहीत. साक्षीदार नाही.''

मेसन मोठ्याने हसला.

पालेर्मोने घड्याळ ठेवण्यासाठी असलेल्या खिशात हात घालून घडी केलेला एक छोटा कागद बाहेर काढला. जवळ-जवळ निरक्षर असलेला माणूस जसे आकडे लिहील, तसे आकडे त्या कागदावर लिहिले होते. त्याने लायसन्स नंबर वाचून दाखवला – ८ पी ३०३५.

मेसनने हसून नकारार्थी मान हलवली. ''पालेर्मो, मी इथे तुझ्या प्रॉपर्टीबद्दल बोलायला आलेलो नाही. त्याबद्दल तू तुझ्या वकिलाची भेट घ्यावीस हे चांगले ठरेल. मी शनिवारी सकाळी काय घडले, याची चौकशी करायला आलेलो आहे.''

त्याच्या डोळ्यात संशय उमटला, डोळे बारीक झाले. ''शनिवार सकाळ! काही घडले नाही. मी मिलफिल्डला भेटायला नौकेवर गेलो. तो मेला होता. बस.''

''तो नौकेवर असणार हे तुला कसे कळले?''

''तो तिथे आहे मला माहीत होते.''

''ते तुला कसे माहीत झाले?''

''त्यानेच मला सांगितले होते की, तो तिथे जाणार आहे.''

''तू त्याला फोन केला होतास?''

''बरोबर!''

''तो दुसरा माणूस तुला भेटायला आला होता त्याबद्दल त्याला सांगितलेस?''

''सांगितले की!''

''त्यावर मिलफिल्ड काय म्हणाला?''

''तो म्हणाला उद्या सकाळी मला नौकेवर येऊन भेट. तो गडबडला होता.''

''तू जर शनिवारी सकाळी त्याला नौकेवर भेटायचे कबूल केले असशील, तर तुम्ही काहीतरी सौदा नक्की केलेला असणार.''

पालेर्मोने हात झटकले. ''उपयोग काय? मेलेल्या माणसाकडून पैसे मिळवता येत नाहीत. मला तेवढे कळते. लिहिलेले नाही. चांगले नाही. वकिलाने माझ्या भावाला सांगितले होते तसे.''

''म्हणजे तू मिलफिल्डबरोबर काहीतरी ठरवले होतेस?'' मेसनने विचारले. ''टेलिफोनवर काहीतरी, जे मिलफिल्ड जिवंत असता तर घडू शकले असते.''

''साक्षीदार नाही,'' पालेर्मो आपला ठेका सोडायला तयार नव्हता.

''बरं. तू नौकेवर गेलास. काय सापडले तुला?''

''नौका बरोबर सापडली. मी कागदावर नाव लिहून घेतले होते. मी होडी वल्हवत नौकेवर गेलो. फिरलो. मी स्वत:ही चांगला बोटमन आहे. मी नजर टाकली. नौकेवरून परत यायला मार्गच नव्हता.''

"म्हणजे?"

"दुसरी बोट नाही. छोटी होडी नाही. फक्त नौकाच. बोट नाही, होडी नाही, तर नौकेवरून किनाऱ्यावर यायचे कसे? विचार केला. छोटी बोट नाही. म्हणजे नौकेवरली माणसे निघून गेली आहेत. इतक्या लांबून फ्रॅन्क पालेर्मोला उगीचच हेलपाटा पडला. मला संताप आला. मी जोराने ओरडलोदेखील. उत्तर नाही. मी स्वतःच नौकेवर पोहोचलो."

"ती नांगर टाकून उभी होती?" मेसनने विचारले.

पालेर्मो हसला. "चिखलात अडकली होती. कुठे जाऊ शकत नव्हती."

"पण चारी बाजूंनी पाणी असणार ना?"

"होते ना, पण खूप नाही."

"तू तुझ्या बोटीत होतास?"

"अर्थातच. माझी स्वतःची बोट आहे. ती तिथे घडी करून ठेवलेली. मी शिकाऱ्यांना माझ्या बोटीवरून घेऊन जातो. माझी स्वतःची बोट असताना मी दुसऱ्याची बोट भाड्याने घेईन असे वाटते की, काय तुला? मी फ्रॅन्क पालेर्मो आहे. वेड लागलेले नाही मला."

"नाही. मी सहजच विचारले होते," मेसन म्हणाला.

"ठीक आहे. आता कळले आहे तुला. माझी स्वतःची बोट आहे."

"नंतर तू काय केलेस?"

"जिन्याने खाली उतरलो."

"हॅच – जमिनीतले दार – मागे सरकवलेले होते?"

"मागेच सरकवलेले होते."

"मग तुला काय सापडले?"

"सुरुवातीला काहीच सापडले नाही. मी सगळीकडे नजर टाकली. मेलेला माणूस दिसला, मिलफिल्ड होता. मनात विचार आला. मिलफिल्ड मेला आहे. साक्षीदार नाही. साक्षीदार नाहीतर कॉन्ट्रॅक्टचा उपयोग नाही."

"मिलफिल्ड कुठे पडला होता?"

"केबिनच्या बाजूला."

"खाली असलेल्या बाजूला?"

"हो!"

"नौका तिरपी झाली होती?"

"हो! ओहोटी होती."

"तू काय केलेस नंतर?"

"धावत बाहेर पडलो."

“कशाला स्पर्श केला होतास?”

पालेर्मो हसला. “फक्त पायांनी. मूर्ख नाही मी.”

“केबिनमध्ये उतरताना एखादे वेळी हॅचला हात लावला असशील तू.”

“हो!”

“तुझ्या बोटांचे ठसे असणार तिथे?”

“असतील की. त्यात काय झाले? ती सकाळची गोष्ट आहे. तो रात्रभर मेलेलाच होता.”

“पण तिथे तुझ्या बोटांचे ठसे उमटले असतील ना?”

पालेर्मोचा आवाज चढला. “का? काय झाले? तुला मला अडकवायचे आहे का म्हणजे पाच हजार डॉलर्स सर्व तुलाच मिळतील? बोटांच्या ठशांबद्दल का बोलतो आहेस तू?”

“मी फक्त एवढेच समजून घ्यायचा प्रयत्न करतो आहे की –”

“तू जरा जास्तीच समजून घ्यायचा प्रयत्न करतो आहेस. माझ्याशी सौदा का करत नाहीस तू? माझ्याच गळ्याभोवती फास अडकवायचा प्रयत्न करतो आहेस म्हणजे तुलाच सर्व प्रॉपर्टी मिळेल, अं?”

पालेर्मो अचानक वळला आणि दाणदाण पावले टाकत आपल्या केबिनकडे निघाला.

मेसन म्हणाला, “मला फक्त एवढेच तुला विचारायचे होते की –”

पालेर्मो पुन्हा गर्रकन वळला. तो भयंकर संतापला होता. “माझ्या प्रॉपर्टीवरून बाहेर नीघ आधी,” तो ओरडला. “केबिनमध्ये गेलो की, मी शॉटगनच घेणार आहे हातात.”

तो पुन्हा वळून केबिनच्या दिशेने जात असताना मेसन बघत होता.

“मला वाटते चीफ, मिळण्यासारखी सर्व माहिती तुला मिळाली आहे,” डेला स्ट्रीट म्हणाली.

मेसनने मान डोलावली. तो काही बोलला नाही. केबिनकडेच बघत उभा राहिला. पालेर्मोने स्क्रीन डोअर – सरकता दरवाजा – उघडला, आत पाऊल टाकले, तो धाडकन बंद केला.

“तो शॉटगन घेऊन यायच्या आधी निघू या आपण,” डेला स्ट्रीटने त्याला कळकळीने सांगितले. “त्याचे डोके फिरलेले आहे.”

“मानसशास्त्राचा एक प्रयोग म्हणून तो खरोखर शॉटगन घेऊन बाहेर येतो का हे बघायची माझी इच्छा आहे.”

“चीफ, मी घाबरले आहे.”

“मीदेखील घाबरलो आहे,” मेसनने हसत कबुली दिली.

"तो येणार नाही बहुतेक बाहेर."

आणखी तीस सेकंद थांबून मेसन शांतपणे आपल्या गाडीच्या दिशेने निघाला, दार उघडून ड्रायव्हरच्या जागी बसला.

डेला स्ट्रीटनेच इंजीन सुरू केले.

"त्या लायसन्स नंबरबद्दल तुला पॉल ड्रेला फोन करायचा आहे का?" तिने विचारले. ती अजूनही घाबरून केबिनकडेच बघत होती.

मेसनने ओठावर ओठ घट्ट दाबून धरले होते. "गरज नाही त्याची. मी लायसन्स नंबर ओळखला आहे."

"ओळखला आहेस? कुणाची गाडी आहे ती?"

"काल दुपारी ज्या गाडीमधून मी मजेत प्रवास करून आलो होतो, तीच गाडी आहे ती. ज्या गाडीमधून कॅरोल बरबॅन्क मला प्रथम सर्फ ॲन्ड सन मोटेलला आणि नंतर त्या छोट्या अडोब रेस्टॉरन्टला घेऊन गेली होती."

१२

डेला स्ट्रीट आणि पेरी मेसन एलिव्हेटरमधून बाहेर पडून कॉरिडॉरमधून निघाले तेव्हा दुपार उलटून गेली होती. पॉल ड्रेच्या कार्यालयाजवळून जाताना मेसनने दरवाजा उघडून स्विचबोर्डवर बसलेल्या मुलीला विचारले, ''पॉल ड्रेक आहे?''

''हो! वाटच बघतो आहे.''

''त्याला जरा माझ्या केबिनमध्ये यायला सांगशील का? आणि तू स्विच बोर्डवर कशी काय आहेस? माझी कल्पना होती की आज तुझा सुटीचा दिवस आहे.''

''शनिवार-रविवारी स्विचबोर्ड सांभाळणाऱ्या मुलीला ताप आला आहे,'' ती म्हणाली. ''तेव्हा मला काम करावे लागणार आहे.'' तिने तोंड थोडे वाकडे केले. ''पण ड्रेक मला पुढल्या आठवड्यात रजा देणार... आलाच तो.''

आतल्या कुठल्या तरी कार्यालयाचा दरवाजा उघडला आणि ड्रेक त्याच्या हेल काढून बोलण्याच्या खास शैलीत उद्गारला, ''कसा आहेस पेरी? तुझा आवाज ऐकल्यासारखा वाटला. हॅलो, डेला. बोलायचे आहे आत्ताच?''

''हं!''

''ठीक आहे. मी तुझ्याबरोबर येतो. फ्रॅन्सिस, काही काम निघालेच तर मी मेसनच्या कार्यालयात आहे. तुझ्याकडे त्याचा अनलिस्टेड नंबर आहे ना?''

''हो!''

''फक्त सध्या मी काम करत असलेल्या मेसनच्या प्रकरणाबद्दल काही असेल, तरच मला फोन करायचा. बाकीची कामे नंतर केली तरी चालेल.''

ड्रेकने पुढे येऊन डेलाचा दंड पकडला. ''जरा चांगल्या ठिकाणी काम का करत नाहीस तू? आम्ही आमच्या मुलींना आठवड्याचे पाच दिवस आणि दिवसाला फक्त सात तास काम करायला लावतो.''

''हो, बघते मी. आत्ताच फ्रॅन्सिस सांगत होती मला.''

ड्रेक हसला. ''तुला बोलण्यात कसा हरवणार मी?''

मेसनने आपल्या कार्यालयाचा दरवाजा उघडला.

''त्या खुनाबद्दल नवीनच माहिती कळली आहे,'' ड्रेक म्हणाला. ''त्या नौकेवरच्या आतल्या केबिनचा दरवाजा आठवतो तुला? त्या फोटोत होता तो?''

''आठवतो. त्याचे काय?''

''मुख्य केबिन आणि मागची खासगी केबिन यांच्यामधल्या उंबरठ्यावर पितळेचा पत्रा ठोकलेला आहे. शवविच्छेदन करणारा शल्यविशारद म्हणतो की, मिलफिल्डला झालेली जीवघेणी जखम त्याच्यावर डोके आदळल्यामुळे असू शकेल.''

''दुसऱ्या शब्दांत सांगायचे, तर गुद्दागुद्दी झाल्यामुळे त्याचा मृत्यू ओढवला असू शकतो. म्हणजे गुन्हा खून – फर्स्ट डिग्री मर्डर – ठरायच्या ऐवजी मनुष्यवध – मॅनस्लॉटर – ठरू शकतो.''

''ते अर्थात ज्यूरीने ठरवायचे आहे. पोलीस त्यांच्या मताप्रमाणे हे खुनाचे प्रकरण समजूनच केस पुढे चालवणार आहेत. ती दुसरी फक्त शक्यता आहे पेरी.''

मेसनच्या टेबलावरचा फोन खणखणला. मेसन म्हणाला, ''पॉल, मला वाटते तूच उत्तर दे. फ्रॅन्सिसच बहुधा काहीतरी माहिती देत असणार.''

ड्रेकने फोन उचलला आणि म्हटले, ''हॅलो,'' आणि नंतर तो दोन मिनिटे काळजीपूर्वक ऐकत होता. ''ठीक आहे. त्याला सांग की, पाच मिनिटे त्याच टेलिफोनजवळ थांब.''

ड्रेक फोन खाली ठेवत मेसनला म्हणाला, ''सर्फ ॲन्ड सन मोटेलमध्ये डबल केबिन्स भाड्याने घेणाऱ्या जे. सी. लॅसिंगचा आम्ही पत्ता लावला आहे. माझा माणूस एका ड्रगस्टोअर बाहेरून फोन करतो आहे आणि तो त्याच्याबरोबर आहे. त्याची कल्पना आहे की, तो शपथेवर निवेदन द्यायला तयार आहे.''

''काय म्हणतो आहे तो?'' मेसनने विचारले.

''तो '६८४२ ला ब्रिये अव्हेन्यू, कोल्टन', इथे राहतो. त्याला शोधणे जरा कठीणच गेले, कारण मोटेलमध्ये लायसन्स नंबर देताना त्याने दोन आकडे उलटसुलट लिहिले होते. अगदी लायसन्स नंबर बघून लिहितानासुद्धा अनेक लोकांच्या हातून ही चूक घडते आणि तो लक्षात ठेवायचा प्रयत्न करताना –''

''माहीत आहे मला,'' मेसन म्हणाला.

''मला एवढेच म्हणायचे आहे की त्याने चुकून तसा नंबर लिहिला असण्याची जशी शक्यता आहे तशीच मुद्दामच चुकीचा नंबर लिहिला असण्याची शक्यताही आहे. काहीही असले तरी तो बरबॅन्कच्या कथेला दुजोरा देतो आहे. तो म्हणतो की, त्याने दोन डबल केबिन्स भाड्याने घेतल्या आणि ते चौघे जण होते. त्याला वाटते आहे की नंतर आणखी दोघे जण आले असावेत. तो कुणाचीही नावे सांगायला तयार नाही.''

"तुझा माणूस त्याच्याकडून लेखी निवेदन घेऊ शकेल म्हणतो आहे?''

"त्याला तरी वाटते तसे. लॅसिंग ड्रग स्टोअर बाहेर त्याच्या गाडीत आहे. पण तरीही माझ्या एक गोष्ट लक्षात येत नाही. निवेदन घेण्याचा प्रयत्न करण्यापूर्वी त्याने फोन का करावा? लॅसिंग सहज सांगून गेला आहे की शनिवारी दुपारनंतर त्यांनी सर्वांनी मोटेल सोडले. घटनाक्रमाबद्दल तुझी जी कल्पना आहे त्याच्यामध्ये ही वेळ बसते पेरी?''

"नाही,'' मेसन म्हणाला. "संध्याकाळी चार किंवा पाच वाजेपर्यंत बरबॅन्क निघाला असावा. तुझ्या माणसाला फोन करून सांग की लॅसिंगला वेळेबद्दल नीट विचार म्हणून.''

ड्रेकने आपल्या कार्यालयाला फोन करत म्हटले, "फ्रॅन्सिस, अलला फोन करून सांग की लॅसिंगकडून कुठलेही लेखी निवेदन घेण्यापूर्वी लॅसिंग आणि इतर सर्व जण मोटेलमधून खरोखर किती वाजता निघाले याबद्दल नीट शहानिशा करून मला परत फोन कर.''

फोन ठेवून ड्रेक मेसनकडे वळला. तो काही बोलायला तोंड उघडणार इतक्यात पुन्हा फोन वाजला.

डेलाने फोन उचलला. "हो... हो... मिस स्ट्रीटच बोलते आहे... एक मिनिट... फोन धरून ठेव.''

माउथपीसवर हात ठेवून ती मेसनला म्हणाली, "कॅरोल आहे फोनवर. ती युनियन टर्मिनलवर आहे. काही कळले का विचारते आहे.''

मेसनने त्रासिक चेहऱ्याने म्हटले, "तिला सांग की आम्ही खूप महत्त्वाच्या फोनची वाट बघत आहोत. तिला तिथेच थांबायला सांग. नंतर फोन करून मला तिला विचारायचे आहे की तिचा डॅड कुठे आहे आणि शुक्रवारी दुपारी तो फ्रॅन्क पालेर्मोला कशासाठी भेटायला गेला होता. तिला हे आत्ता सांगू नकोस. आपण तिला ज्या फोनवर फोन करू शकू अशा फोनचा नंबर घे आणि फोन ठेवून दे.''

डेलाने त्याप्रमाणे निरोप देऊन फोन ठेवून दिला.

एक मिनिटभर सर्वच जण फोन वाजायची आतुरतेने वाट बघत होते. तो वाजताच डेलाने उचलला आणि ती म्हणाली, "एक मिनिट, फ्रॅन्सिस,'' आणि तिने तो पॉलच्या हातात दिला.

ड्रे फोनवर म्हणाला, "हॅलो... बोल फ्रॅन्सिस... काय म्हणतेस! तू स्विचबोर्डवरून लाईन इकडेच देऊ शकशील? वेळ वाचेल... ठीक आहे, तसेच कर... ओ, हॅलो, अल... फ्रॅन्सिसने तेच सांगितले ... नक्की काय घडले ते सांग मला.''

थोड्या वेळाने ड्रे म्हणाला, "एक मिनिट, मी मेसनला सांगतो, तू फोनवरच राहा.''

तो मेसनकडे वळला. "अल म्हणतो फोन करण्यासाठी तो लॅसिंगला त्याच्या गाडीत सोडून आला होता. मी त्याला पाच मिनिटे फोनजवळ थांबायला सांगितले होते, ते तू ऐकले होतेस. म्हणून तो तिथेच थांबला होता. मग फ्रॅन्सिसने त्याला फोन करून लॅसिंगकडे वेळेबद्दल नीट चौकशी करून यायला सांगितले म्हणून तो बाहेर गेला, तर लॅसिंग तिथे नव्हता."

"पळाला?" मेसनने विचारले.

"नाही, पोलिसांनी पकडले त्याला."

"अलची खात्री आहे तशी?"

"हो! एका छोट्या मुलाने त्याला सांगितले की, वरती लाल दिवा आणि बाजूच्या दारावर ताऱ्याचे चित्र असणाऱ्या एका गाडीमधून काही जण आले. एक माणूस गाडीमधून उतरून लॅसिंगकडे जाऊन त्याच्याशी बोलायला लागला आणि मग अचानक हातकड्या काढून त्याने त्या लॅसिंगच्या हातात घातल्या आणि –"

"हातकड्या?" मेसनने विचारले.

"त्या मुलाने तसेच सांगितले असे अल म्हणतो."

"अलला म्हणावे तिथून ताबडतोब नीघ."

"ठीक आहे, अल," ड्रेक फोनवर बोलला. "कार्यालयात परत ये. लवकरात लवकर." त्याने फोन खाली ठेवला.

मेसन फेऱ्या घालायला लागला.

"माझ्या लक्षात येत नाही की –" ड्रेकने बोलायला सुरुवात केली.

"एक मिनिट," मेसनने त्याला अडवले. शब्द जरा वरच्या स्वरातच बाहेर पडले होते. "विचार करू दे मला."

दोन-तीन मिनिटे फेऱ्या घालून तो पॉलकडे वळला. "तुझा विश्वास असणारी एखादी चांगली स्त्री ऑपरेटिव्ह आहे तुझ्याकडे?"

"कशासाठी? धक्काबुक्की करू शकणारी, आरडाओरडा करू शकणारी, का –"

"उच्च कुटुंबामधल्या एखाद्या स्त्रीबरोबर चोवीस तास राहू शकेल अशी. त्या स्त्रीला दिवसा किंवा रात्रीही तुझ्या ऑपरेटिव्हने नजरेआड होऊ द्यायचे नाही."

"तशी मुलगी मला माहीत आहे. गाठायला वेळ लागेल जरा," ड्रेक म्हणाला.

"किती वेळ?"

"साधारण चार-पाच तास. एखादेवेळी थोडा कमी वेळ."

मेसनने नकारार्थी मान हलवली. "त्याच्या पूर्वीच आपल्याला काहीतरी करावे लागेल, पॉल."

"तशी एक स्त्री आहे की, जिने –" ड्रेकला खात्री वाटत नसावी. "नको, पेरी.

मला वाटत नाही तिचा उपयोग होईल.''

"वेळ निघून चालला आहे. त्यासाठी घालवायला रात्रभर वेळ नाही माझ्याकडे.''

"मी करू शकेन?'' डेला स्ट्रीटने विचारले.

मेसनने लक्षपूर्वक तिच्याकडे बघत विचार केला. "हो!'' तो म्हणाला. "तू करू शकशील ते... आणि मला वाटते तुलाच ते करावे लागेल.''

"काय काम आहे?''

"तू इथून निघशील तेव्हा खात्री पटवून घे की, तुझा पाठलाग होत नाही. ट्राममध्ये चढायचे, उतरायचे. दुसरी ट्राम पकडायची. मग टॅक्सी घेऊन टॅक्सी ड्रायव्हरलाही तसेच सांगायचे. त्याला कळेल काय करायचे ते.''

डेला स्ट्रीटने मान डोलावली.

"तुझा पाठलाग होत नाही याची पूर्ण खात्री पटली की, युनियन टर्मिनलला जा आणि कॅरोल बरबॅन्कला घेऊन वुडरिजला जा. तिला सांग की, कुठलेही प्रश्न विचारू नकोस. तूदेखील तिला कुठलीही माहिती देऊ नकोस. वुडरिजचा मॅनेजर माझ्या ओळखीचा आहे. तुम्ही तिथे पोहोचायच्या आत मी सर्व व्यवस्था करतो. दोघांनीही वेगवेगळ्या खोल्या घ्या. रजिस्टर करताना तू तुझे नाव दे. कॅरोलचे नाव देताना फक्त तिची आद्याक्षरे वापर. म्हणजे तिचे मधले नाव ॲनी असेल, तर तिचे नाव रजिस्टर करताना सी. ए. बरबॅन्क नाव दे. एखादी स्त्री आहे न वाटता व्यावसायिक पुरुषाचे नाव आहे असे वाटेल. लक्षात आले?''

डेला स्ट्रीटने पुन्हा मान डोलावली.

"दोनही खोल्यांमधून बाथरूमला जाता येईल, अशा खोल्या घे. तुझ्या खोलीत दोन बेड्स लावून घे. तू आत शिरलीस आणि बेलबॉय निघून गेला की, कॅरोलचे सामान तुझ्या खोलीत ने. बाथरूमला कुलूप घाल म्हणजे शेजारच्या खोलीतही कुणी जाऊ शकणार नाही. कॅरोलला तुझ्या खोलीतच राहू दे.''

"किती काळ?''

"माझ्याकडून तुला काही कळेपर्यंत. कॅरोल बरबॅन्क त्यानंतर कुणाच्याही नजरेस येणार नाही अशी काळजी घे.''

डेला स्ट्रीटने आपली हॅट घेतली, डोक्यावर चढवली. हॅन्गरवरून कोट उचलला.

"मला हे पसंत नाही, पेरी!'' पॉल ड्रेक म्हणाला.

मेसनने वैतागल्याप्रमाणे उत्तर दिले, "मलाही नाही. तुला काय वाटले, मला हे सर्व पसंत आहे? तू जर एखादी स्त्री –''

"जरा समजून घे पेरी. काम दिसताच ताबडतोब कुठल्या तरी स्त्रीला हजर करता येत नाही. हल्ली काम करायला स्त्रिया मिळतातच कुठे? माझ्याकडे स्त्री

ऑपरेटिव्ह आहे हेच माझे नशीब आहे.''

डेला स्ट्रीट दरवाजाजवळ पोहोचली आणि थोडी घुटमळली. ''ठीक आहे?'' तिने पेरी मेसनला विचारले.

''नीघ, डेला,'' पेरी मेसनने तिला निरोप देत म्हटले, ''तुला यश मिळेल अशी अपेक्षा आहे माझी.''

१३

"मॅडम, मी खात्री देतो की कुणीही तुझा पाठलाग करू शकलेले नाही,'' टॅक्सी ड्रायव्हर म्हणाला.

मागच्या खिडकीतून नजर टाकता येईल आणि पुढला रस्ताही दिसेल अशा तऱ्हेने टॅक्सीकॅबच्या जंपसीटवर – ड्रायव्हर आणि शेजारचा प्रवासी यांच्या मधल्या सीटवर – बसलेल्या डेलाचाही तसाच विश्वास असावा. "मला वाटते आता ठीक आहोत आपण,'' ती म्हणाली.

"कुठे जायचे?'' कॅब ड्रायव्हरने विचारले.

"युनियन टर्मिनल.''

पुढल्या वळणावरून गाडी वळवता वळवता दिलखुलासपणे तिच्याकडे बघत ड्रायव्हरने विचारले, "काय भानगड आहे? ...नवरा?''

डेलाने मान डोलावली.

"तुझ्यासारख्या मुलीशी लग्न झालेल्या माणसाला तो किती नशिबवान आहे हे कळायला हवे होते,'' तो मनापासून म्हणाला. "तो तुझ्याशी नीट वागत नसेल तर कुणीतरी त्याच्या नाकाडावर ठोसा हाणायला हवा.''

डेला म्हणाली, "शक्य आहे की थोडीशी माझी चूकही झाली असेल.''

"तुझी चूक?'' ड्रायव्हर उद्गारला. "माझ्यासारखा माणूस जेव्हा वर्षानुवर्षे गाडी चालवतो तेव्हा तो माणसांना ओळखायला शिकतो. तुझ्याबरोबर नीट राहता न येणारा माणूस म्हणजे –''

"आभारी आहे तुझी,'' डेला हळूच म्हणाली.

आपल्या सीटवर वळून त्याने आपले खांदे ताठ करत म्हटले, "स्टेशनवर पोहोचलीस की, तू तुझ्या कामाला लाग. तिथे कुणी तुझी वाट बघत असला आणि तुला नुसता काही बोलला तरी मी बघतो काय करायचे ते.''

"छे! छे! तसे एवढे काही नाही,'' डेला म्हणाली. "ठीक आहे आता. तो तिथे नसणार हे ठाऊक आहे मला. मी कुठे चालले आहे, याची त्याला काहीही

कल्पना नाही.''

''निदान तो आपला पाठलाग तरी करू शकलेला नाही, तुझ्या बोलण्याचा तोच अर्थ असेल तर,'' कॅबी म्हणाला.

''तेच म्हणायचे आहे मला.''

ड्रायव्हर मोठ्याने हसला. ''कोणी आपल्यामागे यायचा प्रयत्न केला असेल, तर तो आत्तापर्यंत रुग्णालयामध्येच असेल. आम्ही सारखेच गाडी चालवत असतो. काय करता येईल आणि काय नाही, याचा बरोबर अंदाज असतो आम्हाला आणि जे करू शकतो ते कशा तऱ्हेने करायचे हेदेखील कळते. आठवड्यातून एखादे वेळी बाहेर पडणारा आणि महिनाभरात दहा-पंधरा तास गाडी चालवणारा माणूस असला, तर आमच्यासमोर टिकाव नाही लागणार त्याचा.''

''खरे आहे,'' डेलाने कबुली दिली.

आवाज न करता टॅक्सी पळत होती, ड्रायव्हरही थोडा वेळ गप्प होता. युनियन टर्मिनलपाशी गाडी थांबवताना ड्रायव्हर म्हणाला, ''मी तुला माझे कार्ड देऊन ठेवतो. तुझ्या मागावर कुणीनाही अशी खात्री करून घेऊन तुला आणखी कुठे जायचे असेल तर फोन कर मला. आज दुपारी ज्या ठिकाणी तू माझ्या गाडीत चढलीस तिथेच आसपास असतो मी. तिथेच स्टॅन्ड आहे माझा.''

''आभारी आहे,'' ती म्हणाली.

''आणि मी असताना कुणीही, कसलीही बळजबरी तुझ्यावर करू शकणार नाही.''

''तू फारच सज्जन माणूस आहेस.''

मीटरप्रमाणे पैसे देऊन तिने त्याला पंचवीस सेन्टची टिप दिली आणि हसून त्याचा निरोप घेतला.

ती प्रवेशद्वारातून डेपोमध्ये शिरेपर्यंत स्वप्नात असल्याप्रमाणे ड्रायव्हर तिच्याकडेच बघत बसला. मागच्या गाडीचा हॉर्न पुन्हा पुन्हा वाजायला लागल्यावर त्याला वाहतुकीचे नियम आणि वास्तव आयुष्याचे भान आले.

डेला स्ट्रीटला, कॅरोल बरबॅन्क, टेलिफोन आणि टेलिग्राफ सर्व्हिसच्या भागात एका टेलिफोन बूथजवळ उभी राहिलेली आढळली.

''हॅलो,'' कॅरोल उत्स्फूर्तपणे हसून हात पुढे करून म्हणाली, ''मिस्टर मेसनने फोन करून सांगितले की तू इथे येऊन भेटशील मला.''

डेला स्ट्रीटने मान डोलावली. ''त्याने मला काही स्पष्ट सूचनाही दिल्या आहेत.''

''मलाही तसे म्हणाला तो.''

''त्याच्या सूचनांप्रमाणे तू वागणे खूप महत्त्वाचे आहे, असे त्याला वाटते आहे.''

“अर्थातच,” कॅरोल हसत म्हणाली. “मी काय करावे, हे सांगण्यासाठीच ॲटर्नीला फी दिल्यावर त्याचा सल्ला झिडकारणे मूर्खपणाचे ठरेल.”

“तुझे वडील कुठे आहेत?” डेलाने विचारले.

कॅरोलच्या चेहऱ्यावर चिंता दिसली. “मलादेखील ते कळून घ्यायला आवडेल. मी त्यांना फोन करायचा खूप प्रयत्न करत आहे.”

“शुक्रवारी दुपारी स्किनर हिल्सला जाऊन तो फ्रॅन्क पालेर्मोशी बोलला होता?”

“शुक्रवारी दुपारी?”

“हो!”

“शक्यच नाही. त्याच दिवशी सर्फ ॲन्ड सन मोटेलमध्ये राजकारणी लोकांबरोबर मीटिंग होती. आठवते?”

“ठीक आहे. तू आता माझ्याबरोबर येणार आहेस आणि काही काळ कुणाच्या दृष्टिसही पडणार नाहीस. बॉसची आज्ञा आहे.”

“वर्तमानपत्रांच्या वार्ताहरांपासून मला दूर ठेवतो आहे?”

“मी विचारले नाही त्याला,” डेला स्ट्रीट म्हणाली आणि हसली. “असे विचारता येत नाही. माहीत आहे ना तुला?”

“त्याची विचारचक्रे झपाटलेल्या वेगाने फिरत असताना त्याला मध्येच अडवून हे का करायचे आणि ते का करायचे नाही विचारले, तर त्याला ते अजिबात आवडणार नाही हे खरे. ठीक आहे. निघू या आपण.”

“मला वाटते आपण टॅक्सी कॅब घेऊ या,” डेला म्हणाली.

त्या टॅक्सीच्या दिशेने निघाल्या.

“आज पुन्हा गार वारा वाहायला लागला आहे आणि मला वाटते की मी कोट घालावा आणि हातमोजे चढवावेत. अर्ध्या तासापूर्वीसुद्धा हवा किती छान होती.”

“मी पर्स धरते तुझी,” डेलाने तयारी दर्शवली.

कॅरोल बरबॅन्कने कोट चढवला. पर्स उघडून, हातमोजे बाहेर काढताना पर्समधून पेस्टबोर्डचा – एका जाडसर कागदाचा – चौकोनी तुकडा उडत-उडत जमिनीवर पडला.

डेलाने कॅरोल बरबॅन्ककडे बघितले, तर तिच्या चेहऱ्यावर कुठल्याच भावना उमटलेल्या दिसल्या नाहीत. तिच्या काही लक्षातच आलेले नव्हते.

डेला स्ट्रीट वळली, तर हसऱ्या चेहऱ्याने एक माणूस पुढे झाला आणि हॅट उंचावून त्याने तो कागदाचा चौकोनी छापील तुकडा तिच्यापुढे धरला.

डेला स्ट्रीटने हसूनच त्याचे आभार मानले.

कॅरोल बरबॅन्क कुतूहलाने डेला स्ट्रीटकडे बघत असताना डेलाने विचार न करता तो कागदाचा तुकडा आपल्या कोटाच्या खिशात ठेवला. चौक पार करून

कॅब स्टॅन्डजवळ येत असताना डेलाने तो खिशातून काढून पटकन बघितला.

डेपोमधल्या पार्सल ठेवण्याच्या स्टॅन्डची ती पोचपावती होती.

अचानक डेला म्हणाली, ‘‘एक मिनिट, मिस बरबॅन्क. मी बॉसला जरा फोन करून येते. थोडी थांबशील का?’’

‘‘जरूर. पाहिजे तर मी बरोबर येते.’’

‘‘तेवढा त्रास नको घेऊ. मी अशी जाते आणि येते.’’

‘‘असू दे. मी येते तुझ्याबरोबर!’’

‘‘या डेपोमधून तुला काही घ्यायचे नाही ना?’’

‘‘नाही.’’

‘‘बॅग वगैरे काही?’’

‘‘छे! टेलिफोन करायला चांगली जागा म्हणून केवळ मी इथे आले. आणि इथे कधीही टॅक्सी मिळू शकते. हल्लीच्या दिवसांत हवी तेव्हा टॅक्सी मिळत नाही.’’

‘‘हो, आहे खरे तसेच. एकदा तर मला इतका वेळ टॅक्सीसाठी थांबावे लागले की, माझी हेअर ड्रेसरची ठरवलेली वेळही चुकली. आलेच मी, मिस बरबॅन्क.’’

डेला स्ट्रीट टेलिफोन बूथमध्ये शिरली. कॅरोल बरबॅन्क बाहेर उभी राहिली.

तिने मेसनच्या केबिनमधला अनलिस्टेड नंबर फिरवला. रिसीव्हर उचलल्याचा आवाज आला आणि नंतर सावधपणे बोलणाऱ्या मेसनचा आवाज, ‘‘हॅलो, कोण बोलते आहे?’’

‘‘डेला.’’

‘‘हॅलो, डेला. ठीक आहेस ना?’’

‘‘हो!’’

‘‘तुझा पाठलाग झाला नव्हता?’’

‘‘नाही.’’

‘‘तुझी खात्री आहे?’’

‘‘हो! कुणाला तशी संधीच नव्हती.’’

‘‘कॅरोल आहे तुझ्याबरोबर?’’

‘‘हो!’’

‘‘आत्ता हॉटेलमध्ये आहेस?’’

‘‘नाही. टर्मिनलमध्ये. ऐक चीफ. तिने हातमोजे काढण्यासाठी पर्स उघडली आणि एक पोचपावती खाली पडली. इथल्या पार्सल चेकिंग सर्व्हिसची आहे. तिने एखादे पॅकेज किंवा जे काही असेल ते, गेल्या दोन तासांमध्ये....’’

‘‘ती पोचपावती आता कुठे आहे?’’

‘‘माझ्याकडे.’’

"तिच्या लक्षात आले आहे?"

"नाही. ती तिच्याकडून पडल्याचेच तिला कळलेले नाही."

"ठीक आहे. तुझ्या पर्समध्ये एखादे पाकीट आहे?"

"आहे."

"त्याच्यावर माझे नाव लिही. ती पोचपावती आत घाल. हॉटेलमध्ये पोहोचल्यावर पाकीट रिसेप्शन डेस्कवर देऊन ठेव. मी पाकीट घेईन आणि जाऊन पार्सलही घेईन. त्यात काय आहे ते बघेन. कळले ना?"

"हो!"

"ठीक आहे. स्वत:ची काळजी घे."

"नक्की घेईन. बाय, चीफ!"

"बाय, डेला."

डेलाने फोन खाली ठेवला. ती काय करत आहे ते दिसू नये म्हणून ती स्टुलावर वळून बसली. आता बाहेरून कोणी बघू शकले नसते; कारण तिचा खांदा मध्ये आला असता. तिने पर्समधून एक रिकामे पाकीट काढून त्यावर मेसनचे नाव, त्याच्या कार्यालयाचा पत्ता खरडला, पोचपावती आत ठेवली.

बाहेर आल्यावर ती कॅरोलला घेऊन टॅक्सी स्टॅन्डकडे निघाली आणि एक रिकामी टॅक्सी येऊन थांबल्यावर त्या पुढे झाल्या.

"कुठे जायचे?" स्टार्टरने विचारले.

"आम्ही दोघी बरोबरच आहोत. वुडरिज हॉटेल."

"सॉरी. आत्ता आम्ही दोघाच जणांना एका टॅक्सीमध्ये बसवत नाही. तुला कुठे जायचे आहे, मिस्टर –"

एका पुरुषाने उत्तर दिले, "अकरावा रस्ता आणि फिरोरोआ."

"ठीक आहे, बस आत," स्टार्टर म्हणाला आणि त्याने ड्रायव्हरला सूचना दिल्या, "या स्त्रियांना प्रथम वुडरिज हॉटेलमध्ये घेऊन जा आणि नंतर याला अकरावा रस्ता आणि फिरोरोआ, जॅक. काही सामान आहे?"

कोणाकडेच नव्हते.

त्या पुरुषाला पहिल्या क्षणापासूनच आपल्या सहप्रवाशांबद्दल कुतूहल होते. ते दोन ब्लॉक अंतर जाईपर्यंत त्याने कसाबसा धीर धरला आणि मग तो हळूच म्हणाला, "हवा फार अचानकच गार पडली नाही?"

कॅरोल बरबॅन्क हसून म्हणाली, "झाले खरे तसेच. पण या काळात तसेच होते. उन्हाळ्याला अवकाश आहे अजून."

"कमी टॅक्सीकॅब्ज धावताना दिसतात," तो म्हणाला.

"बरोबर."

द केस ऑफ द क्रुकेड कँडल । ९३

"अर्थात माझी काही तक्रार नाही म्हणा," तो हसून म्हणाला. "त्यामुळेच ही संधी मिळाली आहे मला. तुम्ही मुली सॅन फ्रान्सिस्कोहून आलात का?"

आता मात्र उत्तर देण्यापूर्वी कॅरोलने डेला स्ट्रीटकडे नजर टाकली. त्या माणसाकडे हसल्यासारखे बघत ती म्हणाली, "नाही, पण मी गेले आहे तिकडे."

"मी तिथेच राहतो. कधीकधी कामानिमित्त इकडे यावे लागते. पण कधी परत जातो असे होते. इथे माणसांची गर्दीच फार. सॅन फ्रान्सिस्को हे खरे शहर आहे."

"सांभाळून बोल," कॅरोल बरबॅन्कने धोक्याचा इशारा दिला. "असे कुणी बोलले इथे तर गोळीच घालतात."

"त्याला माझा इलाज नाही. मला वाटते सॅन फ्रान्सिस्को... तुम्ही इथे लॉस एन्जलीसमध्ये राहता का?"

पुन्हा एकदा कॅरोलने डेला स्ट्रीटकडे नजर वळवली.

डेला स्ट्रीट हसली. "का? काय झाले? आम्ही इथेच राहत असलो, तर तू तुझे मत सांगायला घाबरशील का?"

"नक्कीच. मी उद्धटपणे बोलतो आहे असे वाटायला नको आहे मला."

"सॅन फ्रान्सिस्कोची माणसे लॉस एन्जलीसबद्दल बोलताना जरा उपहासानेच बोलतात. ते ऐकण्याची लॉस एन्जलीसच्या माणसांना सवय झाली आहे. पण सॅन फ्रान्सिस्कोपेक्षा इथे सूर्यप्रकाश जास्ती असतो ना? तिकडे खूप धुकेही असते ना?"

"धुके?" तो माणूस उद्गारला. "तेच तर सॅन फ्रान्सिस्कोचे वैशिष्ट्य आहे. सागरावरून धुक्याचे लोट यायला लागले की अंगात काय जोम येतो, उत्साह सळसळायला लागतो. सॅन फ्रान्सिस्को म्हणजे गडबड, धावपळ आणि धांदल तर लॉस एन्जलीस म्हटले की सर्व निवांत. तुम्ही खरंच इथे राहत नाही ना, काय?"

"आम्ही इथे राहत नसणार असे का वाटावे तुला?" डेलाने विचारले.

"उच्च राहणी – सळसळते रक्त."

"माझी समजूत होती की, हॉलिवुडची प्रसिद्धी सुंदर स्त्रियांसाठी आहे म्हणून."

"पण त्या बेगडी वाटतात. तुम्ही महानगरामधल्या स्त्रियांप्रमाणे वागता, इथल्या स्त्रियांसारख्या नाही. कपडेही त्यांच्यासारखे नाहीत. तुमच्याकडे काहीतरी... असे काहीतरी... आहे की –"

"आधुनिक शहरातील सुसंस्कृतपणाची झलक?" कॅरोल बरबॅन्कने सुचवले.

"बरोबर. अगदी तेच."

त्या दोघी जणी हसल्यावर तोही कसाबसा हसला. "मी जरा चेष्टा करतो आहे, तर तुम्ही दोघी माझीच फिरकी घेता आहात."

कॅब वुडरिज हॉटेलसमोर येऊन उभी राहिली.

"तुमचे हॉटेल अकरावा रस्ता आणि फिरोरोआ जवळ नव्हते याचे दुःख वाटते

मला,'' तो माणूस जरा खेदानेच म्हणाला. ''गुड बाय!''

त्यांनी एकदा हसून त्याच्याकडे पाहिले आणि कॅबचे पैसे दिल्यावर डेला स्ट्रीट आणि मागोमाग कॅरोल हॉटेलमध्ये शिरल्या.

''सुस्वागतम'' क्लार्कने त्यांचे स्वागत करत म्हटले. मग रजिस्ट्रेशनच्या कार्ड्सचा रॅक डेलाच्या दिशेने फिरवला.

फाउन्टन पेन उचलत डेला हळूच म्हणाली, ''मी मेसनच्या कार्यालयातून आले आहे. मी –''

''ओ! मी रिझर्व्हेशन करून ठेवले आहे. तू मिस स्ट्रीट?''

''हो!''

डेलाने रजिस्ट्रेशन कार्ड भरले आणि ती कॅरोल बरबॅन्कला म्हणाली, ''मी तुझेही नाव लिहिते. मधले नाव काय आहे तुझे?''

''एडिथ, पण मी क्वचितच वापरते ते.''

''ते ठीक आहे,'' डेला म्हणाली आणि तिने रजिस्टरवर नाव लिहिले. सी. ई. बरबॅन्क.

क्लार्कने घंटेवर हाताचा तळवा आपटला.

मेसनचे नाव आणि पत्ता लिहिलेले पाकीट पर्समधून काढून डेला स्ट्रीटने ते काउन्टरवर ठेवले. ''मेसनसाठी निरोप आहे,'' ती म्हणाली. ''तो नंतर येऊन घेऊन जाईल. कृपा करून तू –''

''त्याला मिळेल याची व्यवस्था करेन मी. तो स्वत: येणार आहे का दुसऱ्या कुणाला पाठवणार आहे वाटते तुला? आम्ही –''

लॉबीमध्ये नुकताच प्रवेश करत असलेला एक माणूस झपाट्याने डेस्कजवळ पोहोचला आणि त्याने अत्यंत महत्त्वाचे काम असल्याप्रमाणे क्लार्कचे लक्ष वेधून घेण्यासाठी घसा साफ करायला सुरुवात केली.

डेला स्ट्रीटच्या खांद्यावरून मागे बघत क्लार्क म्हणाला, ''एक मिनिट. मी या दोघींचे काम प्रथम बघतो.'' त्याने बेलबॉयला बोलावून या दोघींना सहाशे चोवीस आणि सहाशे सव्वीस या खोल्यांमध्ये नेण्यास सांगितले. ''बाथ उघडा की –''

''एक मिनिट,'' तो माणूस जोराने म्हणाला.

डेला स्ट्रीटला त्याचा स्वरच खटकला. ती दचकून मागे वळली, तर त्याने कोटाच्या कॉलरचा घडी असलेला भाग आपल्या मोठ्या पंजाने उघडला. नंबर, चिन्ह, अक्षरे असलेला बॅज दिसला. सॅन फ्रान्सिस्कोबाबत गप्पा मारणारा तो परका माणूस आता दिलखुलास वाटत नव्हता की, त्याची वागणूकही मित्रत्वाची नव्हती. त्याने डेला स्ट्रीटला बाजूला करून 'आ' वासून आश्चर्याने बघत असणाऱ्या क्लार्कच्या हातामधल्या पाकिटावर हात ठेवला.

''याचा अर्थ काय सांगू शकशील तू?'' डेला स्ट्रीटने रागानेच विचारले.

त्याची नजर कठोर आणि धारदार बनली होती आणि स्वरात उद्धटपणा होता. ''तुम्हा दोघींची मुख्यालयात भेट ठरली आहे. ज्या टॅक्सीमधून तुम्ही आलात तीच बाहेर उभी आहे.'' त्याच्या मागोमग आत शिरलेल्या एका साध्या वेशातला माणसाकडे वळून तो म्हणाला, ''त्यांच्यावर नजर ठेव, मॅक. तोपर्यंत मी या पाकिटात काय आहे बघतो.''

त्याने पाकिटातून पोचपावती बाहेर काढेपर्यंत तो माणूस जवळ पोहोचला होता. कॅरोल बरबॅन्कला दिसणार नाही अशा तऱ्हेने त्याने पोचपावतीवर नजर टाकली.

''ठीक आहे, मॅक. याच्याकडे मी बघतो. तू या मुलींना घेऊन मुख्यालयात जा. आपण तिथेच भेटू.''

''तुम्हा लोकांना बहुधा मी कोण आहे याची कल्पना नाही,'' कॅरोल बरबॅन्कने बोलायला सुरुवात केली. ''माझ्या बाबतीत तुम्ही –''

काही मिनिटांपूर्वी हसून खेळून गप्पा मारत असणाऱ्या त्या माणसाने तिच्याकडे रोखून बघितले. ''तू कोण आहेस ते आम्हाला माहीत नाही असा विचारही मनात आणू नकोस, मिस बरबॅन्क.'' त्याच्या आवाजात अधिकाराची गुर्मी होती. ''खरे तर तू कोण आहेस माहीत असल्यानेच आम्ही हे करतो आहोत. मला वाटते आता तुम्ही सरळपणे टॅक्सीमध्ये बसावे. का पोलिसांच्या गाडीमधून प्रवास करायला आवडेल?'' कॅरोल उभीच असल्याचे बघून तो म्हणाला.

''मला माझ्या वकिलाला फोन करायचा आहे,'' डेला स्ट्रीट गंभीरपणे म्हणाली.

''जरूर, जरूर,'' तो समजुतीने बोलल्यासारखा म्हणाला. ''पण तू इथून त्याला फोन करू शकत नाहीस. सर्व हॉटेललाच काय चालले आहे समजावे अशी तुझी इच्छा नाही ना? मुख्यालयातसुद्धा फोन आहे. तिथे गेल्यावर त्याला फोन करण्यासाठी तुला हवा तेवढा वेळ मिळेल.''

''पण मला इथूनच त्याला फोन करायचा आहे,'' फोन बूथच्या दिशेने पाऊल टाकत डेला म्हणाली, ''आणि काय चालू आहे ते सर्व जगाला कळले, तरी मला पर्वा नाही.''

त्या पोलीस अधिकाऱ्याचा हात तिच्या दंडावर पडला. तिला मागे खेचत आणि तिचे तोंड वळवत तो म्हणाला, ''ठीक आहे. मग मी तुम्हाला ताब्यात घेतो आहे.''

१४

पोलीस मुख्यालयातील खोलीच्या खिडक्यांवर गज होते. भरपूर दणके खाल्लेल्या पण स्वच्छ टेबलाभोवती डझनभर खुर्च्या मांडून ठेवल्या होत्या. एकाच कामासाठी वापरण्यात येणारी साधी खोली. आनंद होईल अशी, कलाकुसर केलेली एकही गोष्ट खोलीत दिसत नव्हती. कत्तलखान्यात घेऊन जायच्या जनावरांना कोंबण्यासाठी जसा तात्पुरता कोंडवाडा असतो, तशीच या खोलीत माणसे कोंबली जात. त्यांचे भवितव्य हातात असणाऱ्यांनी त्यांची भेट घ्यायचे ठरवेपर्यंत त्या माणसांनी फक्त वाट बघत या खोलीत वेळ काढायचा.

डेला स्ट्रीट आणि कॅरोल बरबॅन्क टेबलाच्या एका कोपऱ्याला, खिडकीजवळ बसल्या होत्या. टेबलाच्या समोरच्या बाजूला आणि त्या दोघींच्या आणि खोलीच्या दरवाजाच्या मध्ये त्यांच्यावर नजर ठेवण्यासाठी नेमलेला पोलीस अधिकारी हाताचे कोपर टेबलावर टेकून आणि शेजारच्या खुर्चीवर पाय ठेवून आरामात बसला होता. मध्यमवयीन आणि थोडा जाडाच होता.

वयामुळे कोणत्याही स्त्रीच्या सौंदर्याकडे त्याचे लक्ष जात नसे, आणि पोलीस खात्यात काढलेल्या अनेक वर्षांच्या अनुभवाने इतरांचे दु:ख, हालअपेष्टा यांचा त्याच्यावर परिणाम होत नसे. तो तिथे असूनही नसल्यासारखाच अलिप्त होता. कैदी आणि खोलीचे दार यांच्यामध्ये बसणे एवढीच त्याची ड्यूटी होती. त्याचे मन फार दूर होते. तो दुसऱ्या दिवशीच्या दुपारच्या घोड्यांच्या रेसेस जिंकण्याच्या टक्केवारीचा विचार करण्यात दंग होता, पेन्शन लागू झाल्यावर काय करायचे याची दिवास्वप्ने बघत होता, सकाळीच कजाग बायकोबरोबर झालेल्या भांडणाचा विचार करत होता. ती कोणत्याही वेळी, कशावरूनही त्याचा उद्धार करत असे. त्याला उत्तरे द्यायची असत, पण सगळे मुद्दे त्याला नंतर उशिरा सुचत. त्याच्या बायकोला मात्र ती नैसर्गिक देणगी होती. छे! तिच्या आईकडून मिळालेलाच वारसा असणार. दहा वर्षांपूर्वी मरण पावलेली. तिच्या आईबरोबर घडलेले काही प्रसंग त्याला आठवले. तिचे डोके फिरायला काही कारण लागत नसे आणि त्या वेळी मॅबेलच ते फार

मनाला लावून घेई; पण हे सर्व मॅबेल लठ्ठ होण्यापूर्वी. त्या आधी तिची शरीरयष्टी बांधेसूद होती. आता त्याचेही वजन वाढलेले आहे म्हणा. त्याने हॅन्डबॉल सोडायला नको होता. तो सुटला आणि याची सुरुवात झाली. आता त्याला नक्की त्याने हॅन्डबॉल कधी सोडला हे आठवेना, त्याला बहुधा फ्ल्यू झाला होता. नंतर काही काळ त्यांनी त्याच्या कामाचे तास बदलले आणि –

''टेलिफोन करण्याचा हक्क आहे मला,'' डेला म्हणाली.

त्याची विचारशृंखला तुटल्यामुळेच त्या पोलीस अधिकाऱ्याच्या चेहऱ्यावर आठ्या उमटल्या. त्याने वळून तिच्याकडे बघितलेदेखील नाही. तो यांत्रिकपणे म्हणाला, ''त्यांनी तुझ्यावर आरोपपत्र दाखल केले, तर तुला वकील मागायचा हक्क आहे.''

''आत्ताच्या आत्ता माझ्या ॲटर्नीला फोन करायची परवानगी मिळावी, अशी माझी मागणी आहे.''

तो अधिकारी काही बोलला नाही. आपण नक्की कोणत्या कारणामुळे हॅन्डबॉल खेळायचे थांबवले अशा विचारात तो गढला होता. पोलिसांच्या यंत्रणेत त्या वेळी काहीतरी उलथापालथ होत होती. कुंटणखाना चालवणारी मॅडम काहीतरी बोलली आणि कॅप्टनलाच ग्रॅन्ड ज्यूरीच्या चौकशीला सामोरे जावे लागले तोच काळ होता का तो, असा काहीतरी विचार त्याच्या मनात येत होता.

''मी काम करत असणाऱ्या फर्मचा मालक आणि माझा ॲटर्नीही असलेल्या पेरी मेसनशी संपर्क साधण्याचा हक्क आहे मला,'' डेला स्ट्रीट पुन्हा ठणकावून सांगत होती.

''या बडबडीने काही साध्य होणार नाही, सिस्टर.''

''मी माझी मागणी मांडली आहे. काही साध्य होते की नाही, ते बघू आपण. या बाबतीत काहीतरी कायदा आहे असे वाटते मला.''

''तू लेफ्टनंटशी बोल.''

''ठीक आहे, मग मला लेफ्टनंटशी बोलू दे.''

''तो तयार असेल तेव्हा येईल.''

''मी तयार आहे आणि मी काही लेफ्टनंटशी बोलत नाही... मी तुझ्याशी बोलते आहे.''

''मी फक्त माझ्या आज्ञा पाळतो आहे.''

''यामुळे तूच कशात तरी अडकशील हे तुला कळले आहे ना? पेरी मेसनला हे आवडणार नाही.''

''मॅडम, पेरी मेसनला हे आवडेल की नाही आवडणार याची लेफ्टनंटला अजिबात पर्वा नाही.''

''आणि त्याला एखादी गोष्ट आवडली नाहीतर त्याबाबत तो काहीतरी केल्याशिवाय

राहणार नाही. तो तुझ्याविरुद्धही आरोप दाखल करेल.''

आपले पाय दाणकन जमिनीवर आदळत तो डेला स्ट्रीटकडे वळला. ''माझ्याविरुद्ध आरोप?''

''अगदी बरोबर.''

''कोणत्या आधारावर?''

''मला माझ्या वकिलाशी संपर्क साधू दिला नाहीस आणि उपलब्ध असलेल्या मॅजिस्ट्रेटसमोर ताबडतोब घेऊन गेला नाहीस, या कारणांमुळे.''

''एक मिनिट,'' तो अधिकारी म्हणाला. ''तुला अजून अटक झालेली नाही.''

''मग मला इथे कशासाठी डांबून ठेवले आहे?''

''डिस्ट्रिक्ट ॲटर्नीला तुझ्याशी बोलायचे आहे.''

''पण मला डिस्ट्रिक्ट ॲटर्नीशी बोलायचे नाही.''

''ते तुझे नशीब.''

''म्हणजे साक्षीदार म्हणून इथे आणले आहे मला?''

''साधारण तसेच... हो! एका गुन्ह्याचा तपास चालू आहे.''

''साक्षीदार म्हणून मला इथे ठेवले असेल, तर त्यासाठी न्यायालयाचा हुकूम पाहिजे आणि अटक केली असेल, तर जवळच्या उपलब्ध मॅजिस्ट्रेटकडे उशीर न करता घेऊन जायला हवे.''

तो अधिकारी हसला. ''आम्ही मॅजिस्ट्रेट मिळण्याचीच वाट पाहत आहोत.''

''जशी तुझी इच्छा,'' डेला म्हणाली. ''पण तुझ्यावर आरोप ठेवले गेल्यावर मी तुला इशारा दिला नव्हता असे म्हणू नकोस. तू बराच काळ या पेशात काढलेला दिसतोस. आता तुझे पेन्शन रद्द होण्यासारखी कुठलीही गोष्ट तुझ्या हातून घडली तर ते दुर्दैव ठरेल.''

''कशाबद्दल बोलते आहेस तू?''

''माझ्या हक्कांवर गदा आणण्याचा आरोप जर सिद्ध झाला आणि त्याप्रमाणे तुझ्यावर –''

''पण मी फक्त माझ्या आज्ञा पाळतो आहे.''

''माझ्या वकिलाशी संपर्क साधू न देता मला अडकवून ठेवण्याच्या आज्ञा आहेत तुला?''

''तुला इथे ठेव असे मला सांगितलेले आहे.''

डेला स्ट्रीटच्या चेहऱ्यावर विजयाचे हास्य होते. ''आता तुझ्या वरिष्ठ अधिकाऱ्यांवर कुणी दबाव आणला, तर ते काय म्हणतील माहीत आहे तुला? ते म्हणतील, आम्ही त्या अधिकाऱ्याला त्यांना या खोलीत फक्त बसवून ठेवायला सांगितले होते. त्यांना अटक झाली आहे असे आम्ही बोललो नव्हतो. आमची समजूत होती की,

गुन्ह्याचा तपास करण्यासाठी त्या स्वत:हून त्या ठिकाणी थांबायला तयार होतील, त्यांना त्यांच्या ॲटर्नीला फोन करू देऊ नकोस असे आम्ही त्याला सांगितले नव्हते. घटनेनेच त्यांना बहाल केलेल्या हक्कांपासून त्यांना वंचित ठेवण्याचा निर्णय आपण घेऊ शकत नाही, एवढे त्याला समजत असणार हे आम्ही गृहीत धरले होते. त्याने कायदा मोडला असेल, तर तो त्याने स्वत:च्या जबाबदारीवर मोडला आहे. आम्ही त्यासाठी जबाबदार नाही. आम्ही त्याला तशा कुठल्याच आज्ञा दिल्या नव्हत्या.' ''

''तू तर माझ्या बायकोसारखीच बडबड करायला लागली आहेस,'' तो म्हणाला. ''इथून तिथून शेवटी सर्व बायका सारख्याच.''

खुर्ची मागे सरकवून आणि कपाळावर आठ्या चढवून तो दरवाजाकडे निघाला. दार उघडून तो कॉरिडॉरमध्ये गेला. फक्त पाच-सहा इंचांची फट राहील, अशा तऱ्हेने ते धरून उभा राहिला.

''छान काम केलेस मिस स्ट्रीट,'' कॅरोल बरबॅन्क म्हणाली. ''तू त्याला चिंता करणे भाग पाडले आहेस.''

दारात उभ्या असलेल्या अधिकाऱ्याने उंच आवाजात कुणाचे तरी लक्ष वेधून घेण्याचा प्रयत्न केला. ''त्सू... त्सू, जिम!''

आणि नंतर दरवाजा खाडकन बंद केला.

पाच-एक मिनिटे दोघीच त्या खोलीत होत्या. नंतर दरवाजा उघडून तो अधिकारी म्हणाला, ''लेफ्टनंट आता तुम्हाला भेटायला तयार आहे.''

''यापुढे मला कुणाशीच काहीही बोलायचे नाही.''

''पण तुला टेलिफोन करायचा आहे, बरोबर?''

''हो!''

''या खोलीमध्ये टेलिफोन नाही. ज्या खोलीमध्ये टेलिफोन आहे तिथे तुम्हाला जायची इच्छा आहे ना? का नाही?''

''जायचे आहे.''

''मग या इकडून.''

त्या उठल्या आणि कॉरिडॉरमधून त्याच्या मागोमाग चालत निघाल्या. त्यांच्या पावलांचा आवाज कॉरिडॉरमध्ये घुमत होता. एक दरवाजा उघडत सुटकेच्या स्वरात त्या अधिकाऱ्याने म्हटले, ''लेफ्टनंट, त्या आल्या आहेत.''

खोलीच्या कोपऱ्यात ओकच्या लाकडाच्या साध्या टेबलाशी लेफ्टनंट ट्रॅग बसला होता. समोर अर्धवर्तुळात तीन खुर्च्या मांडून ठेवल्या होत्या.

''बसून घ्या,'' तो सभ्यपणे म्हणाला.

''मला मिस्टर मेसनला फोन करायचा आहे,'' डेला स्ट्रीट म्हणाली.

''त्या आधी मला काही प्रश्न विचारायचे आहेत.''

"मला मिस्टर मेसनला फोन करायचा आहे."

"मला तुझ्यामागे लागायची अजिबात इच्छा नाही, मिस स्ट्रीट," ट्रॅग म्हणाला. "पण स्वत:च्या भानगडी निस्तरण्यासाठी त्याने तुझीच मदत घ्यायला सुरुवात केली तर माझाही नाइलाज होतो. जे काही घडले त्याच्याशी पेरी मेसनचा संबंध आहे हे सिद्ध करायचे तर तुला प्रश्न विचारणे भाग आहे मला."

"काय घडले आहे?" डेला स्ट्रीटने विचारले.

"ते तुला माहिती आहे आणि मलाही माहिती आहे. तू आणि पेरी मेसन पुरावा दडवण्याचा प्रयत्न करत आहात."

"काय बडबडतो आहेस तू?"

"तू घाईघाईने मिस बरबॅन्ककडे गेलीस आणि ती सापडणार नाही अशा ठिकाणी तिला घेऊन जाण्याच्या प्रयत्नात होतीस."

"मी मिस बरबॅन्कला घेऊन हॉटेलवर गेले. तिचेच नाव देऊन रजिस्ट्रेशन केले. हा साक्षीदाराला दडवून ठेवायचा प्रकार वाटतो तुला? तू फक्त रजिस्टर बघितले असतेस तरी –"

"माहीत आहे मला," ट्रॅग म्हणाला. "तू फार हुशारीने वागलीस, पण हेतूही साक्षीदार सापडू नये असाच होता."

"मग प्रयत्न करून सिद्ध कर ते," डेलाने आव्हानच दिले.

"तेच तर दुर्दैव आहे ना!" ट्रॅग म्हणाला. "मिस बरबॅन्कला तिच्याच नावाने रजिस्टर करायच्या युक्तीमुळेच मला काही सिद्ध करता येत नाही."

"मग तू मला कशासाठी अडकवून ठेवले आहेस?"

"पण मी दुसऱ्या गोष्टीबाबत तुला अडकवून ठेवू शकतो," ट्रॅग हसूनच म्हणाला. "तू पुरावा लपवून ठेवायचा प्रयत्न केलास."

"कसला पुरावा?"

नाटकी आविर्भावाने लेफ्टनंट ट्रॅगने आपल्या टेबलाचा खण उघडून त्यातून स्त्रीच्या शूजची एक जोडी बाहेर काढली. "मला वाटते, 'मी हे शूज यापूर्वी कधीच बघितले नाहीत' असेच तू म्हणणार असशील?"

"नाही बघितले हे खरे आहे पण –" डेला तत्काळ म्हणाली.

तिचे बोलणे उडवून लावत ट्रॅग हसून म्हणाला, "पण दुर्दैवाने तुझे बोलणे आणि तुझे वागणे यात काही ताळमेळ नाही. पेरी मेसनने कॅरोल बरबॅन्कला हे शूज कागदात गुंडाळून, ते पार्सल युनियन टर्मिनलच्या पार्सल चेकिंग स्टेशनमध्ये ठेवून, त्याबद्दलची पावती घ्यायला सांगितली. तिने त्याप्रमाणे केले. पावती तुझ्याकडे दिली. तू ती पाकिटात घालून स्वत:च्या हाताने त्यावर 'पेरी मेसन' हे नाव लिहिलेस."

चार-पाच सेकंद डेला स्ट्रीट गप्प होती. मग तिने विचारले, "या शूजची काय

गडबड आहे?''

लेफ्टनंट ट्रॅगने हातात एक भिंग घेऊन एका शूच्या कोपऱ्यामधल्या तळव्यावरचा भाग बघायला सुरुवात केली. ''शूजमध्ये काही गडबड नाही, मिस स्ट्रीट. गडबड तू उडवली आहेस. ते शूज –''

खाडकन दार उघडून पेरी मेसन आत घुसला. ''ठीक आहे, लेफ्टनंट! झाले तेवढे खूप झाले.''

दुसऱ्या एका पोलीस अधिकाऱ्याने उघड्या दारातून डोके आत घालत विचारले, ''तू त्याला बोलावले होतेस का?''

''मी नव्हते बोलावले,'' ट्रॅगने उत्तर दिले.

आत पाऊल टाकून पेरी मेसनसमोर उभे राहत; तो अधिकारी त्याला म्हणाला, ''बाहेर.''

डेला स्ट्रीट घाईघाईने म्हणाली, ''लेफ्टनंट ट्रॅग, हा माझा ॲटर्नी आहे. माझ्यावर कुठला आरोप असेल, तर तोच माझा प्रतिनिधी आहे. माझ्यावर कुठला आरोप नसेल तर साक्षीदार म्हणून मला काहीही सांगायचे नाही. साक्षीसमन्स काढून पद्धतशीर चौकशी सुरू होईपर्यंत मी काहीच बोलणार नाही.''

''या दोन्ही स्त्रियांचा ॲटर्नी म्हणून माझी मागणी आहे की, त्यांना उपलब्ध असलेल्या जवळच्या मॅजिस्ट्रेटकडे ताबडतोब नेण्यात यावे.''

''आज रविवार आहे, मेसन. सोमवार सकाळपर्यंत कुठला मॅजिस्ट्रेट उपलब्ध असेल असे मला वाटत नाही,'' ट्रॅगने सांगितले.

''गैरसमज आहे तो तुझा.'' मेसनने त्याचे बोलणे थांबवत म्हटले. ''जज रॉक्समनने आपल्या कोर्टामध्ये जाऊन थांबण्याचे कबूल केले आहे. तो तिथे वाट बघत थांबणार आहे.''

ट्रॅगने हळूच आपली खुर्ची मागे सरकवली आणि एक नि:श्वास टाकत म्हटले, ''ठीक आहे. आत्तापुरते एवढेच.''

मेसनने डेला आणि कॅरोल यांना खूण केली.

''म्हणजे आम्ही जाऊ शकतो आता?'' कॅरोलने विचारले.

ट्रॅगने उत्तर दिले नाही. मेसनने पुढे जाऊन दार उघडून धरले. डेला स्ट्रीट थोडीशी घुश्श्यातच बाहेर पडली. मागोमाग कॅरोल. मेसन दार बंद करत असताना ट्रॅग उद्गारला, ''ती मध्यरात्रीपूर्वी परत येणार आहे, मेसन आणि त्या वेळी इथेच राहील.''

मेसनने दार ओढून घेतले. ट्रॅग जे बोलला होता, ते त्याला जणूकाही ऐकूच गेले नव्हते.

१५

कॅरोल बरबॅन्क मेसनच्या कार्यालयात बसली असताना म्हणाली, ''आपण निघत असताना लेफ्टनंट ट्रॅग तुला काय म्हणाला, ते मी ऐकले आहे. मला किती अवधी आहे?''

''माहीत नाही,'' मेसन म्हणाला. ''त्यांनी तुझ्या वडिलांना अटक केली आहे का आणि ते त्यांच्याजवळ काय बोलले आहेत, त्यावर अवलंबून राहील.''

''मला वाटत नाही ते डॅडना अडकवू शकतील. पण जर –''

तिचा आवाज बोलता बोलता थांबलेला दिसल्यावर मेसनने विचारले, ''पण काय?''

''ते कठीण परिस्थितीत सापडले आहेत.''

''मला माहीत नाही असे काय असेल ते सांग... बोलायला सुरुवात कर कारण... आणि बदल म्हणून जे सत्य असेल ते सांग.''

''मला भीती वाटते आहे.''

''ते सोड,'' मेसन जरा रागानेच म्हणाला. ''मी वकील आहे तुझा. तू माझ्याकडे जे बोलशील ते गुप्तच राहील.''

''पण मी सत्य सांगितले, तर तू आमचे प्रतिनिधित्व करणार नाहीस.''

''वेड्यासारखे बोलू नकोस,'' मेसन तडकून म्हणाला. ''मी ते आता करूच शकत नाही. आपण डेलालाही त्यात खेचले आहे. मला तिला तरी त्यातून बाहेर काढायलाच हवे.'' तू अगदी पहिल्यापासून जे काही घडले आहे, ते सांग.

''सगळे फार भयंकर आहे, मिस्टर मेसन. माझे म्हणणे पुरे होईपर्यंत तरी कृपा करून माझ्याबद्दल बरे-वाईट कुठलेच मत करून घेऊ नको.''

आता एकदा बोलायला लाग अशा अर्थाने मेसनने हात हलवला.

''या सगळ्याचा संबंध कित्येक वर्षांपूर्वी घडलेल्या घटनेशी आहे आणि इतक्या वर्षांनंतरही ती त्याची पाठ सोडत नाही. डाफने मिलफिल्डला त्याबद्दल माहीत होते आणि तिने त्याला तिच्या नवऱ्याच्या स्किनर हिल्स प्रोजेक्टला पाठिंबा

देणे भाग पाडले.''

''धमकी देऊन?''

''इतक्या रोखठोकपणे नाही... पण खरे तर तेच.''

''मी तेच म्हणेन या प्रकाराला.''

''सर्व कसे छानपणे केले. डाफने मिलफिल्डने माझ्या डॅडला फोन केला... जुन्या मैत्रीला उजाळा देण्यासाठी. अर्थात त्याचे रहस्य ती कधीच बाहेर फोडणार नव्हती. तेवढा विश्वास त्याने बाळगायला काहीच हरकत नव्हती. आणि दोन आठवड्यांनी फ्रेड मिलफिल्डने डॅडला फोन केला. स्किनर हिल्सच्या व्यवहारात त्याला आर्थिक पाठबळ हवे होते. त्यावर त्याच्या सर्व आशा केंद्रित झाल्या होत्या. तो व्यवहार पूर्ण व्हावा अशी डाफनेचीही खूप इच्छा होती.''

''नंतर काय झाले?''

''अशा तऱ्हेच्या व्यवहारांमध्ये सर्व योजनांवर ताबा ठेवावा लागतो, गुप्तता राखावी लागते. फ्रेड मिलफिल्डला याची कल्पना होती आणि त्याने व्हॅन न्युई नावाच्या कोणत्या तरी माणसाबरोबरही बोलणे केले होते. त्या माणसाशी माझा कधीच संबंध आलेला नाही. काराकुल मेंढ्यांमध्ये आपल्याला खूप रस आहे असे दर्शवत त्या दोघांनी प्रॉपर्टीज विकत घ्यायला सुरुवात केली. ते क्षेत्र कुणी कल्पनाही करू शकले नसते, एवढे चांगले निघाले. डॅडने पाण्यासाठी म्हणून एका प्रॉपर्टीवर विहीर खणतो आहे, असे भासवले आणि सर्वांची पूर्ण तयारी व्हायच्या आधीच तेल सापडण्याची लक्षणे दिसायला लागली.''

''म्हणजे मिलफिल्ड आणि व्हॅन न्युई श्रीमंत आहेत तर –''

''ते काही काळात श्रीमंत बनले असते आणि तिथेच प्रश्न निर्माण झाला. माझ्या डॅडला कोणी फसवणूक केली, तर ते अजिबात आवडत नाही. त्याच्या लक्षात आले की, फ्रेड मिलफिल्ड त्याचा विश्वासघात करतो आहे.''

''तो कसा?'' मेसनने विचारले.

''सर्व कागदपत्रे योग्य किमतीचीच बनवायची होती,'' कॅरोलने सांगितले. ''पण कोणी अडून बसले आणि सौदा पूर्ण होत नसेल, तर वरती रोख पैसे देऊन तो पूर्ण करायचा होता. फ्रेड त्याबाबतीत खोटेपणा करायला लागला. तो एक हजार डॉलर्स रोख द्यायचा आणि पाच हजार डॉलर्स दिले असे डॅडला सांगायचा. या रोख रकमेचा कुठे रेकॉर्ड नव्हता. कागदोपत्री नोंदच नव्हती. खरे-खोटे करायला वाव नव्हता.''

''तुझ्या वडिलांना हे कसे कळले?''

''त्याला संशय आला. तेव्हा शुक्रवारी संध्याकाळी तो फ्रॅन्क पालेर्मोला भेटायला गेला. तो एक सट्टेबाज आहे, अशी त्याने बतावणी केली. एका करारावर सही केली असली, तरी पालेर्मो दुसऱ्या करारावरही सही करायला मागे-पुढे करणार

नाही, याची त्याला कल्पना असल्यानेच त्याने फ्रॅन्क पालेर्मोची निवड केली होती.''

''आणि काय समजले त्याला?''

''पालेर्मोला फक्त एक हजार डॉलर्स दिले गेले होते, ही माहिती त्याला कळली.''

''आणि मिलफिल्डने त्याला किती पैसे दिल्याचे सांगितले होते?''

''चार हजार.''

''मग काय झाले?''

''डॅड संतापला. त्याने मिलफिल्डला गाठायचा प्रयत्न केला. मिलफिल्डने त्याला यॉट क्लबवर फोन करावा, असा निरोपही देऊन ठेवला. अपघाताबद्दलही डॅड रागावलाच होता. वडिलांच्या नावावर रजिस्ट्रेशन असलेल्या ट्रक्समधून मिलफिल्ड कारकुल मेंढ्यांची वाहतूक करत होता. अपघात झाल्यावर दुसऱ्या माणसाने ट्रकचा लायसन्स नंबर मिळवला होता आणि मिलफिल्डने त्याबाबत काही केले नव्हते. डॅडने आपल्या वकिलांना सांगितले की, हवे तितके पैसे देऊन ही भानगड मिटवा. त्याला भीती वाटत होती की, एखादा हुशार वकील... तू केलेस तेच करेल म्हणून. लायसन्स नंबरवरून शोध घेईल आणि लपून-छपून काय उद्योग चालला आहे त्याचा तपास करेल. ज्या प्रॉपर्टीजचे व्यवहार अजून पूर्ण झाले नव्हते, त्यांच्या किमती मग आकाशालाच भिडल्या असत्या.''

''ठीक आहे,'' मेसन म्हणाला. ''आपण पुन्हा मिलफिल्ड आणि तुझ्या वडिलांकडे वळू या. नंतर काय झाले?''

''शुक्रवारी सकाळी उशिरा मिलफिल्डने डॅडला फोन केल्यावर त्याला काय कळले आहे, ते डॅडने मिलफिल्डला सांगितले. मिलफिल्डने फसवणूक आणि अफरातफर केली आहे असे डॅड सिद्ध करू शकला असता, तर भविष्यकालीन नफ्यापासून डॅडने त्याला दूर केले असते. मिलफिल्ड घाबरला.''

''आणि त्याने काय सांगितले?''

''तो म्हणाला की, तो पालेर्मोला नौकेवर घेऊन येईल आणि तो खोटे सांगत होता, हे त्याच्याकडूनच वदवून घेईल. वडिलांचा याच्यावर अजिबात विश्वास नव्हता. पैसे चारल्यावर पालेर्मो काहीही कबूल करेल, याची त्यांना खात्री होती.''

''आणि मिलफिल्ड नौकेवर गेला?'' मेसनने विचारले.

''हो! पण दुपारी बऱ्याच उशिरा पोहोचला.''

''तिथे काय झाले?''

''मिलफिल्डने खूप आरडाओरडा केला, धमक्या द्यायला सुरुवात केली आणि तो डॅडला मारायला धावला. डॅडने त्यालाच हाणले आणि तो खाली कोसळला. कम्पॅनिअन वेवरून वर येऊन डॅडने मिलफिल्डच्या रोबोटची – वल्हवण्याच्या

होडीची – दोरी सोडली, डिंगीमध्ये बसला आणि आउटबोर्ड मोटर सुरू करून किनाऱ्यावर पोहोचला. तो मिलफिल्डला अटक करवणार होता.''

''मग त्याने तसे का केले नाही?''

''त्याने मला फोन केला. मी गाडी घेऊन झपाट्याने यॉट क्लबवर पोहोचले. मिलफिल्डची अवस्था बघेपर्यंत पोलिसांना कळवू नको, असे मी डॅडला सांगितले. डिंगी फ्लोटला – तरंगणाऱ्या तराफ्याला – बांधून ठेवली होती. मी तिच्यात बसून घाईघाईने नौकेवर गेले.''

''तिथे तुला काय आढळले?''

''मिलफिल्ड मृतावस्थेत जमिनीवर कोसळला होता. त्याचे डोके बहुधा खाली पडताना स्टेटरूमच्या उंबरठ्यावर आदळले होते.''

''पण तू पोलिसांना का कळवले नाहीस?''

''ते शक्यच नव्हते. डॅडच्या भूतकाळातील घटनाच आड येत होती.''

''त्या वेळी काय झाले होते?''

''अनेक वर्षांपूर्वी न्यू ऑर्लिन्समध्ये त्याची एकाशी मारामारी झाली होती. ॲन्डिरॉनवर – शेकोटीमधले ओंडके हलू नयेत म्हणून बाजूने मारलेल्या लोखंडी पट्ट्या – डोके आदळून तो माणूस मेला होता. कोणीही साक्षीदार नव्हते. त्या प्रकरणामधून त्या वेळी डॅड सुटला खरा पण आता जर पोलिसांना त्याचा जुना रेकॉर्ड कळला असता तर ते म्हणाले असते *दोन्ही* मृत्यू योजनाबद्ध खुनाची प्रकरणेच आहेत. *पूर्वी* एका माणसाला बेशुद्ध पाडून त्याने त्याचे डोके ॲन्डिरॉनवर आदळले होते आणि *आत्ताही* तसेच केले आहे.''

मेसनने फेऱ्या घालत विचार करायला सुरुवात केली.

''बाकीचे तुला माहीत आहे,'' कॅरोलने पुन्हा बोलायला सुरुवात केली. ''मी परत जाऊन डॅडला सांगितले की, मिलफिल्ड मेला आहे. डॅडने त्या रात्री जीवच दिला असता. मग त्या वेळी तो नौकेवर हजरच नव्हता असे दाखवण्यासाठी मी योजना आखली. लॅसिंग आणि इतर जण सर्फ ॲन्ड सन मोटेलमध्ये आहेत, हे मला माहीत होते. शुक्रवारी रात्री उशिरा आणि शनिवारी सकाळीही लॅसिंगने डॅडला फोन करायचा प्रयत्न केला होता. मी जडसन बेल्टिन याला घेऊन घाईघाईने सर्फ ॲन्ड सन मोटेलमध्ये गेले. लॅसिंग तिथून निघून जाण्यापूर्वी आम्हाला त्याला गाठायचे होते. पण तो हॉटेल सोडून निघून गेला होता.

''मग तू काय केलेस?''

''तोही लॅसिंगच्या पार्टीमधला एकजण होता, अशी बतावणी करून बेल्टिनने आणखी एका दिवसाचे भाडे भरले.''

''आणि तू वेगवेगळ्या गोष्टी तिथे ठेवल्यास?''

"हो!"

"आणि तुझे वडील कुठे होते?"

"आपण त्याला ज्या रेस्टॉरन्टमध्ये भेटलो तिथेच राहिले होते."

"तो तिथे आहे हे पोलिसांना कसे कळले?"

"आम्हीच ठरवलेल्या वेळी जडसन बेल्टिन याने पोलिसांना निनावी फोन करून माहिती दिली. डॅड पोलिसांना त्याच ठिकाणी सापडावा अशी माझी इच्छा होती. नंतर आपण अगदी परिणामकारक वेळी पोहोचायचे आणि डॅडने खिशातून चावी काढायची. सर्व कसे घडले ते तू पाहिले आहेस."

"तुझी योजना जवळजवळ यशस्वी झालीच होती."

"माहीत आहे मला."

"तू लॅसिंगला पटवायचाही प्रयत्न केलास?"

"हो! आणि तिथेच मी फार मोठी चूक केली. फक्त माझ्यासाठी म्हणून मी त्याला विनंती केली की, त्याच्याबरोबर असणाऱ्या माणसांबद्दल त्याने कुठल्याही प्रश्नांची उत्तरे द्यायची नाहीत. ती फार मोठी माणसे होती एवढेच म्हणायचे... डॅडही तिथे होता का असे कुणी विचारले तर... त्याने खोटे बोलायचे नाही, पण प्रश्नांची उत्तरे द्यायचे नाकारायचे. असा समज करून द्यायचा की, डॅड आणि त्याचे इतर व्यावसायिक सहकारी हजर होते. पण तो कुठलीही माहिती द्यायला तयार नाही."

"ठीक आहे. आपण पुन्हा नौकेवर काय घडले याचा विचार करू. मिलफिल्डची जी भानगड झाली त्यानंतर किती वेळाने तू तिथे पोहोचली होतीस?"

"तासाभराने. मी एका कॉकटेल पार्टीला गेले होते."

"आणि तुझे वडील कुठे होते?"

"ते त्यांच्या कार्यालयात होते."

"तू यॉट क्लबवर गेलीस तेव्हा किती वाजले होते?"

"माहीत नाही. पण अजून दिवस होता. ते आठवते मला."

"तू डिंगीमध्ये उडी मारलीस, आउटबोर्ड मोटर सुरू केलीस आणि नौकेवर गेलीस?"

"हो!"

"आणि मिलफिल्डचे प्रेतच आढळले."

"हो!"

"कुठे पडले होते ते?"

"तो जमिनीवर आडवा पडला होता. त्याचे डोके पितळेचा पत्रा ठोकलेल्या उंबरठ्यापासून इंच, दोन इंच अंतरावर होते."

"पण पोलिसांना ते प्रेत त्या ठिकाणी सापडले नव्हते."

“माहीत आहे. भरतीचे पाणी ओसरायला लागल्यावर नौका कलंडून ते प्रेत उजव्या बाजूला गडगडले असणार.”

“आणि त्या रक्ताळलेल्या पायाच्या ठशाचे काय?”

“मी जिना चढायला लागेपर्यंत मी रक्तामध्येच पाऊल टाकले होते, हे मला कळलेच नाही. उजवे पाऊल टाकताच माझ्या पायाला चिकटपणा जाणवला. खाली बघताच काय झाले ते माझ्या लक्षात आले.”

“मग तू काय केलेस?”

“मी दोन्ही शूज काढले. फक्त स्टॉकिंग्जमध्ये जिना चढले.”

“आणि नंतर?”

“डिंगीमध्ये चढल्यावर मी शूज धुतले. मला वाटले सगळे रक्त गेले असणार. नंतर माझ्या लक्षात आले की, थोडेसे वाळलेले रक्त शूचा तळपाय आणि वरच्या भागात तसेच राहिले होते. त्या शूजचे काय करावे ते मला कळेना. मी कागदामध्ये गुंडाळून त्यांचे पार्सल बनवले आणि युनियन टर्मिनलच्या चेकिंग काउन्टरवर जाऊन ते तिथेच ठेवायचे ठरवले.”

“आणि तू डिंगीमध्ये चढलीस तेव्हा नौका सरळ उभी होती आणि तू गेलीस तेव्हा ते प्रेतही हलवलेले नव्हते?”

“हो! तिथेच होते. डोके जवळजवळ उंबरठ्याला टेकले होते.”

“यामधून काहीतरी मार्ग असायलाच हवा. तुझ्यासाठी नाही, तुझ्या वडिलांसाठीही नाही, पण डेला स्ट्रीटसाठी तरी.”

तो फेऱ्या घालत होता आणि कॅरोल शांतपणे त्याच्याकडे बघत होती.

अचानक मेसनने फोन उचलला. “ते डेला स्ट्रीटचा पाठलाग करत नव्हते याचा अर्थ ते तुझा पाठलाग करत होते. ते तुझी प्रत्येक हालचाल बघत होते. नक्की एकापेक्षा जास्ती डिटेक्टिव्ह्ज होते. ती पावती तुझ्या पर्समधून खाली पडली. कोणीतरी उचलून ती डेलाच्या हातात ठेवली. कुणाला तसे करताना बघितलेस तू?”

“एका माणसाने तिला काहीतरी देताना मी बघितले होते खरे.”

“तो कसा दिसत होता?”

पन्नास-एक वर्षाचा असेल. त्याने राखाडी रंगाचा सूट घातला होता. हसरा चेहरा आणि –

“हसरा चेहरा विसर. त्याचे डोळे कुठल्या रंगाचे होते? केस कुठल्या रंगाचे होते?”

कॅरोलने मान हलवली. “पण त्याचे नाक वेगळेच होते. विचित्र. जरा जादाच रुंद वाटत होते.”

"पूर्वी नाकाचे हाड मोडले असेल?"

"असू शकेल."

"किती उंच होता?"

"मध्यम उंचीचा होता."

"वजनाने जास्ती?"

"रुंद खांद्याचा होता."

मेसनने फोनवर पॉल ड्रेचा नंबर फिरवला. "पॉल मला मनुष्यवध – होमिसाइड – खात्याशी संबंध असणाऱ्या एका डिटेक्टिव्हची पूर्ण माहिती हवी आहे. तो तरुणपणी मुष्टियोद्धा असावा. आता पन्नास-एक वर्षांचा असेल. फुटलेले नाक, रुंद खांदे, मध्यम उंची आणि राखाडी सूट वापरणारा. बाकी सर्व सोडून तू त्याच्यामागे लाग."

"त्याचे काय एवढे महत्त्व आहे?"

"कॅरोलच्या हातून खाली पडलेली पावती उचलून त्याने ती डेला स्ट्रीटच्या हातात ठेवली. तो पोलीस डिटेक्टिव्ह होता आणि पोलिसांनीच ती पावती डेला स्ट्रीटच्या हातामध्ये दिली, असे मी सिद्ध करायचा प्रयत्न करणार आहे. पोलिसांनीच तिला हकनाक या प्रकरणात गुंतवले आहे, असे दाखवायचे आहे. आले लक्षात?"

"आले," ड्रेकच्या आवाजात थोडी शंकाच होती. "पण हे काम सोपे नाही. तू जर –"

मेसनच्या केबिनवर ठोकाठोक सुरू झाली.

मेसनने शांतपणे फोन खाली ठेवला आणि खोली ओलांडून त्याने दार उघडले गणवेशामधल्या दोन अधिकाऱ्यांसह लेफ्टनंट ट्रॅग बाहेर उभा होता. चेहऱ्यावर स्मित हास्य होते आणि आत्मविश्वासही.

"मी सांगितले होते की, मी तिला घ्यायला परत येईन म्हणून," तो म्हणाला. "आणि या वेळी मॅजिस्ट्रेट असूनही उपयोग होणार नाही. आमची आरोपपत्र दाखल करायची तयारी आहे."

मेसन कॅरोल बरबॅन्ककडे वळून म्हणाला, "ठीक आहे सिस्टर! तयार राहा आता."

"कृपा करून वडिलांना शोध आणि…" ती मेसनला म्हणाली.

"वेड्यासारखे बडबडू नकोस," मेसन म्हणाला. "ट्रॅग आता तुझ्यावर आरोपपत्र दाखल करायला तयार झाला आहे, याचे कारण त्याने –"

"तुझ्या वडिलांना पकडले आहे," ट्रॅगनेच वाक्य पूर्ण केले.

"अगदी बरोबर," मेसन म्हणाला.

१६

रॉजर बरबॅन्क आणि कॅरोल बरबॅन्क यांची प्राथमिक सुनावणी जज नेवार्कसमोर होणार होती. कोर्टरूम भरलेली होती. या सुनावणीचे महत्त्व आणि दूरगामी परिणाम यांची जनतेला कल्पना होती, याचाच हा पुरावा होता.

डिस्ट्रिक्ट ॲटर्नींच्या कार्यालयालादेखील ही केस किती महत्त्वाची वाटत होती, याचा अंदाज डिस्ट्रिक्ट ॲटर्नी हॅमिल्टन बर्जर याच्या स्वत:च्या उपस्थितीमुळे येत होता. अत्यंत कुशल ट्रायल डेप्युटी मॉरिस लिन्टन त्याचा साहाय्यक होता.

सडसडीत बांध्याचा, सतत हातवारे वगैरे करणारा, वक्तृत्वाचे बाळकडू मिळालेला मॉरिस लिन्टन छोटेसे प्रास्ताविक भाषण द्यायला उभा राहिला.

"युवर ऑनर," त्याने बोलायला सुरुवात केली, "अशा तऱ्हेच्या प्राथमिक सुनावणीच्या वेळी प्रास्ताविक भाषण देणे असाधारण वाटत असले, आम्ही सादर करत असणारा बराचसा पुरावा परिस्थितीजन्य आणि अप्रत्यक्ष स्वरूपाचा असला, तरी बचाव पक्षाने साक्षीसमन्स बजावलेल्या साक्षीदारांची संख्या आणि केलेली तयारी लक्षात घेता अशीच कल्पना होते की, प्राथमिक सुनावणीच्या शेवटीच ही केस कोर्टाबाहेर उडवून लावण्याचा त्यांचा प्रयत्न असेल. म्हणूनच आम्ही काय सिद्ध करायचा प्रयत्न करत आहोत, याची कृपया कोर्टाने जाणीव ठेवावी.

"आम्ही सिद्ध करणार आहोत की, खुनाच्या रात्री रॉजर बरबॅन्क आणि फ्रेड मिलफिल्ड यांच्यामध्ये जोरदार हाणामारी झाली. त्यानंतर प्रतिवादी कॅरोल बरबॅन्क हिने खोटी साक्ष देऊन तिचे वडील इतरत्र उपस्थित असल्याचा आभास निर्माण करायचा प्रयत्न केला. एक राजकीय बैठक झाली होती, असा दावा करण्यात येणाऱ्या एका ऑटो कोर्टमध्ये सापडलेल्या रिकाम्या बाटल्यांवर कॅरोल बरबॅन्क आणि जडसन बेल्टिन यांच्या व्यतिरिक्त दुसऱ्या कुणाच्याही बोटांचे ठसे मिळालेले नाहीत. तरुणपणी मुष्टियुद्ध शिकलेला ताकदवान असा प्रतिवादी रॉजर बरबॅन्क याने फ्रेड मिलफिल्ड याला फसवून आपल्या नौकेवर आणून तिथे त्याचा खून केला असेही आम्ही सिद्ध करणार आहोत."

जजने पेरी मेसनकडे दृष्टिक्षेप टाकला. "तुला काही बोलायची इच्छा आहे, मिस्टर मेसन?"

मेसनच्या डाव्या हाताला बसलेला जॅक्सन पुढे वाकून कुजबुजला, "मला वाटते लिन्टनने त्याच्यावर छाप पाडली आहे. तू काहीतरी बोलावेस हे बरे."

मेसनने फक्त मान हलवली. "केस कुठल्या तऱ्हेने पुढे जाते आहे, हे कळेपर्यंत आम्ही थांबतो, युवर ऑनर!"

"ठीक आहे. फिर्यादी पक्षाने – प्रॉसिक्यूशनने – आपला पहिला साक्षीदार बोलवावा."

लेफ्टनंट ट्रॅगला बोलावल्यावर तो पुढे झाला. फ्रेड मिलफिल्डचे शव मिळाल्याबाबत, शवाची ओळख पटवण्याबाबत, कोणत्या स्थितीत ते पडलेले होते, नौका कुठे नांगरली याबाबतचे... थोडक्यात म्हणजे प्रेत सापडले होते आणि गुन्हा घडला होता दर्शवणारे – *कॉर्पस डेलिक्टी* – सर्व पुरावे त्याने सादर केले.

"तू उलटतपासणी घेऊ शकतोस," लिन्टनने मेसनला सांगितले.

मेसनने सहजपणाने प्रश्न विचारले.

"*खून नौकेवर झाला होता?*"

"हो!"

"आणि नौका कुठे नांगरून ठेवली होती?"

"काउन्सेलची थोडासाच वेळ थांबायची तयारी असेल, तर त्या प्रश्नाचे समाधानकारक उत्तर मिळेल. नकाशे, फोटो, आलेख वगैरे सादर करतील असे काही साक्षीदार आमच्याकडे आहेत," बर्जरने सांगितले.

"मग ते सादर होईपर्यंत या साक्षीदाराची उलटतपासणी पुढे ढकलण्याची संधी मला मिळायला हरकत नसावी," मेसन म्हणाला.

"आमची काहीच हरकत नाही," बर्जरने सांगितले.

"तेवढेच सध्या; लेफ्टनंट," मेसन हसून म्हणाला.

बर्जरने नंतर सर्व्हेअरला बोलावले. त्याने नौका नांगरल्याचे ठिकाण दर्शवणारा नदीच्या मुखाचा नकाशा नौकेचा अंतर्भाग, डेक आणि केबिन वगैरे दाखविणारी रेखाचित्रे सादर केली. "तू उलटतपासणी घेऊ शकतोस," तो नंतर विजयी स्वरात उद्गारला.

"पुराव्यासाठी दाखल केलेल्या क्रमांक-१ या दस्तऐवजावर फुली मारलेल्या ठिकाणी नौका नांगरलेली होती. बरोबर?" मेसनने विचारले.

"बरोबर!"

"त्या ठिकाणी पाणी किती खोल होते?"

सर्व्हेअर हसला. "कल्पना नाही. माहीत असलेल्या दोन जागा लक्षात घेऊन

मी नौका नांगरून ठेवलेली जागा शोधून काढली आणि भरती येणाऱ्या-जाणाऱ्या रुंद नदीच्या मुखाच्या नकाशावर ठेवून ती दाखवली आहे.''

''वेगळेच काहीतरी आहे खरे आणि पाणी किती खोल आहे ते तुला माहीत नाही?''

''नाही. मी सर्व्हेअर आहे, पाणबुड्या नाही.''

कोर्टरूममध्ये हशा पिकला.

मेसनच्या चेहऱ्यावरची सुरकुतीदेखील हलली नाही. ''एवढेच.'' तो म्हणाला.

सर्व्हेअर नंतर एक फोटोग्राफर आला.

त्याने नौकेच्या केबिनचा अंतर्भाग, जमिनीवर पडलेले फ्रेड मिलफिल्डचे शव, नांगरून पडलेली नौका, नौकेची उजवी बाजू, डावी बाजू, पुढला भाग, मागला भाग यांचे फोटे सादर केले.

''उलटतपासणी,'' लिन्टन म्हणाला.

''त्या ठिकाणी पाणी किती खोल होते?'' मेसनने थंडपणे प्रश्न केला.

कोर्टरूममधून हसल्याचे आवाज आले.

''मला माहीत नाही. मी फोटोग्राफर आहे, पाणबुड्या नाही,'' तो पटकन म्हणाला.

आता कोर्टामध्ये इतका हशा पिकला की, जजने शांतता निर्माण करण्यासाठी लाकडी हातोडा आपटला.

''बस, एवढेच,'' मेसन शांतपणे म्हणाला.

काळजीत पडलेला जॅक्सन पुन्हा पुढे वाकून मेसनच्या कानात कुजबुजला, ''सगळे प्रेक्षक तुझ्याकडे बघून हसत आहेत असे वाटते मला.''

''खरं की काय?'' मानसुद्धा न हलवता मेसन कुजबुजला.

बर्जरने डाफने मिलफिल्डला बोलावले.

काळा पोशाख परिधान केलेली, रडल्यामुळे डोळे सुजलेली मिसेस मिलफिल्ड साक्षीदाराच्या पिंजऱ्यात येऊन उभी राहिली.

खुनाच्या केसेसमधल्या मृत व्यक्तींच्या पत्नीला डिस्ट्रिक्ट ॲटर्नी खूप कळवळ्याने आणि सहानुभूतीने जो प्रश्न नेहमी विचारतात तोच डिस्ट्रिक्ट ॲटर्नीने विचारला, ''तूच मृत फ्रेड मिलफिल्डची विधवा पत्नी आहेस का?''

''हो,'' तिने कसेबसे उत्तर दिले.

''मिसेस मिलफिल्ड, या केसमधला एक आरोपी रॉजर बरबॅन्क याच्याशी तुझी ओळख आहे?''

''हो!''

''किती वर्षे तू ओळखतेस त्याला?''

''दहा वर्षे.''

''ज्या दिवशी तुझ्या नवऱ्याचा खून झाला त्या दिवशी रॉजर बरबॅन्कने तुझ्या

नवऱ्याला कुठल्या तरी विवक्षित ठिकाणी भेटायला सांगितले होते, असे तुला माहीत आहे?''

''हो! मिस्टर बरबॅन्कने फोन केला होता.''

''कधी?''

''सकाळी साडेअकराच्या सुमाराला.''

''फोन कुणी उचलला होता?''

''मी.''

''आणि तू रॉजर बरबॅन्कचा आवाज ओळखलास?''

''हो!''

''तोच आवाज जो तुझ्या दहा वर्षे ओळखीचा आहे?''

''हो!''

''आणि मिस्टर बरबॅन्क काय म्हणाला?''

''फ्रेड तिथे नव्हता कळल्यावर तो म्हणाला की, त्याला तातडीने फ्रेडची गाठ घ्यायची आहे आणि त्यासाठी दुपारी पाच वाजता फ्रेडने त्याच्या नौकेवर यावे. नौका नेहमीच्याच जागेवर नांगरलेली असेल. फ्रेडशी त्याला फारच महत्त्वाच्या बाबीबाबत बोलायचे आहे.''

''आणि तुला खात्री आहे की, तू ज्याच्याशी बोलत होतीस तो रॉजर बरबॅन्कच होता?''

''हो!''

''आणि हा निरोप तू तुझ्या नवऱ्याला दिलास?''

''हो!''

''कधी?''

''फोन आल्यानंतर वीस-एक मिनिटांनी.''

''कसा?''

''माझ्या नवऱ्याने मला फोन केला की, तो रात्री जेवायला येणार नाही आणि त्याला परत यायलाही खूप उशीर होईल. एखादे वेळी मध्यरात्रही उलटून जाईल.''

''आणि तेव्हा तू त्याला हा रॉजर बरबॅन्कचा निरोप दिलास?''

''हो!''

''त्यावर तुझा नवरा काय म्हणाला? काही बोलला का?''

''तो म्हणाला की, त्याचे आधीच फोनवर मिस्टर बर....''

''आक्षेप,'' मेसन म्हणाला. ''हा प्रश्न कायद्याला सोडून, असंबद्ध आणि अनावश्यक आहे. ती ऐकीव माहिती ठरेल.''

''मान्य आहे,'' जज नेवार्कने निर्णय दिला.

"तू उलट तपासणी घेऊ शकतोस," हॅमिल्टन बर्जर मेसनला म्हणाला.

मेसनशी कुजबुजत बोलायला जॅक्सन वाकला. "ती त्याला दहा वर्षे ओळखते हा एक सापळा आहे. डिस्ट्रिक्ट ॲटर्नी आशा बाळगून आहे की, तू त्या सापळ्यात अडकशील आणि जुनी केस या कोर्टासमोर आणायची तिला संधी मिळेल."

मेसनने मान डोलावत साक्षीदाराला विचारले, "मिसेस मिलफिल्ड, तू म्हणतेस की, तू रॉजर बरबॅन्कला दहा वर्षे ओळखतेस?"

"हो," तिचा आवाज कुजबुजल्यासारखा बारीक येत होता.

"त्याच्याशी तुझा चांगला परिचय आहे?"

"हो!"

"तो नेहमी लॉस एन्जलीसमध्येच राहत होता?"

"नाही."

"त्याच्याशी प्रथम ओळख झाली तेव्हा कुठे होता तो?"

"न्यू ऑर्लिन्समध्ये. मी स्वत: नौकानयन करत असे. मिस्टर बरबॅन्क यालाही त्यात खूप उत्साह आहे. तशीच भेट झाली आमची. प्रथम मी त्याला भेटले तेव्हा मी एक स्किफ – एकानेच चालवायची हलकी होडी – घेऊन जात होते. तो एक मचवा – वल्हवायची बोट – घेऊन जात होता आणि त्याने शर्यतच लावली माझ्याशी!"

"नवऱ्यापेक्षा जास्ती काळ तू ओळखतेस त्याला?"

"हो!"

"तूच तुझ्या नवऱ्याची मिस्टर बरबॅन्कशी ओळख करून दिली होतीस?"

"तसेच वाटते मला, हो!"

"आणि मधली बरीच वर्षे तू बरबॅन्कला भेटली नव्हतीस?"

"हो!"

"आणि नंतर तू त्याला फोन केलास?"

"केला होता."

"जुन्या मैत्रीची आठवण करून दिलीस?"

"हो!"

डिस्ट्रिक्ट ॲटर्नींच्या चेहऱ्यावर आनंदाचे, समाधानाचे भाव उमटले.

"मिसेस मिलफिल्ड, तू नक्की काय म्हणालीस त्याला?"

तिने चमकून डिस्ट्रिक्ट ॲटर्नींकडे बघितले. त्याने पटकन काहीतरी खूण केली असावी. "मी त्याला खात्री दिली की, न्यू ऑर्लिन्समध्ये ठोसा मारून एका माणसाला त्याने ठार मारल्यावर जी भानगड झाली होती, त्याबद्दल मी काही बोलणार नाही."

जजच्या कपाळावर आठ्या चढल्या.

"पण त्याला तसे वचन दिलेले असतानाही तू नवऱ्याला सांगितलेसच,"

मेसनच्या स्वरात काडीमात्र फरक नव्हता.

"मी त्याला आधीच सांगितले होते."

"आणि नवऱ्याच्या उद्योगामधल्या एका सहकाऱ्याला – हॅरी व्हॅन न्युईलाही; तू सांगितले होतेस?"

"हो! त्यालाही सांगितले होते."

"आणखी कुणी?"

"नाही, फक्त हेच दोघे जण."

"बरबॅन्ककडे जाऊन त्याला यांना आर्थिक मदत करणे भाग पाडावे यासाठीच तू या दोघांजवळ बोलली होतीस ना?"

"अजिबात नाही."

"मग का सांगितलेस त्यांना?"

"मला वाटले की, माझ्या नवऱ्याला माहीत असण्याचा हक्क आहे."

"आणि व्हॅन न्युईजवळ कशासाठी बोललीस? त्यालाही समजण्याचा हक्क आहे असे वाटले तुला?"

"युवर ऑनर," बर्जर मध्येच म्हणाला, "ही तपासणी भलत्याच दिशेने चालली आहे असे वाटते मला."

"अजिबात नाही," मेसन म्हणाला. "बरबॅन्कच्या भूतकाळाबद्दल चर्चा करायला साक्षीदार किती तत्परतेने तयार झाली हे कोर्टाच्याही लक्षात आले असणारच. मी तिची पक्षपाती आणि अन्याय्य दृष्टी दाखवतो आहे आणि जी गोष्ट रेकॉर्डवर यावी यासाठी ती उत्सुक होती, तिचा तपशील विचारतो आहे."

"तिचा पक्षपातीपणा नैसर्गिकच आहे. तो तसा *असणारच,*" बर्जर म्हणाला. "शेवटी त्या माणसाने तिच्या नवऱ्याचा खून पाडला आहे."

"आणि तिचा पक्षपातीपणा कुठल्या थराला पोहोचलेला आहे, हे दाखवण्याची संधी मलाही मिळायला हवी," मेसन म्हणाला.

"प्रश्नाचे उत्तर दे," जजने सूचना केली. "प्रश्न होता की, कोणी हॅरी व्हॅन न्युई यालाही बरबॅन्कच्या जुन्या भानगडीबद्दल माहिती असण्याचा हक्क आहे, असे तुला वाटले होते का?"

"शेवटी तो माझ्या नवऱ्याच्या उद्योगामधला सहकारी होता."

"आणि म्हणून त्याला समजण्याचा हक्क होता?" मेसनने विचारले.

"हो!"

"कारण तू या माहितीकडे उद्योगामधला एक मौल्यवान ठेवा म्हणून बघत होतीस?"

"अजिबात नाही!"

"पण त्या माहितीचा उपयोग तसाच केला गेला होता ना?"

"कोणाकडून?"

"तुझा नवरा आणि हॅरी व्हॅन न्युई यांच्याकडून."

"ती ऐकीव माहिती झाली," बर्जरने हरकत घेतली. "तिचा नवरा आणि बरबॅन्क यांच्यात काय बोलणे झाले, हे या साक्षीदाराला कळणार नाही. फक्त तिच्या नवऱ्याने तिला जे सांगितले असेल तेच तिला माहीत आहे. याशिवाय हा प्रश्न पति-पत्नींच्या संभाषणाबद्दल माहिती मिळवण्याच्या स्वरूपातला आहे."

"प्रश्न तिला माहीत होते की नाही, असा आहे!" कोर्टाने म्हटले. "ती तिची स्वत:ची माहिती आहे."

"मग तसे माहीत नाही मला," मिसेस मिलफिल्ड गोड आवाजात म्हणाली.

"पण बरबॅन्कशी तुझे बोलणे होण्यापूर्वी तुझा नवरा बरबॅन्कला कधी भेटलाच नव्हता ना?"

"नाही."

"आणि हॅरी व्हॅन न्युईसुद्धा?"

"नाही."

"पण बरबॅन्कच्या भूतकाळाबद्दल तू त्यांना सांगितल्यानंतर आठ-दहा दिवसांत त्याला भेटून त्यांनी त्यांच्या मोठ्या योजनेसाठी बरबॅन्ककडून आर्थिक मदत मिळण्याची व्यवस्थाही केली?"

"मिस्टर व्हॅन न्युई कधीही बरबॅन्कला भेटला होता असे मला वाटत नाही."

"म्हणजे योजनेसाठी आर्थिक मदत मिळवण्याची सर्व व्यवस्था फक्त तुझ्या नवऱ्यानेच केली?"

"हो!"

"तेव्हा व्हॅन न्युईला बरबॅन्कला भेटण्याचे काही कारणच नव्हते?"

"अं... तसेच."

"तेव्हा तुझा नवरा बरबॅन्कला भेटायला जाण्याचे एकच कारण होते. पैसे मिळवणे."

"पाठबळ मिळवणे."

"आर्थिक पाठबळ?"

"हो!"

"रोख रकमेच्या स्वरूपात?"

"हो!"

"तर मग," मेसनने साक्षीदाराकडे बोट रोखले आणि विचारले, "तू त्याला सांगितलेल्या माहितीचा गैरफायदा उठवून तुझ्या नवऱ्याने रॉजर बरबॅन्कला धमक्या

देऊन त्याच्याकडून पैसे उकळल्याबद्दल तू त्याला काही बोललीस का आणि –''

''युवर ऑनर,'' बर्जरने आक्षेप घेत उडीच मारली, ''हा प्रश्न असंबद्ध, कायद्याला सोडून आणि अनावश्यक आहे. ते पतिपत्नींमधले खाजगी संभाषण आहे. आम्ही विचारलेल्या प्रश्नांच्या आवाक्यातला हा प्रश्न नाही. ही उलट तपासणी वाहवत चालली आहे. ती अयोग्य आहे या मुद्द्यावर माझा या प्रश्नाला आक्षेप आहे.''

''पतिपत्नींमधल्या खाजगी संभाषणाचा मुद्दा ग्राह्य धरून मी आक्षेप मान्य करतो आहे,'' जजने निर्णय दिला.

मेसनने पुढला प्रश्न विचारला. ''मिसेस मिलफिल्ड, ज्या दिवशी तुझ्या पतीचे शव सापडले, त्या शनिवारकडे मी वळतो. त्या वेळी तू तुझ्या अपार्टमेन्टमध्ये होतीस आणि मी तुला भेटायला आलो होतो, आलो होतो ना?''

''हो!''

''तू रडली होतीस?''

''आक्षेप! अयोग्य प्रश्न,'' डिस्ट्रिक्ट ॲटर्नी म्हणाला.

''ही पक्षपाती वृत्ती होऊ शकते,'' मेसनने सांगितले.

''आक्षेप अमान्य.''

''मी तुझ्या अपार्टमेन्टमध्ये आलो होतो?''

''हो!''

''आणि तू रडत होतीस?''

''हो!''

''आणि मी तिथे असतानाच मनुष्यवध खात्याचा – होमिसाइड स्क्वॉडचा – लेफ्टनंट ट्रॅग तिथे आला. आला होता ना?''

''हो!''

''मी तुला सांगितले की, लेफ्टनंट ट्रॅगचा मनुष्यवध विभागाशी संबंध आहे आणि विचारले की, खून झालेल्या कुणाला तू ओळखतेस का म्हणून. त्यावर तू म्हणालीस, 'एखादेवेळी तो माझा –' आणि थांबलीस. तू तसेच बोलली होतीस ना?''

''हो!''

''आणि तो तुझा नवरा असू शकेल, असा विचार तुझ्या मनात होता?''

''हो!''

''तो तुझा नवरा असणार असा विचार तुझ्या मनात का आला होता, मिसेस मिलफिल्ड?''

''कारण... कारण तो रात्रभर घरी आला नव्हता आणि मला माहीत होते की, रॉजर बरबॅन्कबरोबर त्याचे भांडण झाले होते. माझ्या नवऱ्याने अफरातफर केली आहे असा बरबॅन्कने त्याच्यावर आरोप केला होता.''

“एवढेच, युवर ऑनर,” मेसन म्हणाला.

पुन्हा साक्षीदाराकडे वळून बघताना हॅमिल्टन बर्जर खुशीत होता. “केवळ लेफ्टनंट ट्रॅग आला आहे म्हणून मिस्टर मेसनने तुझी कड घेतली आणि डोळे सुजल्याचे कारण देता यावे म्हणून त्याने तुला कांदेही सोलायला सांगितले. सांगितले होते ना?”

“अर्थातच मी तसे सांगितले होते,” मेसन म्हणाला.

“प्रश्नाचे उत्तर दे,” बर्जरने साक्षीदाराला सांगितले.

“हो!”

“आणि *मेसनने तसे का केले असावे?”*

जजने मेसनकडे बघितले आणि म्हटले, “आक्षेप घेण्यासारखी बाब आहे ही, मिस्टर मेसन. अयोग्य प्रकारची पुनर्तपासणी आणि साक्षीदाराचा निष्कर्ष विचारणे – म्हणजे तुझी तशी इच्छा असेल तर!”

“मला अजिबात आक्षेप घ्यायची इच्छा नाही,” मेसन म्हणाला. “असे वाटले तरी हरकत नाही की, मी या तरुण स्त्रीला अकारण सल्ला दिला की ज्यामुळे तिला –”

“काही विशेष घडले नव्हते असे दाखवता यावे,” तुच्छतेनेच बर्जरने वाक्य पूर्ण केले.

“विशेष घडले नव्हते दाखवण्यासाठी नाही, तर कारण दर्शवण्यासाठी,” मेसन हसून म्हणाला.

कोर्टरूममध्ये हसण्याचे आवाज आले.

जजच्या चेहऱ्यावरही हसू उमटले, पण त्याने लाकडी हातोडा आपटून शांतता प्रस्थापित केली.

“आणखी काही प्रश्न?” त्याने बर्जरला विचारले.

“नाहीत युवर ऑनर.”

“मेसन?”

“नाहीत, युवर ऑनर.”

“साक्षीदाराला जायची परवानगी आहे. तुझा पुढला साक्षीदार बोलव, मिस्टर बर्जर.”

बर्जर गंभीरपणे म्हणाला, “माझा पुढला साक्षीदार जरा वेगळा असणार आहे, युवर ऑनर. इतर पुराव्यांबरोबर विचार केला, तर एक स्पष्ट योजना आकार घेते आहे असे वाटते.”

“ठीक आहे.”

“जे. सी. लॅसिंग,” बर्जरने साक्षीदाराचे नाव पुकारले.

पन्नासहून जास्तीच वयाचा, वाकलेला, उदास दिसणारा एक माणूस साक्षीदाराच्या पिंजऱ्यात येऊन उभा राहिला. त्याने अगदी ठरवून दोन्ही आरोपींच्या नजरेला नजर देण्याचे टाळले.

''तुझे नाव जे. सी. लॅसिंग, तेलाच्या विहिरी खणण्याची कॉन्ट्रॅक्ट्स घेतोस, ६८४२ला ब्रिये अव्हेन्यू, कोल्टन, कॅलिफोर्निया इथे राहतोस. बरोबर?''

''हो!''

''फ्रेड मिलफिल्डचे शव सापडले त्या शनिवारी तू सान्ता बार्बारामध्ये किंवा सान्ता बार्बाराच्या आसपास होतास. होतास ना?''

''हो!''

''आणि शुक्रवारी रात्री लॉस एन्जलीस आणि सॅन फ्रान्सिस्को जोडणाऱ्या महामार्गावरील सर्फ ॲन्ड सन मोटेलमध्ये भाड्याने घेतलेल्या १३ आणि १४ नंबरच्या कॉटेजेसमध्ये तू राहिला होतास?''

''हो!''

''सान्ता बार्बाराच्या जरा पुढे – व्हेन्चुरा आणि सान्ता बार्बारामध्ये ते मोटेल आहे ना?''

''हो!''

''तिथे असताना तू दुसऱ्या कुणाशी संपर्क साधला होतास?''

''हो!''

''टेलिफोनवरून?''

''हो!''

''कुणाबरोबर?''

''आक्षेप!'' मेसन म्हणाला. ''प्रश्न कायद्याला सोडून, असंबद्ध आणि अनावश्यक आहे.''

''मान्य.''

''आरोपींपैकी कुणाबरोबर?''

''हो!''

''मग तुमच्यात काय बोलणे झाले असे विचारेन मी.''

''तोच आक्षेप,'' मेसन म्हणाला.

जजच्या कपाळावर आठ्या चढल्या. ''या दोघांपैकी एका आरोपीशी बोलणे झाले असेल, मिस्टर मेसन –''

''काउन्सेलने जर साक्षीदाराला विचारले की, त्याने दोन आरोपींपैकी कुणाचा आवाज ओळखला होता का आणि त्यांच्यापैकी कुणी फोनवरती कसली कबुली दिली होती का तर ठीक आहे. पण साक्षीदार आरोपींशी काही बोलला असेल तर

ते पूर्णत: कायद्याला सोडून, असंबद्ध आणि अनावश्यक आहे.''

''मला वाटते हे म्हणणे बरोबर आहे,'' जजने निर्णय दिला.

''पण युवर ऑनर, मला दाखवायचे आहे की, या बोलण्यामुळेच आरोपींना कळले की साक्षीदार कुठे राहतो आहे, कळले की तो सर्फ ॲन्ड सन मोटेलमध्ये आहे.''

''आणि त्याचा कुठे संबंध येतो?'' जजने विचारले.

''ते मी पुढल्या साक्षीदाराला बोलावले की लक्षात येईल.''

जजचे खरे तर पूर्ण समाधान झाले नव्हते. थोड्याशा नाराजीनेच तो म्हणाला, ''ठीक आहे. तो विशिष्ट मुद्दाच उत्तरात येईल याप्रमाणे तू जर तुझा प्रश्न बदललास, तर मी परवानगी देईन त्या प्रश्नाला.''

''मान्य आहे, युवर ऑनर,'' बर्जर म्हणाला. ''मिस्टर लॅसिंग, तू आरोपीशी किंवा त्याच्या कार्यालयाशी संपर्क साधून तू कुठे राहतो आहेस सांगितले होतेस?''

''मी त्याच्या कार्यालयाशी संपर्क साधला होता.''

''आणि कुणाबरोबर बोललास?''

''जडसन बेल्टिन.''

''आणि मिस्टर बेल्टिन कोण आहे?''

''रॉजर बरबॅन्कचा सेक्रेटरी किंवा मॅनेजरसारखा आहे.''

''ते तुला माहीत होते?''

''हो!''

''स्वत:ला माहीत होते?''

''हो! स्वत:लाच माहीत होते.''

''मिस्टर बरबॅन्कशी धंद्याचे व्यवहार करताना तुला मिस्टर बेल्टिनलाच प्रथम भेटावे लागले होते?''

''हो!''

''आणि मिस्टर बेल्टिनला काय सांगितलेस तू?''

''स्किनर हिल्स प्रॉपर्टीवरील ड्रिलिंग कॉन्ट्रॅक्ट्स मला मिळू शकतील का, असे मी मिस्टर बेल्टिनला विचारले. मी त्याला सांगितले की मी सर्फ ॲन्ड सन मोटेलमध्ये आहे आणि दुपारपर्यंत तिथेच असणार आहे. काही नक्की झाले तर त्याने मला तिथे फोन करावा. त्याने मला सांगितले की –''

''मिस्टर बेल्टिन याच्याशी झालेले संभाषण नोंद करून घेण्यात काही अर्थ आहे असे मला वाटत नाही,'' जज म्हणाला. ''माझ्या समजुतीप्रमाणे तुला दाखवून द्यायचे आहे की, मिस्टर बेल्टिन याने ही माहिती नंतर एका किंवा दोन्ही आरोपींना दिली आणि त्या गोष्टीचा या केसशी संबंध आहे.''

“हो, युवर ऑनर!”

“त्या मुद्द्यावरचे उत्तर मी मान्य करेन. पण बेल्टिन आणि या साक्षीदारामध्ये झालेल्या इतर बोलण्याचा या केसशी काही संबंध नाही असे मला वाटते.”

“ठीक आहे, युवर ऑनर. आता मी मिस्टर लॅसिंगला विचारतो की, त्याने किती वाजता सर्फ अ‍ॅन्ड सन मोटेल सोडले.”

“सकाळी दहा वाजताच्या सुमाराला.”

“आणि जडसन बेल्टिन याच्याशी तुझे बोलणे कधी झाले होते?”

“शुक्रवारी दुपारनंतर, साधारण पावणे-पाच वाजता आणि शनिवारीसुद्धा.”

“तुझ्याबरोबर इतर काही माणसेही दोन्ही कॉटेजेसमध्ये राहिली होती?”

“हो!”

“कोण होती ती?”

“माझे काही सहकारी... ड्रिलर आणि माझा स्वत:चा एक भूगर्भ शास्त्रज्ञ, मला कधीकधी आर्थिक साहाय्य देणारा एक माणूस आणि माझ्या उद्योगाबाबत रस असणारा एक माणूस.”

“तू स्किनर हिल्सची तेल शोधण्यासाठी पाहणी करत होतास?”

“हो!”

“तुला कसे कळले की, तिथे तेलक्षेत्र आहे?”

“कळले म्हणेन किंवा तसे नसेलही,” लॅसिंग डोके खाजवत म्हणाला. “मी चुकूनच धडपडलो तिथे. मिलफिल्ड आणि बरबॅन्क एकत्र येऊन इथल्या बऱ्याच प्रॉपर्टीज विकत घेत आहेत असे माझ्या लक्षात आले. आमच्यासारख्या तेल उद्योगातल्या माणसांची एकाच भागामध्ये घडत असणाऱ्या अशा गोष्टींकडे नेहमीच नजर असते. त्यांनी काराकुल फर कंपनी स्थापन करून जमिनी विकत घ्यायला सुरुवात केली असली तरी मी फसणे शक्यच नव्हते.”

“तेव्हा तिथे जाऊन तू पाहणी सुरू केलीस?” बर्जरने विचारले.

“हो!”

“आता मी तुला एक प्रश्न विचारतो मिस्टर लॅसिंग. तू सर्फ अ‍ॅन्ड सन मोटेल सोडून गेल्यानंतर, तुझ्या तिथल्या वास्तव्याबद्दल एका आरोपीशी तुझे काही बोलणे झाले होते?”

जरा चुळबुळ करून मग लॅसिंग म्हणाला, “हो!”

“कुणाबरोबर?”

“कॅरोल बरबॅन्क.”

“तू काय म्हणालास?”

“मी धरून चालतो आहे की, डिस्ट्रिक्ट अ‍ॅटर्नी फक्त या केसशी संबंध

असलेल्या मुद्द्याबद्दलच उत्तर मिळवायचा प्रयत्न करतो आहे,'' जजने स्वत:ची खात्री पटवून घेण्यासाठी विचारले.

''हो, युवर ऑनर.''

''प्रश्नाचे उत्तर दे.''

''तिने मला विचारले की मी सांगेन का... किंवा मी माझ्याबरोबर कॉटेजेसमध्ये राहणाऱ्या माणसांची नावेच द्यायचे टाळले... मला काहीतरी लपवायचे आहे, असा मुद्दाम समज निर्माण केला... ती माणसे कोण होती, याबद्दल काही बोलायचे नाही.''

''आणि तू काय उत्तर दिलेस?''

''ठीक आहे, मी सांगितले. तसेच सांगेन.''

मेसनने जरा हेटाळणीच्या स्वरातच विचारले, ''आणि या बोलण्याच्या आधारावर तू म्हणणार आहेस की, तिने तुला खोटी साक्ष द्यायला फितवले म्हणून?''

''बरोबर,'' बर्जरने तडकूनच म्हटले.

मेसन हसला. ''तिने त्याला कोणतीही खोटी गोष्ट करायला सांगितली नाही.''

''मला वाटते तसेच सांगितले तिने,'' बर्जर म्हणाला.

''काउन्सेलनी आपापसातली चर्चा थांबवा,'' जजने सांगितले. ''तू तुझे प्रश्न विचारणे चालू ठेव, मिस्टर बर्जर.''

''मला यानंतर प्रश्न विचारायचे नाहीत.''

''उलटतपासणीचे काही प्रश्न विचारायचे आहेत, मिस्टर मेसन?''

मेसन हसून उद्गारला, ''हो, युवर ऑनर. मिस्टर लॅसिंग, मी तुला विचारतो की कॅरोल बरबॅन्कने, कोणत्याही वेळेला, खोटी असणारी कुठली गोष्ट सांगायला सांगितले होते?''

''तसा विचार केला तर नाही.''

''खोटी विधाने करायला सांगितली होती?''

''तिने मला गप्प बसायला सांगितले होते.''

''बरोबर. तिने बोलू नकोस सांगितले. साक्षीदार म्हणून बोलावले तर खरे बोलू नकोस असे सांगितले होते?''

''नाही.''

''फक्त गप्प राहा असे म्हणाली होती. बरोबर?''

''हो!''

''तुझ्याबरोबर केबिनमध्ये राहिलेल्या व्यक्तींची नावे उघड करू नकोस, असे सांगितले होते?''

''हो! तसेच.''

''तिचे वडील तिथे हजर नव्हते असे निश्चितपणे सांगायला सांगितले होते?''

"नाही."

"तुझ्याबरोबर मोटेलमध्ये असणाऱ्या कोणत्याच व्यक्तीचे नाव उघड करू नकोस असे सांगितले होते ना तिने? मला तू दिलेली साक्ष बरोबर कळली आहे ना?"

"बरोबर. हो, सर!"

"आणि तुझ्या मते कोणत्याही व्यक्तीमध्ये तिच्या वडिलांचा समावेश होऊ शकतो?"

"ओ! तुला नक्की काय म्हणायचे आहे ते आत्ता माझ्या लक्षात येते आहे. तिने तिथे हजर असणाऱ्या कोणत्याही माणसाचे नाव उघड करायला नकार द्यायला – एकूणच सर्व गोष्टींबद्दल गुप्तता बाळगायला सांगितले होते."

"तिचे वडील तिथे होते असे सांगायला नकार द्यायला सांगितले होते?"

"तिथे हजर असणाऱ्या कोणत्याही माणसाचे नाव सांगायला नकार द्यायला सांगितले होते."

"तिचे वडील तिथे होते असे सांगायला नकार द्यायला सांगितले होते?"

"तुला तसेच म्हणायचे असेल तर... मी *कोणतेही* नाव सांगायला नकार द्यायचा – कोणतेही नाव."

"तिचे वडील तिथे होते असे सांगायला नकार द्यायला सांगितले होते?"

"हो!"

"एवढेच, मिस्टर लॅसिंग. आभारी आहे."

मेसनने खुशीने हसत प्रॉसिक्यूशनच्या टेबलाकडे बघितले. "आता याला जर तू खोटी साक्ष द्यायला फितवले असे म्हणणार असशील."

लॅसिंग साक्षीदाराच्या पिंजऱ्यातून बाहेर पडला.

डिस्ट्रिक्ट ॲटर्नी संतापला होता. "गुन्हा घडला तेव्हा तिचे वडील अन्यत्र कुठेतरी होते, असा खोटा आभास निर्माण करण्याचा प्रयत्न कॅरोल बरबॅन्क या आरोपीने निश्चितच केलेला आहे."

"तिचे वडील तिथे हजर होते असे त्याला सांगायला तिने सांगितले होते, असे साक्षीदार म्हणत नाही. एखादा माणूस अन्यत्र ठिकाणी होता असे शपथेवर कोणीतरी सांगेपर्यंत तो माणूस तिथे होता याचा पुरावा ठरू शकत नाही. तिने त्याला सांगितले की माझे वडील तिथे होते ते तू नाकबूल कर."

"तरीही आपण तसे समजावे अशीच तिची इच्छा होती."

"डिस्ट्रिक्ट ॲटर्नीच्या कार्यालयाची काय समजूत व्हावी असे कुणाला वाटत असेल तर ती पूर्णपणे त्या व्यक्तीची वैयक्तिक आणि खासगी बाब आहे. पण त्याचा खोटी साक्ष देण्याशी वगैरे काही संबंध नाही," मेसनने सांगितले.

“मी काउन्सेलशी वाद घालत बसणार नाही,” बर्जरने फणकारून म्हटले. “सर्व संपायच्या आधी मी ते सिद्ध करेनच. आता मी पुन्हा लेफ्टनंट ट्रॅग याला बोलावणार आहे. कोर्टाला मी सांगू इच्छितो की याआधी *कॉर्पस डेलिक्टी* – प्रेत सापडले आहे आणि गुन्हा घडला आहे, एवढे सिद्ध करण्यापुरतेच मी त्याला बोलावले होते.”

“ठीक आहे,” कोर्टाने संमती दिली.

ट्रॅग पुन्हा साक्षीदाराच्या पिंजऱ्यात परतला.

“शनिवारी, म्हणजे ज्या दिवशी फ्रेड मिलफिल्डचे शव सापडले त्या दिवशी, तुझे कॅरोल बरबॅन्कबरोबर काही संभाषण झाले होते?”

“हो!”

“हे संभाषण कुठे झाले होते?”

“एका रेस्टॉरन्टमध्ये. मला वाटते *अडोब हट* नाव आहे त्याचे. लॉस एन्जलीस आणि कॅलाबासास या दोन शहरांमधल्या भागात आहे.”

“आणि त्या वेळी इतर कोणी हजर होते?”

“रॉजर बरबॅन्क, आरोपींपैकी एक आणि लॉस एन्जलीस पोलीस खात्यामधला जॉर्ज एव्हॉन.”

“त्या वेळी काय बोलणे झाले?”

“आरोपी कॅरोल बरबॅन्क म्हणाली की, तिचे वडील एका राजकीय कॉन्फरन्ससाठी गेले होते. आताच्या स्थितीत त्यांनी गुप्तता सोडून तो कुठे होता आणि तिथे काय घडले ते सांगावे.”

“ती कॉन्फरन्स सर्फ अॅन्ड सन मोटेलमध्ये झाली होती असे ती म्हणाली?”

“तिने तसे सूचित केले.”

“तिने वापरलेले शब्द तुला आठवतात?”

“दुर्दैवाने आठवत नाहीत. खरे तर त्या वेळी माझे जास्ती लक्ष रॉजर बरबॅन्कवर होते.”

“त्या संदर्भात रॉजर बरबॅन्कने काही सांगितले?”

“त्याने खिशात हात घातला आणि सर्फ अॅन्ड सन मोटेलमधल्या १४ क्रमांकाच्या केबिनची चावी बाहेर काढली.”

“तो तिथे राहिला होता असे त्याने सांगितले?”

“त्याने सूचित केले तसे.”

“साक्षीदाराचा निष्कर्ष या कारणाने हे उत्तर रेकॉर्डमधून गाळले जावे,” मेसन म्हणाला.

“मलाही तसेच वाटते,” कोर्टाने आपला निर्णय दिला. “साक्षीदार पोलीस

अधिकारी आहे. आरोपी काय म्हणाला ते तो सांगू शकेल.''

ट्रॅग हळूच हसत म्हणाला, ''त्याने खिशात हात घातला, मोटेलच्या १४ क्रमांकाच्या कॉटेजची चावी बाहेर काढली आणि ती माझ्या हातात ठेवली.''

''नंतर आरोपी रॉजर बरबॅन्कने तुझ्याबरोबर सर्फ ॲन्ड सन मोटेलमध्ये येऊन तिथे सापडलेला एक रेझरही स्वत:चा आहे म्हणून ओळखला?''

''हो!''

''तिच्या वडिलांचा रेझर सर्फ ॲन्ड सन मोटेलच्या १४ क्रमांकाच्या कॉटेजमध्ये सापडेल असे कॅरोल बरबॅन्कने तुला सांगितले होते?''

''सांगितले होते.''

''तू उलटतपासणी घेऊ शकतोस,'' बर्जरने सांगितले.

मेसनने हसऱ्या चेहऱ्याने प्रश्न विचारला. ''तिच्या वडिलांचा रेझर तिथे आहे असे कॅरोल बरबॅन्कने तुला सांगितले होते?''

''हो!''

''तिचे वडील तिथे गेले होते असे सांगितले होते तिने?''

''तिने स्पष्ट शब्दात तसे सांगितल्याचे मला आठवत नाही, पण तिच्या बोलण्यावरून तसेच वाटले.''

''म्हणजे त्याचा रेझर तिथे सापडला यावरून तू तसा निष्कर्ष काढला होतास?''

''तसेच थोडेफार. म्हणजे तू तशा तऱ्हेने म्हणत असशील तर.''

मेसन हसला. ''मला तशाच तऱ्हेने म्हणायचे आहे. तर तिने तुला सांगितले की तिच्या वडिलांचा रेझर तिथे आहे.''

''हो!''

''आरोपी बरबॅन्कने त्याचा रेझर तिथे आहे असे सांगितले होते?''

''हो! नंतर.''

''आणि तो रेझर दाखवला?''

''हो!''

''त्याचा आहे असे ओळखले?''

''हो!''

''आणि तो रेझर त्याचाच होता?''

ट्रॅग गोंधळल्यासारखा वाटला. ''मला माहीत नाही.''

''बरोबर,'' मेसन म्हणाला. ''त्याने तुला सांगितले की, त्याचा रेझर तिथे आहे. त्याच्या मुलीने तुला सांगितले की त्याचा रेझर तिथे आहे. तुला तिथे रेझर सापडला. पण तो त्याचाच रेझर आहे किंवा नाही हे सिद्ध करण्यासाठी तू काहीही केले नाहीस. केले आहेस काही?''

"तो तिथे मुद्दाम ठेवला गेला होता."

"तुझे निष्कर्ष मला नको आहेत, लेफ्टनंट. तो रेझर रॉजर बरबॅन्कचा होता किंवा नव्हता हे सिद्ध करण्यासाठी तू काही पावले उचलली होतीस?"

"नाही. मी तो रेझर त्याचा आहे असे गृहीत धरले."

मेसन हसला.

"कॅरोल बरबॅन्कने तुला सांगितले की, तिच्या वडिलांचा रेझर या मोटेलमध्ये आहे. रॉजर बरबॅन्कने कबूल केले की, त्याचा रेझर तिथे असू शकेल. तू त्याला तिथे घेऊन गेलास – तुला आढळले की, रेझर तिथे आहे. त्यानंतर दमदाटी करून तू त्याच्याकडून तो तिथे होता अशी कबुली मिळवायचा प्रयत्न केलास – त्याने ते नाकबूल केले, नाकबूल केले ना?"

"तो मनापासून तसे म्हणाला नाही, तेव्हा मला वाटते की तो खोटे बोलत होता. आणि मी त्याला दमदाटी करायचा प्रयत्न केला नव्हता."

"पण त्याने ते नाकबूल केले?"

"हो! पण अगदी मनापासून नाही."

"अगदी मनापासून नसेल – अर्ध्या मनापासून किंवा तीन चतुर्थांश मनापासून नसेल, पण त्याने ते नाकबूल केले होते?"

"हो!"

"युवर ऑनर, साक्षीदाराचे विधान पूर्वग्रहदूषित आहे. तो माणूस *जे म्हणाला असेल तेवढेच सत्य आहे.*"

जज नेवार्कने मान डोलावली. त्याच्या डोळ्यात वेगळीच चमक होती. थोडीशी कौतुकाचीही असेल. "मिस्टर मेसन, पुढे प्रश्न विचार. कोर्ट योग्य तऱ्हेने विचार करेल."

मेसन लेफ्टनंट ट्रॅगकडे वळला. "आणि आरोपी बरबॅन्कने तुला असेही सांगितले की तू त्याला जर जाहीरपणे विचारलेस की आदल्या रात्री तो सर्फ ॲन्ड सन मोटेलमध्ये राहिला होता का तर त्याला ते नाकबूल करावे लागेल. बरोबर आहे मी म्हणतो आहे ते?"

"हो! पण तो तसे म्हणाल्यावर, मी तो तिथे होता याची त्याने कबुली दिली आहे असाच अर्थ काढला."

"तो जे बोलला त्याचा तू काढलेला अर्थ होता तो."

"मला त्याच्या शब्दांमधून तोच अर्थ कळला होता."

"लेफ्टनंट, सुदैवाने आम्हाला तो काय बोलला होता, यावरून केसमध्ये निर्णय घ्यायचा असतो, तुला त्याच्या बोलण्याचा काय अर्थ कळला यावरून नाही."

"रेस्टॉरन्टमध्ये असताना त्याची मुलगी कॅरोल म्हणाली की, तो तिथे होता म्हणून."

"त्या वेळी मी तिथे हजर होतो. कॅरोलने नुसते सूचित केले की, आदल्या रात्री

एक राजकीय बैठक सर्फ ॲन्ड सन मोटेलमध्ये पार पडली असावी. नंतर तिने तिच्या वडिलांना सांगितले की, साक्रामेन्टो येथील मोठ्या राजकारण्यांची काळजी करायचे सोडून तो नक्की कुठे होता, हे त्याने तुला सांगायला पाहिजे. त्यानंतरच आरोपीने कोटाच्या खिशात हात घालून किल्ली काढली आणि ती टेबलावर ठेवली. तू झडप घालूनच किल्ली घेतलीस आणि बघितलेस की, ती सर्फ ॲन्ड सन मोटेलच्या १४ क्रमाकांच्या कॉटेजची किल्ली आहे. बरोबर लेफ्टनंट?''

''हो!''

''आरोपी रॉजर बरबॅन्कने तो तिथे होता, असे शब्ददेखील उच्चारले नव्हते. उच्चारले होते?''

''त्याने किल्ली काढून दिली पण –''

''आणि किल्ली काढून दिल्यानंतर सरळ तुझ्या नजरेला नजर भिडवत त्याने तुला सांगितले की, तू जर त्याला विचारलेस की तो आदल्या रात्री सर्फ ॲन्ड सन मोटेलमध्ये होता का, तर तो ते सरळ नाकबूल करेल म्हणून?''

''मला अगदी नक्की सर्व कसे घडले, याचा तपशील नाही आठवत.''

''आणि कॅरोल बरबॅन्क म्हणाली नाही का, 'पण डॅड, तुझा रेझर तिथे शेल्फवर आहे' किंवा अशाच अर्थाचे काहीतरी शब्द?''

''अं... हो!''

''आणि त्याचा अर्थ तू असा घेतलास की, तिचा डॅड तिथे होता अशी कॅरोल बरबॅन्कने कबुली दिली आहे म्हणून?''

''पण त्याचा रेझर तिथे होता,'' ट्रॅग बोलून गेला.

''अगदी बरोबर. त्याचा रेझर तिथे होता. मला वाटते लेफ्टनंट की, कोणत्याही माणसाने त्याने निवडलेल्या कुठल्याही ठिकाणी आपला रेझर ठेवणे, हा गुन्हा होत नाही याच्याशी तूसुद्धा सहमत होशील.''

''सगळ्या परिस्थितीची विचार करता मी काढलेला निष्कर्ष स्पष्ट वाटत होता.''

''तुझी इच्छा असेल तर तू तसा निष्कर्ष काढू शकतोस,'' मेसन म्हणाला, ''पण ज्यूरी केस चालवताना फक्त खऱ्या गोष्टींचाच विचार करणार. तू कुठल्या खोटी साक्ष दिल्याच्या गुन्ह्याबद्दल वगैरे विचार करत असशील, तर केले गेलेले विधान खोटे होते असे सिद्ध करावे लागेल. या केसमध्ये ज्याच्यावर आरोप आहे त्याने खरे विधानच अशा तऱ्हेने केले की, केस हाताळणाऱ्या पोलिसाला वाटले की ते खोटे आहे. माणूस खरोखर काय बोलला याला महत्त्व आहे आणि शपथेवर खोटी साक्ष दिली तरच तो गुन्हा ठरतो.''

''लॅसिंगने खोटी साक्ष द्यावी अशीच त्यांची इच्छा होती,'' ट्रॅग म्हणाला.

मेसनने भुवया उंचावल्या. ''ओ! त्याला कोणी शपथेवर खोटे सांगायला सांगितले होते?''

''ते सगळे झाले आहे आपले बोलून,'' ट्रॅग म्हणाला.

''झालं आहे खरं,'' असे म्हणत मेसन हळूच हसला. ''तर मग लेफ्टनंट ट्रॅग, शनिवारी सकाळी जेव्हा प्रेत सापडले, तेव्हा तुला रॉजर बरबॅन्कच्या नौकेवर बोलावले होते?''

''हो!''

''आणि तिथे थोडा तपास घेतलास?''

''हो!''

''आणि कम्पॅनिअन वेच्या एका पायरीवर तुला रक्ताचे डाग असणाऱ्या एका शूचा ठसा आढळला?''

''मी त्या विषयाकडे वळणारच होतो,'' बर्जरने घाईघाईने मेसनला आडवले, ''पण दुसऱ्या साक्षीदाराला प्रश्न विचारून.''

''मी आत्ताच तिकडे वळलो आहे,'' मेसन म्हणाला. ''खरे तर पोहोचलोच आहे तिकडे. त्या प्रश्नाचे उत्तर देणे शक्य आहे लेफ्टनंट?''

''हो, नक्कीच.''

''तर मग कम्पॅनिअन वेच्या एका पायरीवर तुला एक रक्ताचे डाग असलेला ठसा सापडला होता?''

''हो!''

''तू खात्री करून घेतली आहेस का....''

''ही उलटतपासणी योग्य नाही, युवर ऑनर,'' बर्जरने मध्येच अडथळा आणला. ''मला माझी केस पद्धतशीरपणे सादर करायची आहे. कॅरोल बरबॅन्कचा एक शू मला पुराव्यादाखल सादर करायचा आहे. मग मी त्या शूवरचे रक्ताचे ठसे दाखवणार आहे. आणि नंतरच कम्पॅनिअन वेच्या पायरीवरच्या रक्ताच्या ठशाकडे वळणार आहे.''

''पण मिस्टर मेसनला त्याच मुद्द्यावर उलटतपासणीमध्ये प्रश्न विचारायचे असतील, तर तू कशा तऱ्हेने पुरावा सादर करणार आहेस, यावर त्याने अवलंबून राहावे असे कारणच मला दिसत नाही,'' कोर्टाने आपला निर्णय दिला. ''हा साक्षीदार पोलीस अधिकारी आहे. त्याची तपशीलवार उलटतपासणी करण्याचा बचाव पक्षाला अधिकारच आहे. तू तर आता माहीत असलेले सर्वच काढून घ्यायला पाहिजे. तुकड्या तुकड्याने तुझी केस मांडू नयेस.''

''मी दुसऱ्या साक्षीदाराकडून शूच्या ठशाबद्दल माहिती काढून घेणार होतो, युवर ऑनर.''

"आत्ता मुद्दा असा आहे की या साक्षीदाराला त्या ठशाबद्दल माहिती आहे का?"
"तशी ती दिसते आहे."
"मग त्याला जी माहिती आहे ती सांगू दे त्याला," जजने सांगितले. "प्रॉसिक्यूशनला नाट्यपूर्ण आणि उत्कंठावर्धक शेवट करायच्या दृष्टीने केस तयार करायची असेलही. पण त्यासाठी कालहरण करायची कोर्टाची इच्छा नाही. कोर्टाला केस चालवायची आहे. साक्षीदार पोलीस अधिकारी आहे. उलटतपासणीच्या वेळी बचाव पक्षाला जास्तीतजास्त विचारस्वातंत्र्य मिळेल. कोर्टाला आक्षेप मान्य नाही. साक्षीदार प्रश्नाचे उत्तर देईल."

"हो," लेफ्टनंट ट्रॅगने दणकावून उत्तर दिले. "तसा ठसा कम्पॅनिअन वेच्या पायरीवर उठलेला होता. आणि ज्या शूचा तो ठसा आहे तो शूसुद्धा आत्ता माझ्याकडे आहे."

"बरोबर. आता आपण एक फोटोग्राफ बघू. पुराव्यासाठी दाखल केलेला दस्तऐवज क्रमांक-५च्या फोटोमध्ये एक मेणबत्ती दिसते आहे. तुझ्या लक्षात आली आहे?"

"तिथे एक मेणबत्ती होती, हे ठाऊक आहे मला."

"आता फोटोकडे नीट बघ," मेसन म्हणाला. "त्या मेणबत्तीवर लक्ष दे!"

"हो, सर दिसते आहे ती मला."

"मेणबत्तीकडे बघितल्यावर काही नेहमीपेक्षा वेगळे वाटते तुला?"

"नाही, सर! नौकेवरच्या ज्या केबिनमध्ये प्रेत सापडले, त्या केबिनमधल्या टेबलावर चिकटलेली मेणबत्ती आहे एवढेच."

"मेणबत्ती किती जळली आहे?"

"साधारण इंचभर. एखादे वेळी थोडीशी कमीच."

"नौकेमधल्या केबिनमध्ये जसे वातावरण होते, तशा वातावरणात याच प्रकारची मेणबत्ती पेटवल्यावर ती साधारण एक इंच जळायला किती काळ लागतो याबद्दल तू काही प्रयोग करून बघितले आहेस?"

"नाही, सर! नाही केले. मला गरज वाटली नाही."

"का?"

"कारण त्या मेणबत्तीला तसा काही अर्थ नाही."

"काही अर्थ नाही असे का वाटते तुला, लेफ्टनंट?"

"कारण मिलफिल्ड कधी मेला, कसा मेला ते आम्हाला माहीत आहे. आणि अंधार पडायच्या खूप आधी तो मेला होता. म्हणून मला वाटते की मेणबत्तीला तसे काही महत्त्व नाही."

"ही मेणबत्ती सरळ नव्वद अंशाचा कोन करून उभी नाही, एका बाजूला थोडी कललेली आहे हे लक्षात येते आहे तुझ्या, लेफ्टनंट?" मेसनने विचारले.

"हो!"

"कोनमापक घेऊन ती किती अंशात कलली आहे हे तू बघितले आहेस?"

"नाही."

"सत्य सांगायचे तर ती अठरा अंशांनी कललेली आहे का?"

"सत्य सांगायचे तर, मला माहीत नाही."

"नव्वद अंशाचा कोन करून उभी असण्याऐवजी ती साधारण अठरा अंशांनी कलली आहे असे वाटते तुला?"

"असू शकेल, हो!"

"आणि ती तशी का आहे, याचे कारण शोधायचा तू काही प्रयत्न केला आहेस?"

ट्रॅग हसून म्हणाला, "दिवसा उजेडी खून करण्यासाठी घाईघाईने ती टेबलावर चिकटवताना खुन्याच्या हातून तसे घडले असेल तरच. पण तो बहुधा इतक्या घाईत होता की मेणबत्ती सरळ लावायचे भान त्याला राहिले नाही."

"दुसरे कुठलेही कारण तुला देता येत नाही?"

"दुसरे कुठले कारण असू शकणार आहे?"

मेसन हसून म्हणाला, "एवढेच, लेफ्टनंट!"

बर्जरने कपाळावर आठ्या चढवून मेसनकडे बघितले. "या सगळ्याशी वाकड्या स्थितीत असणाऱ्या मेणबत्तीचा काय संबंध आहे?"

"तोच बचाव असणार आहे माझा."

"तुझा बचाव?"

"अगदी बरोबर."

बर्जर क्षणभर तरी थबकला, नंतर बढाईखोरपणे म्हणाला, "माझ्या तर्कसंगतीचा विचार केल्यावर तुझ्या या मेणबत्तीचा निभाव लागेल असे वाटत नाही मला."

कोर्टरूममध्ये हसण्याचे आवाज आल्यावर मेसनही त्यांच्याबरोबर हसला आणि मग पटकन म्हणाला, "तुझा युक्तिवाद इतका पोकळ ठरणार आहे, मिस्टर डिस्ट्रिक्ट ॲटर्नी की, ही मेणबत्तीच तुझ्या युक्तिवादाचे पार खंडण करून टाकणार आहे."

जजने आपला लाकडी हातोडा आपटला. "भलत्याच बाबतीत काउन्सेलनी एकमेकांच्या उखाळ्यापाखाळ्या काढणे टाळले, तर बरे पडेल. तुझा पुढला साक्षीदार बोलाव, मिस्टर बर्जर."

"मिस्टर ऑर्थर सेन्ट क्लेअर," बर्जरने सांगितले.

साक्षीदाराच्या पिंजऱ्यात आलेला माणूस पन्नाशीचा, सभ्य, हसऱ्या चेहऱ्याचा, स्वत:बद्दल आत्मविश्वास असणारा माणूस होता. त्याने शपथ घेतली.

"आमच्याबरोबर टॅक्सी कॅबमध्ये होता तो हाच माणूस," डेला स्ट्रीट मेसनच्या

कानात कुजबुजली. ''सॅन फ्रान्सिस्कोबद्दल बडबड करणारा. लक्ष ठेव त्याच्यावर. हुशार आहे.''

मेसनने मान डोलावली.

ऑर्थर सेन्ट क्लेअरने सांगितले की, तो लॉस एन्जलीस पोलीस दलाचा सदस्य आहे – प्लेन क्लोद्स डिव्हिजन – गणवेश घालायची सक्ती नसणारा विभाग. मग त्याने पूर्ण लक्ष त्याच्या बोलण्याकडेच लागले असल्याप्रमाणे डिस्ट्रिक्ट ॲटर्नीकडे बघितले. अत्यंत नम्रपणाने.

''आरोपी कॅरोल बरबॅन्कशी तुझी ओळख आहे?''

''हो, सर!''

''तू रविवारी तिला बघितले होतेस? फ्रेड मिलफिल्डचे प्रेत सापडल्याच्या दुसऱ्या दिवशी?''

''हो, सर!''

''कुठे?''

''अनेक ठिकाणी,'' तो माणूस म्हणाला. आणि हसला!

''म्हणजे काय?''

''मला तिचा पाठलाग करायचे काम दिले होते. मी तिच्या घरापासून तिच्या मागोमाग अनेक ठिकाणी गेलो.''

''युनियन टर्मिनललाही?'' बर्जरने विचारले.

''हो, सर! शेवटी ती युनियन टर्मिनललाही गेली होती आणि तिथून ती वुडरिज हॉटेलला गेली.''

''ती युनियन टर्मिनलला असताना दुसरे कुणी तिला येऊन भेटले का?''

''हो, सर!''

''कोण?''

''डेला स्ट्रीट, पेरी मेसनची सेक्रेटरी.''

''हा!'' हॅमिल्टन बर्जर उद्गारला. नुकत्याच पकडलेल्या उंदराकडे बघत असताना मांजराच्या चेहऱ्यावर जसे समाधानाचे भाव असतात तसेच भाव हॅमिल्टन बर्जरच्या चेहऱ्यावर उमटले. ''आणि मिस डेला स्ट्रीट तिला येऊन भेटल्यावर काय झाले?''

''त्या टॅक्सीकॅबमध्ये बसल्या आणि वुडरिज हॉटेलवर पोहोचल्या.''

''आणि त्या टॅक्सीकॅबमध्ये असताना तू कुठे होतास?''

तो माणूस हसला. ''मी त्यांच्याबरोबर त्याच टॅक्सीत होतो.''

''आणि त्या जे बोलत होत्या ते तू ऐकलेस?''

''हो!''

''आणि काय केले त्यांनी?''

“त्या वुडरिज हॉटेलवर गेल्या.”

“आणि त्या तिथे पोहोचल्यावर काय घडले?”

“मिस डेला स्ट्रीटने क्लार्कला सांगितले की तिची समजूत आहे की पेरी मेसनने फोन करून त्यांच्यासाठी जागा राखून ठेवायला सांगितले असणार. क्लार्कने सांगितले की तसा फोन आला होता. तिने दोघांचीही नावे रजिस्टर केली. मिस बरबॅन्कचे नाव लिहिताना नाव टाकण्याऐवजी मिस बरबॅन्कच्या नावाची आद्याक्षरे लिहिली. मागे मिस किंवा मिसेस असे देखील काही लिहिले नाही.”

“आणि नंतर?”

“मिस स्ट्रीटने पर्समधून पेरी मेसनचे नाव लिहिलेले एक पाकीट काढून, पेरी मेसन त्यासाठी येईल असे सांगत ते क्लार्कच्या हातात द्यायला हात पुढे केला.”

“आणि मग?”

“मी पुढे पाऊल टाकून त्यांना सांगितले की डिस्ट्रिक्ट ॲटर्नीला त्यांना भेटायचे आहे,किंवा त्यांना पोलीस मुख्यालयात यावे लागेल किंवा असेच काहीतरी.”

“आणि नंतर?”

“आणि मी ते पाकीट माझ्या ताब्यात घेतले.”

“तू काय केलेस?”

“मी ते उघडले.”

“आणि आतमध्ये तुला काय मिळाले?”

“लॉस एन्जलीस युनियन टर्मिनलच्या चेकिंग काउन्टरने दिलेली एका पार्सलची पोचपावती मिळाली.”

“ती पोचपावती नंतर ओळखायची पाळी आली तर ती ओळखता यावी म्हणून काही केलेस तू?”

“केले ना.”

“काय केलंस तू?”

“मी त्याच्यावर माझे नाव लिहिले.”

“म्हणजे त्याच्या मागच्या बाजूला तुझी सही केलीस?”

“हो!”

हॅमिल्टन बर्जरने जरा नाटकीपणानेच म्हटले, “मी आता लॉस एन्जलीस टर्मिनलवरच्या पार्सल चेकिंग सर्व्हिसने दिली असावी वाटणारी एका पार्सलची पोचपावती दाखवतो. तिच्या मागे शाईने नाव लिहिले आहे – ऑर्थर सेन्ट क्लेअर. तुला आता मी विचारतो की ती तुझीच सही आहे का म्हणून.”

“माझीच सही आहे ती. हो, सर!”

“आणि त्या पाकिटात हीच पोचपावती होती?”

"हो!"

"डेला स्ट्रीट वुडरिज हॉटेलमध्ये जिच्या संबंधात मिस्टर मेसन येऊन ती घेऊन जाईल असे म्हणत होती तीच ही पोचपावती आहे?"

"हो, सर!"

"आणि ही ज्या पाकिटावर पेरी मेसनचे नाव लिहिले होते, त्या पाकिटाच्या आतमध्ये होती?"

"हो, सर!"

"पेन आणि शाईने ज्या पाकिटावर 'मिस्टर पेरी मेसन", असे लिहिले आहे ते पाकीट दाखवून आता मी तुला विचारतो की, या पाकिटामध्येच ती पोचपावती ठेवलेली होती का?"

"हो, हेच पाकीट."

"मिस डेला स्ट्रीटने वुडरिज हॉटेलच्या क्लार्कच्या हातात दिले ते हेच पाकीट?"

"ती त्याच्या हातात देत होती, पण क्लार्कने ते घ्यायच्या आधी मीच ते तिच्या हातामधून काढून घेतले."

"आणि तीच पोचपावती घेऊन तू लॉस एन्जलीस टर्मिनलला गेला होतास?"

"गेलो होतो. हो, सर!"

"आणि ती तिथे दिलीस?"

"हो, सर!"

"आणि तुला काय मिळाले?"

"एक पार्सल."

"ते पार्सल तू उघडलेस?"

"त्या वेळी नाही. मी ते घेऊन पोलीस मुख्यालयात गेलो. ते तिथे उघडले गेले."

"पण ते उघडले तेव्हा तू तिथे हजर होतास?"

"हो!"

"आणि आतमध्ये काय होते?"

"शूजची जोडी."

"ते शूज तू पुन्हा बघितलेस तर ओळखू शकशील?"

"ओळखू शकेन. हो, सर!"

"हेच ते शूज आहेत का?" एक शूजची जोडी काढून बर्जरने विचारले.

साक्षीदाराने ते नीट बघून उत्तर दिले, "तेच आहेत, सर!"

"त्या शूजना बाहेरचे काही लागले आहे का, याची खात्री करून घेण्यासाठी त्या वेळी तू काही तपासणी केली होतीस?"

"हो, सर!"

"आणि काय आढळले तुला?"

"पायाचा तळ आणि वरचा भाग यांच्यामध्ये सुकलेल्या रक्तासारखे वाटणारे लालसर डाग आढळले."

"ते रक्ताचेच डाग आहेत की नाहीत, हे तुला माहीत नाही?"

"प्रयोगशाळेमधल्या तज्ज्ञाने तपासणी संपवून आपला निष्कर्ष सांगितला तेव्हा मी तिथे हजर होतो. त्याप्रमाणे –"

"जाऊ दे! जाऊ दे!" हॅमिल्टन बर्जर न्याय्यपणाने वागत असल्याचा आव आणत ओरडला. "मिस्टर मेसनने उगीच आक्षेप घ्यायला नको की, हा ऐकीव पुरावा आहे म्हणून. आपण सर्व गोष्टी पद्धतशीरपणे, परंपरागत पद्धतीने करू या. प्रयोगशाळेमधल्या तज्ज्ञाला बोलवू. काय आढळले याबद्दल त्यालाच साक्ष देऊ दे. तुला जे माहीत आहे त्याबद्दलच तू साक्ष देऊ शकतोस."

"हो, सर!"

"आणि तुला एवढीच माहिती आहे?"

"हो, सर!"

"उलटतपासणी," बर्जर मेसनकडे वळून म्हणाला.

मेसनने काही क्षण ऑर्थर सेन्ट क्लेअरकडे निरखून बघितले. साक्षीदार मेसनकडे वळला तेव्हा बाह्यात्कारी तरी तो सभ्य, मनमोकळा वाटत होता. मेसनचे प्रश्न ऐकायला तो आतुर झाला होता असाच भाव त्याच्या चेहऱ्यावर दिसत होता.

"तू कॅरोल बरबॅन्कच्या पाठलागावर होतास?"

"हो, सर! बरोबर!!"

"आणि या कामावर तू एकटाच होतास का तसा नव्हतास?"

साक्षीदार जरा घुटमळला. "माझ्याबरोबर दुसरा एक माणूस होता," तो म्हणाला. त्याच्या आवाजातला आत्मविश्वास अचानक कमी झाल्यासारखा वाटला.

"तो कोण होता?"

"एक डिटेक्टिव्ह."

"मनुष्यवध खात्यामधला?"

"साध्या वेषामधील डिटेक्टिव्ह."

"त्याचे नाव काय होते?"

साक्षीदाराने हॅमिल्टन बर्जरकडे नजर टाकली. बर्जर ताबडतोब म्हणाला, "आक्षेप, युवर ऑनर. प्रश्न कायद्याला सोडून, असंबद्ध आणि अनावश्यक आहे. उलटतपासणी कायद्याला सोडून आहे."

"आक्षेप अमान्य," जजने ताडकन निर्णय दिला.

"त्याचे नाव काय होते?'' मेसनने विचारले.

"हार्वे टीज.''

"त्या रविवारी तू आणि तो दोघे मिळून आरोपी कॅरोल बरबॅन्कचा पाठलाग करत होतात?''

"हो, सर!''

"युनियन टर्मिनलला तो तुझ्याबरोबर हजर होता?''

"हो, सर!''

"आत्ता कुठे आहे तो?''

"का? मला माहीत नाही.''

"शेवटचे तू त्याला कधी बघितलेस?''

"ते आठवत नाही मला.''

"आता तू जेव्हा म्हणतो आहेस की मिस्टर टीज कुठे आहे ते तुला माहीत नाही, तेव्हा त्याचा अर्थ काय?''

"मी म्हणतो तसाच. तो कुठे आहे ते मला माहीत नाही.''

"खरंच? म्हणजे आत्ता या क्षणाला तो *नक्की कुठे आहे*, याची तुला स्वत:ला माहिती नाही, असाच अर्थ आहे ना?''

"अं... हो, अर्थातच.''

"तो अजून पोलीस खात्यात नोकरीला आहे का, हे तरी तुला माहीत आहे?''

"मला वाटते असावा.''

"तो आहे असे तुला *माहीत आहे?*''

"मला स्वत:ला तशी माहिती नाही.''

"खरे बोलायचे तर मिस्टर टीज रजेवर गेला आहे. तो रजेवर जातो आहे असे त्याने तुला सांगितले होते आणि तो *कुठे जाणार आहे*, हेदेखील त्याने तुला सांगितले होते. सांगितले होते ना?''

सेन्ट क्लेअर बसल्या-बसल्या खुर्चीत चुळबुळ करायला लागला. "कोण काय सांगते ते मला माहीत नाही. मला स्वत:हून ज्या गोष्टी माहिती आहेत, त्यांच्याबद्दल मी साक्ष देऊ शकतो.''

"पण हे सत्य आहे, आहे ना?''

"आक्षेप! प्रश्न कायद्याला सोडून, असंबद्ध आणि अनावश्यक आहे,'' मॉरिस लिन्टन म्हणाला. "साक्षीदाराचे म्हणणे बरोबर आहे. ऐकीव माहिती विचारायचा काउन्सेलला काही अधिकार नाही.''

जज नेवार्क जरा रागानेच म्हणाला, "आक्षेप घ्यायला फार उशीर झाला आहे. मिस्टर टीज कुठे आहे हे त्याला माहीत नाही, असे साक्षीदाराने म्हणायच्या आधीच

तू जर आक्षेप घेतला असतास तर त्यात काही अर्थ होता. तो कुठे आहे, हे त्याला माहीत नाही, असे त्याने स्पष्टपणे म्हटल्यावर त्याचा नक्की अर्थ काय आहे, साक्षीदाराला ती माहिती कशी मिळाली हे विचारायचा काउन्सेलला अधिकार आहे. साक्षीदाराची प्रवृत्तीही अन्याय्य आणि पक्षपाती वाटते.''

''का ते कळत नाही मला,'' लिन्टन म्हणाला.

''साक्षीदारात शत्रुत्वाची भावना आढळते,'' जज ताडकन म्हणाला. ''मिस्टर टीज कुठे आहे हे त्याला माहीत नाही, पण तो रजेवर गेला आहे असे त्याला समजले आहे, असे सरळ शब्दांत साक्षीदाराने काउन्सेलला सांगायला हवे होते. मला या उलटतपासणीचे प्रयोजन माहीत नाही. काउन्सेलला जबरदस्तीनेच साक्षीदाराकडून माहिती खणून काढावी लागते आहे हे तर मला उघड-उघड दिसते आहे. एखाद्या वास्तव बाबीबाबत काउन्सेलला असे करायची गरज भासायला नको होती – निदान कायदा राखणारा पोलीस अधिकारीच साक्षीदार असताना तरी.''

''मिस्टर टीज *का रजेवर गेला* माहीत आहे तुला?''

''नेहमीच्या कामाच्या चक्रामधून त्याला बाहेर पडायचे होते म्हणून. इतर कोणीही ज्या कारणाने रजेवर जातो त्याच कारणाने.''

''पण सुट्टी घेण्यासाठी ही अगदी अयोग्य वेळ शोधली आहे असे वाटत नाही तुला?''

''ते मला कसे कळणार?''

''रविवारी जेव्हा तो तुझ्याबरोबर या केसवर काम करत होता तेव्हा त्याने रजेवर जायचा विचार केला होता याबद्दल तुला माहिती होती?''

''नाही! नव्हती!''

''त्याबद्दल तुझ्याशी तो काही बोलला नाही?''

''नाही.''

''नंतर अचानक त्याने रजेवर जायचे ठरवले. तसे त्याने का ठरवले याची तुला काही कल्पना आहे?''

''त्याबद्दल मला जी माहिती आहे, ती मी सर्व तुला दिली आहे.''

''आता खरे सांगायचे झाले, तर आपण ज्या पोचपावतीबद्दल बोलत आहोत ती *त्याने उचलली होती* आणि *त्यानेच मिस स्ट्रीटच्या हातात दिली होती* म्हणूनच त्याने रजेवर जायचे ठरवले ना?'' मेसनने विचारले.

''मला माहीत नाही.''

''पण टीजनेच ती उचलली आणि मिस स्ट्रीटला दिली हे तुला माहीत आहे का?''

''अं... मी शपथेवर तसे सांगू शकत नाही.''

"शपथेवर तसे का सांगू शकत नाहीस तू?"

"मी ती पोचपावती बघितली नव्हती – ओळखण्याइतकी जवळून बघितली नव्हती."

पिच्छा पुरवल्याप्रमाणे अगदी चिकाटीने मेसन म्हणाला, "बरं, आपण दुसऱ्या तऱ्हेने विचार करू. कॅरोल बरबॅन्क युनियन टर्मिनलमध्ये असताना अगदी प्रत्येक मिनिट तू तिच्या मागे होतास ना?"

"हो!"

"ती आणि मिस स्ट्रीट चालत टॅक्सी स्टॅन्डकडे निघाल्या ते तू बघितलेस?"

"हो!"

"मिस बरबॅन्कने आपली पर्स उघडली तेव्हा एक लांबट चौकोनी आकाराचा कागदाचा तुकडा उडत-उडत जमिनीवर पडताना तू बघितलास?"

"अं... हो!"

"आणि मिस्टर टीजने कागदाचा तो चौरस आकाराचा तुकडा उचलून मिस स्ट्रीटला दिलेला तू बघितलास?"

"तिनेच हात पुढे केला."

"पण टीजने उचलून तो तिला दिला?"

"हो!"

"आणि आता ती हीच पोचपावती आहे हे तुला माहीत नाही असे तू म्हणतो आहेस, याचे एकच कारण म्हणजे तू त्या पोचपावतीवरचा क्रमांक वाचण्याइतका जवळ नव्हतास एवढेच आहे ना? बरोबर आहे ना मी म्हणतो आहे ते?"

"ती हीच पोचपावती होती असे जोपर्यंत मला माहीत नाही तोपर्यंत मी शपथेवर ती हीच आहे कसे सांगणार? सांगू शकतो?"

"या एवढ्या आकाराचा चौरस तुकडा होता ना तो?"

"हो!"

"साधारण असाच दिसणारा?"

"हो!"

"एका बाजूला छोटी-छोटी भोके असणारा?"

"अं... हो!"

"आणि त्याच्यावर मोठ्या आकारात एक क्रमांक छापलेला होता? तेवढे दिसते तुला?"

"हो!"

"टीजने तो उचलला तेव्हा तू त्याच्या किती जवळ होतास?"

"आठ किंवा दहा फूट."

"ती पोचपावती त्याने मिस स्ट्रीटला दिली आहे, असे टीजने तुला सांगितले होते?"

"ही उलटतपासणी अयोग्य आहे, असा माझा आक्षेप आहे. कायद्याला सोडून, असंबद्ध आणि अनावश्यक. साक्षीमध्ये ऐकीव माहिती विचारली जाते आहे," लिन्टन तावातावाने ओरडला. "मिस्टर टीजवर खटला चालू नाही. मिस्टर टीजने या साक्षीदाराकडे कुठलेही विधान केले असले, तरी त्याचा या केसशी संबंध नाही. साक्षीदार त्याने जे बघितले त्याच्याबद्दलच शपथेवर साक्ष देऊ शकतो."

जज नेवार्क म्हणाला, "मी हा आक्षेप मान्य करणार आहे. मिस्टर टीजने याच वेळी रजा का घेतली, याबद्दल प्रॉसिक्यूटरच्या कार्यालयाला काही माहिती आहे?"

"मला वाटते; त्याची दोन आठवड्यांची रजा तो घेणारच होता," लिन्टन म्हणाला.

"आणि आताच ती रजा घ्यायची असा निर्णय कधी झाला तुला माहीत आहे?"

"नाही, युवर ऑनर. मला माहीत नाही," लिन्टनने उत्तर दिले.

"आणखी काही प्रश्न?" जज नेवार्कने पेरी मेसनला विचारले.

"नाहीत, युवर ऑनर."

जज नेवार्कने कपाळावर आठ्या चढवून साक्षीदाराकडे बघितले. त्याच्याशी काहीतरी बोलायचा मनात आलेला विचार झटकून टाकून त्याने प्रॉसिक्यूटर्सना सांगितले, "ठीक आहे. तुमचा पुढला साक्षीदार बोलवा. तू जाऊ शकतोस सेन्ट क्लेअर."

"डॉ. कोल्फॅक्स सी. न्यूबर्न," लिन्टनने नाव पुकारले.

डॉ. कोल्फॅक्स उंच आणि स्वत:बद्दल आत्मविश्वास असणारा माणूस वाटला. त्याने उभे राहून आपले पूर्ण नाव, पत्ता, व्यवसाय वगैरे माहिती मृदू आवाजात कोर्ट रिपोर्टरला सांगितली. तो शांतपणे वागत होता. स्वत:च्या व्यावसायिक ज्ञानाबद्दल आणि कौशल्याबद्दल खात्री असणारा माणूस.

"उलटतपासणीचा हक्क अबाधित राहील या अटीवर डॉक्टर म्हणून तो त्याच्या विषयात तज्ज्ञ आहे हे मी मान्य करतो," मेसन म्हणाला.

"ठीक आहे," लिन्टनने सांगितले आणि आपले प्रश्न विचारायला सुरुवात केली. "मला वाटते कॉरोनरच्या – अपघाती किंवा संशयास्पद मृत्यूचे कारण शोधणारा अधिकारी – कार्यालयाशी तू संबंधित आहेस बरोबर, डॉक्टर?"

"बरोबर."

"एक फोटोग्राफ दाखवून मी तुला आता विचारतो की, तू तो फोटोग्राफ ओळखतोस का म्हणून."

"ओळखतो. ज्या प्रेताचे शवविच्छेदन मी केले होते, त्याच प्रेताचा हा

फोटोग्राफ आहे.''

''पहिल्या प्रथम हे प्रेत तू कधी बघितलेस, डॉक्टर?''

''पोलीस नौकेवर गेले तेव्हा मी त्यांच्याबरोबर होतो. केबिनच्या जमिनीवर हे प्रेत पडले होते.''

''आणि त्यानंतर तू ते कधी बघितलेस?''

''रविवारी सकाळी मी शवविच्छेदन केले तेव्हा.''

''आणि मृत्यूचे कारण काय होते, डॉक्टर?''

''त्या माणसाला फटका बसला होता – डोक्याच्या मागच्या बाजूला एक जबरदस्त फटका. कवटी फुटली होती. मोठ्या प्रमाणात रक्तस्राव झाला होता. कुणालाही कळेल, अशा साध्या शब्दांत मी वर्णन करायचा प्रयत्न करतो आहे.''

''बरोबर आहे, डॉक्टर! मृत्यूच्या कारणाबद्दल थोडे तपशीलवार सांगा आणि मृत्यू कोणत्या वेळेला झाला याबद्दलही.''

''माझ्या मते,'' डॉ. न्यूबर्नने बोलायला सुरुवात केली, ''फटका बसताच तो ताबडतोब बेशुद्ध पडला. नंतर शुद्धीत आलाच नाही. झालेला रक्तस्राव आणि मेंदूच्या आतील अवस्था बघता मी म्हणेन की, पाच-एक मिनिटांत तो मरण पावला.''

''म्हणजे तुझ्या मताप्रमाणे फटका बसल्यानंतर त्याची काहीही हालचाल झाली नाही?''

''बरोबर!''

''मी एक फोटोग्राफ तुझ्या हातात देतो आहे. जेव्हा तू पहिल्यांदा प्रेत बघितलेस डॉक्टर, तेव्हा या फोटोमध्ये सभोवार दिसणाऱ्या गोष्टींच्या संदर्भात ते प्रेत कुठे पडले होते?''

फोटोग्राफवर एके ठिकाणी बोट ठेवून डॉक्टर म्हणाला, ''इथे होते ते. नौकेच्या पार उजव्या बाजूला. नॉटिकल टर्म्समध्ये – सागरावर वापरतात त्या भाषेमध्ये – स्टारबोर्डच्या बाजूला. बोटीच्या पुढल्या भागाकडे बघत असताना उजवी बाजू. हा फोटोग्राफ बोटीच्या मागच्या दिशेला तोंड करून घेतलेला आहे. म्हणून प्रेत जिथे सापडले ती या फोटोमधली डावी बाजू आहे.''

''आता मी तुला पुराव्यासाठी दाखल केलेला 'दस्तऐवज-क' असे नाव दिलेला फोटोग्राफ दाखवतो. त्यात प्रेत दिसते आहे. पहिल्या वेळी तू ते पाहिलेस तेव्हा साधारण त्याच ठिकाणी आणि त्याच अवस्थेत होते?''

''अगदी त्याच ठिकाणी आणि त्याच अवस्थेत होते ते, सर! मी प्रथम बघितले तेव्हा असेच पडलेले होते.''

''प्रेत सापडले तेव्हा तू तिथे काही पाहणी केली होतीस?''

''प्रेत सापडले तेव्हा नाही,'' डॉक्टरने हळूच हसून चूक दुरुस्त केली, ''पण

पोलीस आल्यावर.''

"तू तपासणी केली होतीस तर?''

"हो!''

"काय आढळले तुला?''

डॉ. न्यूबर्न म्हणाला, "प्रेत साधारण याच स्थितीत, म्हणजे चेहरा वरच्या दिशेला करून नौकेच्या उजव्या बाजूला पडलेले असताना मला सापडले. डोक्याखालून बरेचसे रक्त वाहिले असावे, कारण तिथे रक्ताचे थारोळे साचले होते. केबिनमधल्या दुसऱ्या एका ठिकाणीसुद्धा कार्पेट रक्ताने पूर्ण ओले झाले होते. मी दाखवू कुठे ते?''

"प्लीज!''

"मग साधारण या ठिकाणी.''

मेसन उभा राहून चालत-चालत साक्षीदार फोटोवर कुठे बोट ठेवतो आहे बघण्यासाठी त्याच्यामागे जाऊन उभा राहिला आणि म्हणाला, "मी कोर्टाची अनुज्ञा घेऊन रेकॉर्डसाठी सांगू इच्छितो की, डॉक्टर आता फोटोग्राफच्या, पुरावा दस्तऐवजच्या वरच्या भागातल्या उजव्या हाताच्या कोपऱ्याकडे बोट दाखवतो आहे. नौकेच्या मागच्या केबिनकडे घेऊन जाणाऱ्या दाराच्या अगदी बाहेरच. डॉक्टर, मी म्हणतो आहे ते बरोबर आहे ना?''

"अगदी बरोबर!'' डॉक्टर म्हणाला.

"आभारी आहे,'' मेसनने सांगितले आणि तो परत आपल्या जागी येऊन बसला.

"या ठिकाणी रक्ताचे थारोळे होते असे तू बघितलेस?'' लिन्टनने पुन्हा बोलायला सुरुवात केली.

"हो! छोटे-छोटे, साधारण सारख्या अंतरावर पडलेले रक्ताचे डागही या दोन जागांमध्ये होते.''

"मुख्य केबिन आणि मागची केबिन यांच्यामधल्या उंबरठ्याची तपासणी केली होतीस तू?''

"केली होती. हो, सर!''

"काय आढळले तुला?''

"उंबरठा तीन इंच तरी उंच आहे. अशा तऱ्हेच्या नौकांमध्ये तो तसाच बांधलेला असतो, अशी माझी समजूत आहे. त्याच्यावर पितळेचा पत्रा ठोकलेला आहे. पितळेवर दोन-तीन ठिकाणी रंग बदललेला आहे. तिथे खरवडून मी खात्री करून घेतली की, ते मानवी रक्त आहे. तपासणी केल्यानंतर आढळले की, मी जमिनीवर दाखवलेल्या ठिकाणी, जे प्रेत सापडले होते, त्या प्रेताच्या रक्ताशीच हे रक्त मिळते-जुळते आहे.''

"ज्या ठिकाणी प्रेत सापडले असे तू शपथेवर सांगतो आहेस, ती जागा

उंबरठ्यापासून काही फूट अंतरावर आहे?''

''हो, सर!''

''ते प्रेत एका जागेवरून – आपण त्या जागेला स्थान-१ म्हणू या – दुसऱ्या जागेपर्यंत – आपण त्या जागेला स्थान-२ म्हणू या – कसे हलले असेल दाखवणारे काही आहे?''

''हो, सर!''

''काय?''

''गुरुत्वाकर्षणाच्या शक्तीमुळे ते प्रेत हलू शकले असेल,'' डॉ. न्यूबर्न हळूच हसत म्हणाला.

''तू नीट स्पष्ट करशील का?''

''आम्ही नौकेवर चढलो तेव्हा ओहोटी होती. नौका इतकी कलली होती की, स्वतःला सांभाळून उभे राहणेही खूप कठीण पडत होते. नौकेची उजवी बाजू पार खालच्या बाजूला कललेली होती. वैद्यकशास्त्राचा पुरावा म्हणायचा तर आदल्या रात्री भरतीचे पाणी निघून गेल्यावर प्रेत गडगडले आणि ज्या ठिकाणी सापडले तिथे पोहोचले.''

''त्या प्रेताला कुणी स्पर्श केला नाहीतरी तसे घडू शकते?''

''प्रेताचे स्नायू ताठ होऊन शरीर कडक बनायला लागायच्या आधी – रायगर मॉर्टिस – जर ओहोटीची वेळ आली असेल, तर माझ्या मते प्रेत स्पर्शही न करता त्याप्रमाणे हलू शकले असते. हात-पाय लांब केलेल्या अवस्थेत जर प्रेत असते आणि शरीर कडक झाल्यानंतर ओहोटीची वेळ असती, तर मृत शरीर प्रथम ज्या स्थितीत पडले होते, त्या स्थितीपासून विशेष ढळले नसते. पण शरीर कडक व्हायच्या आधी ओहोटी आली असती, तर नैसर्गिकपणे मृत शरीर केबिनच्या खाली गेलेल्या बाजूला गडगडत गेले असते.''

''स्नायू ताठ होऊन शरीर कधी कडक बनते?''

''सर्वसाधारणतः मृत्यूनंतर दहा-एक तासांनी प्रेत चांगलेच ताठर बनलेले असते. मी दहा ते बारा तास असा काळ म्हणेन.''

''तू जेव्हा प्रेत बघितलेस तेव्हा शरीर आधीच कडक बनलेले होते का?''

''हो! नक्कीच.''

''आणि त्या वेळी किती वाजले होते?''

''शनिवार सकाळचे अकरा वाजून सतरा मिनिटे.''

''तर मग डॉक्टर, तुझ्या मते मृत्यू कोणत्या वेळी घडलेला होता?''

''मी प्रथम शवाची तपासणी केली, त्याच्या सतरा ते अठरा तास आधी मृत्यू घडलेला होता.''

"म्हणजे कोणत्या वेळेत बसवशील तू?"

"मी अकरा वाजून सतरा मिनिटांनी शवाची तपासणी केली होती. तेव्हा मी म्हणेन की, मृत्यू आदल्या संध्याकाळी पाच वाचून सतरा मिनिटांनंतर आणि नऊ वाजून सतरा मिनिटांच्या आधी घडलेला होता. ज्या परिस्थितीत मला ते शव आढळले, ते लक्षात घेता या चार तासांमधली कुठलीही वेळ धरता येईल."

"खूपच रक्तस्राव होण्यासारखी जखम झाली होती?"

"हो! शरीराच्या आतमध्येही आणि बाहेरही रक्तस्राव खूपच झाला होता."

"आणि तुझ्या मते मृत्यू तत्काळ ओढवला होता?"

"मी जी परिस्थिती बघितली होती त्याप्रमाणे फटका बसताच तो माणूस बेशुद्ध झाला होता आणि काही मिनिटांमध्येच मृत्यू ओढवला होता."

"शरीरावर आणखी कुठे जखमा झाल्या होत्या?"

"हनुवटीवर मुका मार लागल्याची खूण होती."

"फटका बसल्यासारखी?"

"मुक्या मारामुळे झालेली. त्वचेखालचा रक्तस्राव स्पष्टपणे दिसत होता."

"याशिवाय शरीरावर आणखी कुठल्या जखमा झाल्या होत्या?"

"कुठेही नाहीत."

"उलटतपासणी," लिन्टन म्हणाला. "तुझा साक्षीदार."

मेसन हळूच उठून उभा राहिला आणि डॉक्टरकडे वळला. "तर मग ही जखम, जिला आपण प्राणघातक जखम म्हणू या, तिच्यामुळेच फक्त रक्तस्राव होऊ शकला असता?"

"बरोबर!"

"आणि अशा जखमेमधला रक्तस्राव मृत्यूनंतर किती काळ होऊ शकतो?"

"निदान त्या जखमेबद्दल मी म्हणेन की, मोठ्या प्रमाणात होणारा रक्तस्राव मृत्यूनंतर काही मिनिटांतच थांबला असता."

"काही मिनिटांतच म्हणजे?"

"कोणताही धोका न पत्करता उत्तर द्यायचे तर दहा ते पंधरा मिनिटे."

"आणि समजा प्रेत हलवले असते, तरी पुन्हा रक्तस्राव सुरू झाला असता?"

"हो, सर! बरोबर आहे."

"आणि तो किती वेळ सुरू राहिला असता?"

"थोडा वेळ चालू राहिला असता."

"तुला ज्या स्थितीमध्ये प्रेत सापडले त्या वेळी प्रेताच्या डोक्याखाली असलेले रक्ताचे थारोळे शरीर हलवल्यामुळे सुरू झालेल्या रक्तस्रावाचा परिणाम असू शकेल?"

"नाही, सर! मला नाही तसे वाटत. रक्तबंबाळ झाल्याचा स्पष्ट पुरावा दिसत

होता. नुसता रक्तस्रावच झालेला नव्हता. डोक्याखालच्या गालिच्यावरच्या रक्ताच्या डागाचा आकार, व्याप्ती वगैरे गोष्टी बघता मी म्हणेन की, रक्तस्रावामुळेच तो डाग पडला होता.''

''पण मृत्यूची वेळ ठरवताना तू त्याचा विचार केलेला नाहीस ना?''

''शवाची तपासणी करताना आढळलेल्या पुराव्याच्या बळावरच फक्त मी मृत्यूची वेळ ठरवली आहे. प्रेताच्या आजूबाजूच्या परिस्थितीची तपासणी हे डिटेक्टिव्हचे काम आहे. मी फक्त वैद्यकशास्त्रातला तज्ज्ञ म्हणून साक्ष देतो आहे. शवाचे तापमान, शरीर कडक होण्याची सुरुवात व मृत्यूनंतर होणारे शरीरातील इतर बदल लक्षात घेऊन मी मृत्यूची वेळ ठरवली आहे. प्रेत ज्या स्थितीत आढळले त्या स्थितीत ते का आढळले, याचा तपास मी करत नाही. त्याबद्दल तर्क लढवत नाही. ते डिटेक्टिव्हचे काम आहे. त्या स्थितीत ते असताना काही वैद्यकीय बाबींना महत्त्व प्राप्त होते का, त्याचाच फक्त विचार मी करतो आहे.''

''ओ! अगदी पारंपरिक आणि यथायोग्य निर्णय घेतला आहेस तू, डॉक्टर!''

''आभारी आहे.''

''तर मग डॉक्टर, मी समजून चालतो की, ज्या फटक्याने मृत्यू ओढवला तो फारच जबरदस्त फटका होता असेच सर्व पुरावे दर्शवतात.''

''फटका तसाच होता.''

''तुझ्या मते एखादा माणूस धडपडला असता आणि उंबरठ्यावर कोसळला असता, तर तशाच तऱ्हेचा दणका त्याला सहन करावा लागला असता?''

''मला खूप शंका आहे त्याबाबत. माझ्या मते तो फटका फारच दणकून हाणलेला होता. नुसते धडपडल्याने एखाद्या माणसाचे डोके उंबरठ्यावर आदळले, तर हे घडणे शक्य नाही. तो माणूस उंबरठ्यावर इतक्या जोराने आदळण्यासाठी फटकाही तसाच जबरदस्त असणार.''

''आणि इतका जबरदस्त फटका जोर असला, तरच निर्माण होऊ शकतो?''

''हो! शक्य आहे. अत्यंत ताकदवान माणसाने तो हाणला असला तर.''

''हनुवटीवर ज्या ठिकाणी मुका मार लागल्याची खूण आहे, तिथेच जोरदार फटका मारला गेल्याने तो इतक्या जोराने उंबरठ्यावर आदळला की, त्याला जबरदस्त जखम झाली आणि तीच जखम प्राणघातक ठरली अशी शक्यता आहे?''

''माझा या प्रश्नाला आक्षेप आहे,'' ''लिन्टन म्हणाला, प्रश्न कायद्याला सोडून, असंबद्ध आणि अनावश्यक आहे. पुरावा नसलेली गोष्ट सत्य समजली जाते आहे. हा गुन्हा खून ठरण्याऐवजी सदोष मनुष्यवध ठरावा यासाठी बचावपक्ष आटोकाट प्रयत्न करतो आहे.''

''कोर्ट आक्षेप अमान्य करत आहे,'' जज नेवार्कने निर्णय दिला. ''बचाव पक्ष

त्यांच्या कोणत्याही तर्कसंगत सिद्धान्तासाठी कोणत्याही साक्षीदाराला उलटतपासणीमध्ये प्रश्न विचारू शकतो. ते सिद्धान्त चर्चेखाली असणाऱ्या मुद्द्यांशी संबंधित असले की झाले. आधी विचारलेल्या प्रश्नांनी ज्या मुद्द्यांना स्पष्टपणे किंवा अनुमानाने स्पर्श केला असेल त्यांच्याशी संबंध हवा. प्रश्नाचे उत्तर दे, डॉक्टर!''

''तसे झाले असण्याचीही शक्यता आहे.''

''म्हणजे शक्य आहे?''

''म्हणजे शक्य आहे.''

''बस.''

तेवढ्यात लिन्टन म्हणाला, ''एक मिनिट, डॉक्टर. तू अशा तऱ्हेने जखम होऊ शकेल म्हणतो आहेस आणि या प्रश्नासंदर्भात घटकाभर समज की, ती तशीच झाली होती, तर कशा तऱ्हेचा दणका दिला गेला असेल?''

''अत्यंत हिंसक असा फटका. त्या माणसाला असा फटका मारला असणार की, त्या फटक्यामागची सर्व ताकद डोके उंबरठ्यावर आदळण्यासाठीच जणू वापरली गेली असणार. थोडक्यात सहज पडल्याने डोके आपटले गेले असते त्याच्यापेक्षा फार ताकदीने ते आदळले गेले.''

''असा दणका की जो जखमी माणूस बेसावध असताना बसू शकला असता?''

''अत्यंत हिंसक असाच फटका.''

''माणूस स्वसंरक्षणार्थ सिद्ध असताना बसलेला फटका नाहीतर माणूस पूर्ण बेसावध असताना त्याला मारला गेलेला फटका. बरोबर?''

''मी तसे अजिबात म्हटलेले नाही,'' डॉक्टरने उत्तर दिले. ''मी हाणामारीतला तज्ज्ञ नाही,'' थोडे हसून तो पुढे म्हणाला. ''मी फक्त वैद्यकशास्त्रातला तज्ज्ञ आहे.''

''पण तुझ्या साक्षीवरून तरी तसेच अनुमान काढणे आवश्यक दिसते,'' लिन्टन आपला मुद्दा सोडायला तयार नव्हता.

''ठीक आहे. जशी तुझी इच्छा. अनुमान तू लढवायचे आहेस. मी फक्त परिस्थिती सांगतो आहे.''

''पण फटका अत्यंत हिंसक असणेच आवश्यक होते?''

''मी ज्या जखमेबद्दल बोलतो आहे, ती होण्यासाठी जबर ताकद वापरावी लागली असणार.''

''याहून जास्ती तू काही सांगू शकत नाहीस, डॉक्टर?''

''मी जे आधी सांगितले होते तेच पुन्हा सांगू शकतो. तोल जाऊन पडल्यासारख्या सहज पडण्याने डोके आपटले असते, तर अशा तऱ्हेची जखम अपेक्षित नाही. ती जखम डोके अत्यंत जोराने आदळल्याने झाली आहे. खरेतर हे शब्दही मला स्वत:लाच समाधानकारक वाटत नाहीत, काउन्सेलर. मी म्हणेन की, आत्ता आपण

ज्या परिस्थितीचा विचार करतो आहोत आणि साक्ष देताना मी जी शक्यता गृहीत धरतो आहे, त्याप्रमाणे सहज खाली पडल्याने मृताचे डोके जसे आदळले असते त्याच्यापेक्षा फारच जोराने ते उंबरठ्यावर आदळले आहे. याहून जास्ती काही सांगायची माझी तयारी नाही आणि याच्यापेक्षा स्वच्छ शब्दांत मला ते सांगता येणार नाही.''

''तो खाली कोसळला याचे कारण त्याला बसलेला फटका हेच असेल, तर तो फटका अत्यंत जोरदार असेल?'' लिन्टनने विचारले.

''हो!''

''प्रशिक्षित योद्ध्याने मारल्यासारखा फटका?''

''ते मी शपथेवर सांगू शकत नाही.''

''पण निश्चितपणे जबरदस्त ताकदीने हाणलेला हिंसक दणका?''

''साधारणपणे या शब्दांचा अर्थ धरला जातो, त्या तऱ्हेचा फटका म्हणत असशील तर हो!''

''मला आणखी काही विचारायचे नाहीत,'' लिन्टन म्हणाला.

''मलाही,'' मेसनने सांगितले.

''तुझा पुढला साक्षीदार बोलाव,'' जजने सांगितले.

''थॉमस लॉटन कॅमेरॉन,'' लिन्टनने नाव पुकारले.

थॉमस कॅमेरॉनचा चेहरा उन्हाने रापल्यासारखा वाटत होता. साधारण पंचावन्नच्या वयाचा, रुंद खांद्यांचा, दणकट, सामर्थ्यवान असा माणूस होता. चेहऱ्यावर सुरकुत्यांचे जाळे होते. दाट केसाळ भुवयांखालून बघणारी नजर लक्षपूर्वक निरीक्षण करणारी भासे. रॉजर बरबॅन्क आपली नौका – यॉट – ज्या ठिकाणी ठेवत असे, त्या यॉट क्लबची देखभाल करणारा माणूस होता तो. थोडक्यात उत्तरे देत होता. गप्पा मारल्याप्रमाणे मनमोकळा बोलतो आहे, साक्ष देत नाही, असे वाटत होते.

कॅमेरॉनने सांगितले की, वीकएन्डला – शनिवार, रविवारी – नौका बाहेर न्यायची बरबॅन्कची सवय होती. बहुधा तो शुक्रवारी दुपारीच ती घेऊन निघे. त्या शुक्रवारीही तो साडेअकराच्या सुमाराला यॉट क्लबवर आला. नौकेवर जाऊन नौका बांधून ठेवलेल्या दोऱ्या सोडून, शिड उभारून निघाला. लगून म्हणा, नदीचे मुख म्हणा, मागे सोडून पुढे गेला. तासाभराने आउटबोर्ड मोटर लावलेल्या डिंगीमधून परत आला आणि त्याने डिंगी बांधून ठेवली. नंतर दुपारभर दिसला नाही. पाच एक वाजता पुन्हा आउटबोर्ड मोटरचा आवाज आला म्हणून त्याने आपल्या केबिन वर्कशॉपच्या खिडकीमधून बाहेर बघितले. ती डिंगी पुन्हा निघाली होती. त्याला डिंगीमध्ये मागच्या बाजूला कुणीतरी दिसले होते. पण ती आकृती त्याला स्पष्टपणे दिसू शकली नव्हती. तो आरोपीच होता असे शपथेवर सांगण्याची त्याची तयारी नव्हती.

''मृत फ्रेड मिलफिल्डबरोबर तुझी ओळख होती?'' लिन्टनने विचारले.

“हो!”

“त्या शुक्रवारी दुपारी तू त्याला बघितले होतेस?”

“हो!”

“कधी?”

“साडेपाचच्या सुमाराला तो यॉट क्लबवर आला आणि त्याने माझ्याकडून एक रो-बोट भाड्याने घेतली.”

“तो फ्रेड मिलफिल्डच होता, याची खात्री आहे तुला?”

“हो!”

“रो-बोट ओळखता येईल, असे काही चिन्ह आहे तिच्यावर?”

“आहे. एक क्रमांक!”

“कुठला क्रमांक आहे?”

“पंचवीस.”

“नंतर ती रो-बोट तू पुन्हा कधी बघितलीस?”

“जवळ-जवळ चोवीस तासांनंतर. आम्हाला शनिवारी दुपारी सापडली. पाण्याबरोबर वाहत जाऊन चिखलात रुतली होती.

“कुठे?”

“बरबॅन्कची नौका जिथे नांगरून पडली होती, तिथून खाली अर्ध्या मैलावर.”

“तिथून *खाली* अर्ध्या मैलावर?”

“हो!”

“म्हणजे भरतीनंतर पाणी मागे जाताना रो-बोट दोर सुटून वाहत गेली होती?”

“अं... माझी कल्पना आहे की, तो अनुमान लढवायचा प्रश्न आहे.”

“त्यानंतर तू बरबॅन्कला बघितले होतेस?”

“हो! मिलफिल्ड निघाल्यापासून अर्ध्या-पाऊण तासाने डिंगीमधून परत आलेला मी बघितला. त्याने डिंगी बांधून ठेवली, जाऊन आपल्या गाडीत बसला आणि गाडी चालवत निघून गेला.”

“त्यानंतरही तू त्याला पुन्हा बघितले होतेस?”

“तसे बघितले असे नाही म्हणता येणार. मी फोनवर उत्तर देत असताना कोणीतरी आउटबोर्ड मोटर सुरू केली. बोट फुटऽऽ फुटऽ आवाज करत बाजूने निघून जाताना मी ऐकली. मी फोनवर बोलण्यात गुंतलो होतो आणि बाहेर बघितले नाही. फोन खाली ठेवल्यानंतर मी बाहेर नजर टाकली, तर बरबॅन्कची डिंगी जाग्यावर नव्हती. ती परत आली तेव्हा अंधार पडत आला होता आणि त्यामुळे मला डिंगीत कोण होते, ते दिसले नाहीच.”

“आणि मग त्या डिंगीचे काय झाले?”

"मला वाटते ती रात्रभर तिथेच बांधून ठेवली होती. आउटबोर्ड मोटर पुन्हा कुणी सुरू केल्याचा आवाज मी ऐकला नाही. ती सुरू केली असती, तर बहुधा मला जाग आली असती. पण मला जाग आली नाही. मध्यरात्रीच्या सुमाराला मी एकदा झोपलो तो रात्रभर जागा झालो नाही. मी झोपायला गेलो, तेव्हा डिंगी तिथे होती आणि सकाळी सहाच्या सुमाराला उठलो तेव्हाही तिथेच होती."

"आणि मिलफिल्ड नंतर कधी दिसला?"

"तो मेंढपाळ धावत आला त्यानंतर –"

"दुसरा कोणी काय म्हणाला ते सांगू नकोस," लिन्टन त्याला मध्येच अडवत म्हणाला. "मला फक्त एवढेच माहीत करून घ्यायचे आहे की, तू नंतर मि. मिलफिल्डला कधी बघितलेस?"

"शनिवारी सकाळी."

"म्हणजे आता तू ज्या सर्व घटनांचे वर्णन केलेस त्या दिवसानंतरचा दिवस?"

"हो, सर!"

"आणि कुठे होता तो?"

"तो रॉजर बरबॅन्कच्या नौकेवर पडला होता."

"तू जेव्हा त्याला बघितलेस तेव्हा तू एकटाच होतास?"

"नाही, सर! माझ्याबरोबर लेफ्टनंट ट्रॅग होता. दोन दुसरी माणसेही होती, पण त्यांची नावे मला आठवत नाहीत."

"पोलीस अधिकारी?"

"मी तसेच धरून चाललो आहे, हो!"

"मिस्टर मिलफिल्ड जिवंत होता का मेलेला होता?"

"मेला होता."

"तू उलटतपासणी घेऊ शकतोस," लिन्टनने पेरी मेसनला सांगितले.

"तू खरोखर रॉजर बरबॅन्कला डिंगीमधून क्लबवर परत आल्याचे *बघितले होतेस?"* मेसनने विचारले.

"हो, नक्की!"

"त्याच्याशी बोलला होतास?"

"नाही."

"आपल्या गाडीत बसून निघून गेल्याचे बघितलेस?"

"हो!"

"अगदी स्वच्छ बघितलेस?"

"तेवढ्या अंतरावरून जितक्या स्वच्छपणे बघता येईल तेवढे."

"किती अंतर होते?"

"साधारण एकशे-पन्नास फूट."

"तू त्या वेळी तुझा चश्मा घातला होतास?"

"हो! घातला होता."

"बघता क्षणी ओळखलेस की, डिंगीमध्ये बरबॅन्कच आहे म्हणून?"

"खरे सांगायचे तर... अगदी पहिल्या क्षणी बघताना मला तो दुसराच माणूस वाटला होता."

"मिलफिल्ड?"

"हो!"

"किती अंतर होते?"

"आधीच सांगितले त्याप्रमाणे साधारण एकशे-पन्नास फूट किंवा दोनशे फूट."

"तू *कुठे* होतास?"

"माझ्या छोट्या केबिनमध्ये."

"काय करत होतास?"

"जेवण शिजवत होतो."

"चश्मा घातलेला होता?"

"हो!"

"खिडकीमधून बाहेर बघितलेस?"

"हो!"

"आणि या माणसाला बघितलेस?"

"हो!"

"तुझ्या चश्म्यावर वाफ वगैरे धरली नव्हती ना, अन्न शिजवताना?"

"*असेल* एखादे वेळी. तशी शक्यता आहे."

"आणि त्या वेळी तुला वाटले की, तो माणूस फ्रेड मिलफिल्ड आहे म्हणून, वाटले होते ना?" शब्दांवर जोर येण्यासाठी मेसनने बोट रोखून शब्द उच्चारले होते.

"हो, वाटले होते."

"तो माणूस फ्रेड मिलफिल्ड नाही, हे प्रथम तुझ्या कधी लक्षात आले?"

"रॉजर बरबॅन्कच्या नौकेवर तो मेलेला आढळल्यावर."

मेसन म्हणाला, "म्हणजे तू पहिल्यांदा पोलीस अधिकाऱ्यांना सांगितलेस की, नौकेच्या डिंगीवरून मिलफिल्ड परत आला आहे. रॉजर बरबॅन्कच्या नौकेवर मिलफिल्ड मरून पडलेला असल्याने तो परत आलेला असणे कसे अशक्य आहे, हे जेव्हा त्यांनी तुझ्या नजरेस आणून दिले तेव्हा तू ठरवलेस की, तू डिंगीमध्ये बघितलेला माणूस रॉजर बरबॅन्क असणार. बरोबर आहे ना मी काय म्हणतो आहे ते?"

"हो, सर, मला वाटते तसेच झाले होते."

१४८ । द केस ऑफ द क्रुकेड कँडल

"शुक्रवारी दुपारी नौका घेऊन बाहेर पडायची रॉजर बरबॅन्कची सवय होती?"
"हो, सर! लोकांपासून दूर जाण्यासाठीच तो तिचा उपयोग करायचा."
"कधीकधी मिलफिल्डही त्याच्याबरोबर असायचा?"
"हो, सर! वर्षातून एक-दोन वेळा बेल्टिनही यायचा. खूप महत्त्वाचे काही असेल तरच. पण बरबॅन्कला आवडत नसे."
"त्याला आवडत नसे ते तुला कसे काय ठाऊक आहे?"
"त्यानेच सांगितले मला. तो म्हणाला सगळ्यांपासून दूर पळण्यासाठी तर त्याने नौका घेतली होती. गॅसोलीन मिळत नाही म्हणून ही शिडाची बोट. तो फार तर मैलभर अंतरावर जाऊन मड फ्लॅट्सवर नांगर टाकायचा. तो म्हणे यॉट क्लब दिसेनासा झाला, तो एकटाच आहे, त्याच्यामागे कोणी नाही अशी जाणीव झाली की, त्याला ताजेतवाने वाटायचे. पुनर्जन्म झाल्यासारखे वाटायचे."
"तू म्हणतोस की, तो मड फ्लॅट्सवर नांगर टाकायचा?"
"हो! त्याला भाल्याने शार्क्सची शिकार करायला आवडायचे."
"तो मड फ्लॅट्सवरच बोट नांगरून ठेवायचा?"
"नाही, सर! पूर्ण भरतीच्या आधी एखाद-दोन तास आणि भरतीच्या वेळेनंतर दोन-एक तास."
"का?"
"मड फ्लॅट्सच्या भोवतालचे पाणी ओहोटीच्या वेळी पार खाली जाते. त्या काळात ती नांगरून ठेवली, तर ती तळालाच घासायची शक्यता असते."
"त्यामुळे काही विशेष नुकसान वगैरे होत नाही ना पण?"
"नाही, सर! वारा सुटला मोठा तरच तळावर फार आदळआपट व्हायची शक्यता."
"इतक्या उथळ पाण्यातसुद्धा?" मेसनने विचारले.
"उथळ पाण्यात तर बोटीचा तळ फारच आपटू शकतो. तेवढ्या पाण्यात निर्माण होणाऱ्या लाटा बोटीला चिखलापासून वर उचलतात आणि लाटेचे पाणी निघून जाऊन खोलगट जागा निर्माण झाली की, ती दाणकन खाली आदळते. अजिबात पाणी नसणाऱ्या ठिकाणी ती रुतली असेल किंवा पाण्यावर तरंगत असेल तर ती सुरक्षित राहील, पण उथळ पाण्यात जमिनीला टेकली असेल, तर तिची वाताहत उडू शकते."
"तर मग ओहोटीच्या वेळी बरबॅन्क कुठे जायचा?"
"शार्कची शिकार करायचा त्या जागेपासून खाडीत पुढे पन्नास-शंभर यार्डांवर."
"आता या शुक्रवारी ओहोटीची वेळ कुठली होती, ते तुला सांगता येईल?"
"हो, सर!"

"कधी?"

"तास आणि मिनिटांत अगदी अचूक वेळ मला सांगता येणार नाही. पण पाच चाळीस किंवा त्याच्या आसपास पूर्ण भरती होती. पाच एकेचाळीसला असेल, पाच पंचेचाळीसला असेल, एक-दोन मिनिटांनी काही होत नाही. पावणेसहा समजू या."

"भरतीची वेळ?"

"हो, सर!"

"आणि मग ओहोटीची वेळ काय होती?" मेसनने विचारले.

"शनिवारी मध्यरात्रीनंतर तीन मिनिटे."

मेसन म्हणाला, "त्या मड फ्लॅट्सवरून जर कोणी नौका हलवणार असेल, तर ती भरतीच्या वेळेपासून दोन तासांमध्ये हलवणे आवश्यक होते ना? म्हणजे संध्याकाळी सात चाळीसपर्यंत?"

"अगदी तस्सेच नाही. आठ-एक वाजेपर्यंत निघता आले असते. आठपर्यंत म्हटले तरी चालेल."

"आणि आठ वाजायच्या आत हलवली नाहीतर निघताच आले नसते?" मेसनने विचारले.

"बरोबर. नंतर पुढल्या भरतीच्या वेळेच्या दोन-एक तास आधी निघता आले असते."

"पुढली भरतीची वेळ कुठली होती?"

"शनिवारी सकाळी. सहा वाजून सव्वीस मिनिटे."

"आणि त्यानंतरची ओहोटीची वेळ?"

"शनिवारी दुपारी बारा वाजून पंचेचाळीस मिनिटे. तसेच तर प्रेत सापडले."

"तू मला त्याबद्दल जरा तपशीलवार सांगशील का?" मेसन म्हणाला.

"तसे मला वाटते सकाळचे दहा वाजले होते. बोट चिखलात टेकायला लागली होती. साडेदहाच्या सुमाराला असेल."

"तू बोट... बोट म्हणतो आहेस म्हणजे तुला यॉट – नौकाच – म्हणायची आहे ना?"

"बरोबर. रॉजर बरबॅन्कची यॉट."

"ठीक आहे, पुढे बोल," मेसन म्हणाला. "नौका चिखलात टेकायला लागली होती. मग काय झाले?"

"असे दिसते आहे की, पालेर्मो नावाच्या कुणातरी माणसाची मिलफिल्डबरोबर भेट ठरली होती, आणि –"

"ही तर अगदी धडधडीत ऐकीव माहिती आहे," लिन्टन जरा रागानेच म्हणाला.

"तुला आक्षेप घ्यायचा आहे का?" मेसनने विचारले.

"इतक्या क्षुल्लक गोष्टीवर आक्षेप घेण्याच्या परिस्थितीत मला सापडायचे नाही.''

मेसन जजला म्हणाला, ''यातला काही भाग नक्कीच ऐकीव असणार युवर ऑनर. पण काय झाले असावे याचे संपूर्ण चित्र बघायचा माझा प्रयत्न आहे आणि तोही लवकरात लवकर माहिती मिळवून.''

''पण आम्ही फ्रॅन्क पालेर्मोला बोलावणार आहोत. त्याच साक्षीदाराला प्रेत सापडले होते,'' लिन्टन वाद घालायला लागला. ''त्याने काय बघितले ते तू पालेर्मोला विचारू शकतोस.''

''पालेर्मोने काय बघितले याबद्दल मी या माणसाला काहीच विचारणार नाही,'' मेसनने सांगितले. ''मी त्याला विचारणार आहे की, पालेर्मो त्याला कधी भेटला आणि त्याला काय म्हणाला. या इतर गोष्टींबद्दल विचारले की, परिस्थिती नीट कळेल. घटना अनुक्रमाने कशा उलगडत गेल्या ते कळेल.''

''पण प्रेत सापडल्यानंतर पालेर्मो काय करत होता, याची चौकशी करत तू रेकॉर्डमध्ये भलभलत्या, अप्रस्तुत गोष्टी कशासाठी आणतो आहेस?'' लिन्टनने विचारले.

''कारण एखादे वेळी बचाव पक्षाला पुष्टी देणारी बाब पुढे येण्याची शक्यता आहे,'' मेसन हळूच हसून म्हणाला.

लिन्टन उपरोधिकपणे उद्गारला, ''*या साक्षीदाराला बचाव पक्ष उपयोग करू शकेल असे काहीही माहीत नाही. साक्षीदाराच्या पिंजऱ्यात उभे राहून सत्य सांगणाऱ्या कुठल्याही साक्षीदाराला तसे काही माहीत असणार नाही.* बचाव पक्षाच्या उपयोगात येईल असे कुणालाही, काहीही माहीत नाही.''

''आणि असे कुणाला माहीत असेलच, तर तो बहुधा रजेवर गेला असेल,'' मेसनने टोमणा मारला.

प्रेक्षक मोठमोठ्याने हसायला लागल्यावर त्यांना गप्प करण्यासाठी जज नेवार्कने आपला लाकडी हातोडा आपटला.

''काउन्सेलनी या नसत्या शाब्दिक चकमकी थांबवाव्यात,'' जज नेवार्कने दोघांनाही तंबी दिली. ''तुला हरकत घ्यायची आहे, मिस्टर लिन्टन?''

''नाही, युवर ऑनर!''

''सरकारी पक्षाची हरकत नसेल, तर पार्श्वभूमी समजून घेण्यासाठी शक्य तितकी माहिती कळून घेण्याची कोर्टाची इच्छा आहे,'' जजने निर्णय दिला. ''प्रश्नाचे उत्तर दे.''

''मी जरा वेगळ्या शब्दांत प्रश्न विचारतो,'' मेसन म्हणाला. ''प्रेत शोधणाऱ्या माणसाशी सर्वप्रथम तूच बोललास का?''

''माझी तशीच कल्पना आहे, हो!''

''काय घडते, ते जसेच्या तसे सांग.''

''ती शनिवारची सकाळ होती. मी घड्याळ बघितले नव्हते. पण साधारण साडेदहा वाजले होते. मी ही बोट येताना बघितली. बोटीच्या मागच्या भागात उभे राहून एक माणूस एकाच वल्ह्याने होडी चालवत होता.''

''याच बोटीकडे लक्ष वेधले जाण्याचे काही विशेष कारण?''

''आहे.''

''काय?''

''ज्या तऱ्हेने तो माणूस बोट वल्हवत होता तेच कारण.''

''त्यात काय विशेष होते?''

''हे सर्वच कायद्याला सोडून, असंबद्ध आणि अनावश्यक आहे. याचा या प्रकरणाशी काही संबंधच नाही,'' लिन्टनने आक्षेप घेतला.

''आक्षेप अमान्य.''

''फार थोडे लोक चांगल्या पद्धतीने अशा तऱ्हेने बोट चालवू शकतात आणि हा माणूस भर वेगात पाणी कापत पुढे येत होता, त्याची बोटही वेगळी होती.''

''कशा तऱ्हेची बोट होती ती?''

''घडी करण्यासारखी बोट – घडी घालून मोटर गाडीमध्ये ठेवून नेता येईल अशी.''

''आणि बोटीतला माणूस कोण होता?''

''जो जवळ आला... बडबडायला लागला... त्याच्या मनात खूप खळबळ उडाली असावी... परकीय उच्चारांच्या धाटणीत बोलत होता... म्हणाला त्याचे नाव फ्रॅन्क पालेर्मो आहे... स्किनर हिल्स डिस्ट्रिक्टमधून आलेला... त्याची नौकेवर मिलफिल्डशी भेट ठरली होती आणि –''

''सर्व ऐकीव माहिती,'' लिन्टनने लक्षात आणून दिले.

''तुझा आक्षेप आहे?''

''हो, युवर ऑनर! त्याच मुद्द्यावर मी आक्षेप घेणार आहे. ही उलटतपासणी अयोग्य आहे. हा माणूस –''

''आक्षेप मान्य,'' जज नेवार्कने निर्णय दिला.

''ठीक आहे,'' मेसन साक्षीदाराला म्हणाला, ''तू काय केलेस तेवढेच सांग.''

''त्याला काय सापडले याबद्दल तो काहीतरी बोलला आणि त्या बोलण्याच्या आधारावर मी पोलिसांशी संपर्क साधला.''

''काय सांगितलेस तू पोलिसांना?''

''तसाच आक्षेप!'' लिन्टन उद्गारला.

''अमान्य,'' जज तत्काळ म्हणाला. ''तो स्वत: काय बोलला आणि त्याने काय केले, याबद्दल साक्षीदार साक्ष देतो आहे.''

"मी पोलीस मुख्यालयाला फोन करून सांगितले की –"

"तू त्यांना काय सांगितलेस त्याची काळजी सोड," लिन्टनने बजावले.

"चूक," मेसनने स्पष्टपणे सांगितले. "मला उलट साक्षीदाराने पोलिसांना काय सांगितले, तेच जाणून घ्यायचे आहे. हा घटनाक्रमाचाच भाग आहे. काय घडले ते कळेल."

"आक्षेप अमान्य!"

"मी पोलिसांना सांगितले की, मी यॉट क्लबचा देखरेख करणारा माणूस आणि वॉचमन आहे. एक चक्रम परकीय माणूस सांगतो आहे की, त्याची मिलफिल्डशी भेट ठरली होती."

"युवर ऑनर!" लिन्टनने तक्रार केली, "या आधी कोर्टाने अगदी याच बाबतीत साक्षीदाराला साक्ष देण्याची परवानगी नाकारली होती."

"छे! छे! अजिबात नाही." जज म्हणाला, "त्या वेळी *पालेर्मोने त्याला काय सांगितले* त्याबद्दल तो साक्ष देत होता. आता *त्याने पोलिसांना काय सांगितले* याबद्दल तो साक्ष देतो आहे. तो काय म्हणाला, त्याने काय केले याबद्दल प्रश्न विचारायचा बचाव पक्षाला हक्कच आहे."

"म्हणजे काउन्सेल शेवटी त्याला हवी असलेली सर्व माहिती त्याच्याकडून काढून घेणार आहे," लिन्टनने निषेध नोंदवला. "कारण आता टेलिफोनवर त्याचे पोलिसांशी काय बोलणे झाले हेच तो सांगणार आहे."

"सांगू दे!" जज नेवार्क म्हणाला. "तुझी हरकत कोर्टाला मान्य नाही."

"बोल पुढे, प्रश्नाचे उत्तर दे," मेसन म्हणाला.

"मी पोलिसांना सांगितले की, हा पालेर्मो त्या बोटीमध्ये आहे. तो म्हणतो की, बरबॅन्कच्या नौकेवर त्याची फ्रेड मिलफिल्डशी भेट ठरली होती. जिथे नौका नांगरून ठेवली असेल असे मिलफिल्डने सांगितले होते, त्या ठिकाणी पोहोचल्यावर त्याला आढळले की, नौका एका बाजूला कललेली आहे, चिखलात रुतली आहे. बोटीभोवती फेऱ्या मारत त्याने एक-दोन वेळा हाकाही मारल्या...."

घायकुतीला आल्याप्रमाणे लिन्टन म्हणाला, "साक्षीदाराने लक्षात घ्यावे की, त्याने तो पोलिसांशी काय बोलला याबद्दलच फक्त साक्ष द्यायची आहे. पालेर्मोने त्याला काय सांगितले याबद्दल नाही."

कॅमेरॉन म्हणाला, "पालेर्मोने मला काय सांगितले, याबद्दल पोलिसांशी काय बोललो तेच सांगतो आहे मी. ते बरोबर नाही का?"

जज नेवार्क हसला. "ठीक आहे, पुढे बोल तू!"

"मी सांगितले होते की, पालेर्मो म्हणाला की, दोन वेळा नौकेभोवती फेऱ्या घातल्यानंतर तो नौकेवर चढला. कोणी नौकेवर आहे का कळण्यासाठी त्याने

हाकाही मारल्या. हाका मारून उत्तर मिळाले नाही म्हणून हॅच – जमिनीवरचे सरकते दार – सरकवून तो खाली केबिनमध्ये गेला आणि त्याला फ्रेड मिलफिल्ड मरून पडलेला आढळला.''

''आणखी काही बोलणे झाले?'' मेसनने विचारले.

''बस. साधारण तेवढेच.''

''पालेर्मोबद्दल तुझ्यात आणि पोलिसांमध्ये काही बोलणे झाले?''

''थोडेसेच. मी कोण आहे हे पोलिसांना माहीत असल्यासारखे वाटले. पालेर्मोने माझ्याकडून बोट भाड्याने घेतली का विचारत होते.''

''मग तू काय सांगितलेस त्यांना?''

साक्षीदार हसला. ''जेव्हा मी त्याला बोट कुठून मिळाली, असे विचारले तेव्हा पालेर्मोने मला जे सांगितले होते, तेच मी त्यांना सांगितले.''

''आणि ते काय होते?''

''पैसे फुकट घालवण्यावर पालेर्मोचा विश्वास नसावा. त्याला माहीत होते की, नदीच्या मुखाशी नांगरून ठेवलेल्या नौकेवर जाण्यासाठी त्याला छोटी बोट वापरावीच लागणार आहे. स्किनर हिल्स तळ्यावर बदके मारण्यासाठी येणाऱ्या पार्टीजसाठी त्याच्याकडे घडीची बोट होतीच, बोट भाड्याने घेण्यासाठी शहरातल्या कुठल्यातरी गोड बोलून गळा कापणाऱ्या माणसाला पन्नास सेन्ट किंवा डॉलर देण्यात मतलबच नव्हता. तेव्हा त्याने सरळ आपल्या मोटर गाडीमध्ये आपली घडीची बोट घातली आणि इथे आल्यावर तीच वापरून तो नौकेवर पोहोचला.''

''या सगळ्याचा आपल्या केसशी काय संबंध आहे, हे लक्षात येत नाही माझ्या!'' लिन्टन म्हणाला.

''बचाव पक्षाला उपयोगी गोष्ट ठरू शकते ती,'' मेसन हसून म्हणाला.

''मला तरी तसे काही दिसत नाही.''

मेसनने खोटी सहानुभूती दर्शवत म्हटले, ''कायद्याच्या दृष्टीने लांच्छनास्पद गोष्ट आहे ही.''

''केस, केस पुढे चालवण्यावर लक्ष द्या तुम्ही,'' जज नेवार्कने त्यांना दम मारला.

''ठरलेली भेट घेण्यासाठी स्किनर हिल्स येथील आपल्या घरामधून निघण्याच्या वेळेबद्दल पालेर्मो तुला जे काही म्हणाला होता ते तू पोलिसांना सांगितले होतेस?'' मेसनने विचारले.

''त्याबद्दल तो माझ्याशी काहीतरी बोलला होता, पण मी पोलिसांना ते सांगितले नव्हते.''

''तर मग अर्थातच साक्षीदार त्याबद्दल साक्ष देऊ शकत नाही,'' लिन्टन म्हणाला.

“अर्थातच साक्षीदाराला त्याबद्दल विचारलेही गेलेले नाही,” मेसन म्हणाला.

“पुढे! पुढे!” जज नेवार्कने सांगितले. त्याचा स्वर जरा तिखटच होता.

“तू रोबोटी भाड्याने देतोस?”

“हो, सर, देतो.”

“जवळपास बोटी भाड्याने देणारी अशीच दुसरी कुठली जागा आहे?”

“नाही, सर! सध्यातरी बोटी भाड्याने घेण्यासारखी माझी एकच जागा आहे.”

“खून पडला त्या शुक्रवारी रात्री तू कुठल्या बोटी भाड्याने दिल्या होत्यास?”

“ही उलटतपासणी योग्य तऱ्हेने चाललेली नाही, या मुद्द्यावर माझा या प्रश्नाला आक्षेप आहे.”

“आक्षेप अमान्य.”

“उत्तर दे प्रश्नाचे, मिस्टर कॅमेरॉन!”

“मी एक रोबोट भाड्याने दिली होती.”

“फक्त एकच?”

“हो, सर!”

“तू उत्तर देताना कुठला वेळ विचारात घेतो आहेस?”

“दुपारी चार वाजल्यानंतर आणि प्रेत सापडायच्या वेळेपर्यंत.”

“ही बोट कुणाला भाड्याने दिली होती?”

कॅमेरॉन हसत म्हणाला, “स्मिथ नावाच्या माणसाला. शार्क्स रात्री कसे वागतात याचा अभ्यास करण्यासाठी पाच डॉलर्स देऊन त्याने बोट भाड्याने घेतली. निदान तसे काहीतरी करायचे आहे असे म्हणाला तो.”

“ही बोट कुठल्या वेळी भाड्याने दिली?” मेसनने विचारले.

“संध्याकाळी नऊ वाजताच्या सुमाराला.”

“किती वेळासाठी?”

“त्याने बरोबर दहा वाजून वीस मिनिटांनी परत केली. म्हणजे एक तास वीस मिनिटांनी. वेळेबद्दल आमची काहीतरी चर्चा झाली होती, असे आठवते मला. शेवटी मी त्याला म्हटले, बरं एक तास धरू आपण. तो निघाला तेव्हा बरोबर नऊच वाजले होते का, हे मला आठवले नाही.”

“शार्क्सच्या रात्रीच्या सवयींचा अभ्यास करण्यासाठी एक तास हा फार कमी वेळ वाटत नाही तुला?”

“आता किती सवयींचा आणि किती शार्क्सचा अभ्यास करायचा याच्यावर मला काय वाटते ते ठरेल.”

कोर्टामध्ये हसण्याचा आवाज आला.

“आणि शेवटी साक्षीदार काही शार्क्स विषयावरचा तज्ज्ञ नाही,” लिन्टनने

आठवण करून दिली.

कॅमेरॉन जरा खोकला. ''मी आहे शार्क्स या विषयावरचा तज्ज्ञ. मी अभ्यास केला आहे त्यांचा.''

जज नेवार्क सावरून बसला. त्याला जरा कुतूहल निर्माण झाले होते. त्याने पुढे वाकून विचारले, ''तो गृहस्थ कोण होता ते माहीत नाही तुला? त्याचे नाव स्मिथ आहे एवढेच माहीत आहे तुला?''

''हो, सर!''

''हे तू पोलिसांना सांगितले होतेस?''

''पोलिसांना... नाही वाटत तसे सांगितले होते म्हणून. मला वाटते त्यांनी विचारलेही नाही मला.''

''खुनाच्या रात्री भाड्याने दिलेली ती एकच रो-बोट होती?''

''हो, सर!''

''किती वाजल्यानंतर भाड्याने दिली होती म्हणालास तू?''

''दुपारी चार वाजल्यानंतर. तीन वाजताही एक दिली होती आणि ती पाच वाजता परतही आली.''

''ती कुणाला भाड्याने दिली होती?''

''एका स्त्रीला. तीही ओळखीची नव्हती.''

''एकटीच? दुसरे कुणी नव्हते तिच्याबरोबर?''

''एकटीच होती. तिला मात्र मासेमारीसाठी हवी होती. मासेमारीसाठी मी बऱ्याच बोटी भाड्याने देतो.''

''या स्मिथ नावाच्या माणसाचे वर्णन करू शकशील तू?'' जज नेवार्कने विचारले.

''हो, सर, करू शकेन. तरुण, सावळ्या रंगाचाच म्हणावा लागेल. खूपच सडपातळ आणि बोटींची काहीही माहिती नसलेला. ते माझ्या लक्षात आले, कारण –''

''तुला काय वाटले याला इथे काही महत्त्व नाही,'' लिन्टन म्हणाला.

''नसेलही,'' जज वैतागूनच म्हणाला. ''कोर्टाला साक्षीच्या या टप्प्यामध्ये रस आहे. तू म्हणतोस त्याला बोट कशी हाताळायची माहीत नसावे, बरोबर?''

''हो, युवर ऑनर!''

''केवळ शिक्षणासाठी म्हणून असू दे, पण शार्क्सच्या सवयींचा अभ्यास करू इच्छिणाऱ्या माणसाच्या बाबतीत हे आश्चर्यकारक वाटत नाही?''

''तेच सांगायचा मी प्रयत्न करत होतो आणि या वकिलाने अडवले मला. मला वाटत होते की, हे जरा चमत्कारिकच वाटते की –''

जज नेवार्क हसून म्हणाला, "मला वाटते तुझी त्या माणसाबद्दल काय कल्पना झाली ते कळून घ्यायची अगदी आत्ताच आवश्यकता नाही. तो माणूस कसा दिसत होता, याबद्दल आणखी काही सांगता येईल तुला? त्याचा पोशाख कसा होता? वजन किती असेल त्याचे?"

"त्याने एक ओव्हरकोट गुंडाळून घेतला होता... अगदी चमत्कारिक गोष्ट नसली तरी... चुकीचीच."

"कशा तऱ्हेने?"

"युवर ऑनर. जो माणूस होडी वल्हवत जाणार असेल, तो चांगले वजनदार जॅकेट घालेल... नाहीतर चामड्याचा कोट किंवा तसेच काहीतरी आणि पॅन्ट आणि शूज किंवा बूट घालेल. बोटींची सवय असणारा माणूस सहसा ओव्हरकोट चढवणार नाही आणि उत्कृष्ट प्रतीचा तर नक्कीच नाही."

"का?"

"शेवटी रोबोटी गळतातच. सगळ्याच बोटी थोड्याफार गळतात आणि पायाखाली घाण पाण्यात गळाला लावण्यासारखे प्राणी आणि काय-काय कचरा असतो. ओव्हरकोट खाली घासला जाऊन फारच खराब होईल. आणि कितीही प्रयत्न केलातरी तो खराबच होणार. रोबोटीची बांधणीसुद्धा अशी असते की, सीट खूप खाली असते. माणूस बसला की कोट तळाशी घासणार, घाणरेड्या पाण्यात भिजणार."

"तुझा मुद्दा आला माझ्या लक्षात," जज नेवार्क म्हणाला. आता तो स्वत:च फार गुंतत चालला होता. "तर या माणसाने ओव्हरकोट घातला होता. ओव्हरकोट कसा होता सांगू शकशील?"

"फिकट रंगाचा, राखाडी रंग असावा, पण चांगला जाडजूड होता."

"वर काही डिझाइन वगैरे?"

"नाही, युवर ऑनर!"

"आणि तो माणूस साधारण तीस वर्षांचा होता म्हणालास ना तू?"

"जवळ-जवळ तीसच – तीसहून जास्ती वय नसावे."

"दिसण्यात कसा होता?"

"अगदी सडसडीत, सावळा आणि थोडा वाकलेला. मला ते नीट शब्दांत सांगता येत नाही. पण सागरतीरी राहत असाल, नौकांवर, बोटींवर काम करणाऱ्या माणसांकडे नीट बघत असाल तर लक्षात येईल की, तशी माणसे नेहमी कशी भरदार छातीची असतात. अशा माणसांत एखादा हडकुळा माणूस कसा ताबडतोब उठून दिसतो. लक्ष जाते तुमचे."

"आले लक्षात," जज नेवार्क म्हणाला. "तर या माणसाने नऊच्या सुमाराला रोबोट भाड्याने घेतली आणि साडेदहाच्या आसपास परत केली?"

"हो, युवर ऑनर. अगदी तसेच."

"तो कुठे जाऊन आला याबद्दल काही बोलला तो?"

"शार्क्सना बघायला मड फ्लॅट्सवर गेला होता. त्याच्याकडे एक फ्लॅशलाइट होता."

"एखादी वही?"

"मलातरी दिसली नाही. त्याच्या ओव्हरकोटच्या खिशात काय होते, ते मला माहीत नाही."

"मड फ्लॅट्स कुठे आहेत वगैरेंबद्दल त्याने प्रश्न विचारले होते?" मेसनने चौकशी केली.

"नाही, सर! नाही विचारले. आपल्याला कुठे जायचे आहे, हे त्याला बरोबर ठाऊक होते. बोटीत बसून तो निघाला, पण त्याच्याकडे बघताच कळत होते की, याला बोटींचा सराव नाही."

"कशावरून कळत होते?"

"तो बरोबर हात चालवत नव्हता. कधी त्याची वल्ही खूप खाली पाण्यात जायची, तर कधी वरच्या वर फिरायची. बोट जशी पुढे जायला पाहिजे होती, तशी जात नव्हती. त्याला बोट नीट हाकारता येत नव्हती. त्याला बोटींबद्दल काही कळत नव्हते की पाण्याबद्दल."

"आणि त्या रात्री ती एकच बोट तू भाड्याने दिली होतीस?"

"बरोबर."

"हा माणूस पुन्हा नजरेस पडला, तर ओळखशील तू त्याला?"

"हो, सर! मला वाटते की मी ओळखू शकेन त्याला."

"ठीक आहे," जज नेवार्क म्हणाला. मग मेसनकडे वळून त्याने म्हटले, "तू विचार आता काय ते?"

मेसनने आपल्या पुढल्या प्रश्नाने उलटतपासणीची दिशाच पार बदलून टाकली. "तर मग तू पोलीस येण्याची वाट बघत होतास, बरोबर?"

"हो, सर!"

"तू त्यांना नौकेवर नेण्याची तयारी दाखवलीस?"

"हो, सर! त्यांनी मला विचारले की, नौका कुठे असेल ते मला माहीत आहे का आणि मी सांगितले की, बरबॅन्क ती नेहमी कुठे नांगरून ठेवतो, ते मला माहीत आहे."

"आणि तुम्ही नौकेवर साधारण किती वाजता पोहोचलात?"

"साधारण सव्वाअकरा वाजता, मला वाटते."

"म्हणजे अगदी पूर्ण ओहोटीच्या वेळी?"

"तिला अजून दीड तास तरी अवकाश होता. हो, सर!"
"आणि तोपर्यंत बोट तळाला टेकली होती?"
"तसे म्हणायला हरकत नाही."
"आणि खूप कलली होती?"
"पार कलली होती. उभे राहता येत नव्हते तिच्यावर."
"आणि त्या कलण्यामुळे बोटीवर असलेला थोडाफार पुरावा, तरी हलला असणार?" मेसनने विचारले.
"त्याच्याबद्दल मला माहीत नाही. पुरावा कुठल्या स्थितीत होता, याबद्दल मी काही बोलणार नाही."
"बोट किती कलली होती?"
"खूपच."
"नव्वद अंशांपासून किती?"
"पंचवीस-तीस अंशांपर्यंत खाली गेली असेल."
"आणि अशा स्थितीत नीट उभे राहता येत नव्हते?"
"हो!"
"प्रेत जमिनीवर पडले होते?"
"हो!"
"या फोटोत दाखवलेल्या स्थितीत?"
"बरोबर, हो सर!"
"खून जर संध्याकाळी झाला असेल, तर पूर्ण ओहोटीची आणखी एक वेळ तोपर्यंत येऊन गेली असणार. म्हणजे शनिवारी सकाळी बारा वाजून तीन मिनिटांनी येणारी ओहोटी. बरोबर आहे ना?"
"हो, सर!"
"आणि एक पूर्ण भरतीची वेळदेखील?"
"हो, सर!"
"आणि ती कुठल्या वेळी आली असेल?"
"शनिवारी सकाळी सहा-सव्वीस वाजता."
"भरती-ओहोटीच्या वेळा तुझ्या लक्षात राहतात?"
"तो व्यवसाय आहे माझा... निदान व्यवसायाचा एक भाग तरी. वेळा लक्षात असतात माझ्या."
"आता या फोटोमध्ये प्रेत केबिनच्या एका बाजूला आहे आणि डोके फोटोमध्ये दाखवल्याप्रमाणे खाली गेलेल्या कोपऱ्यात आहे," मेसनने फोटो दाखवत म्हटले.
"हो, सर!"

"आता हे प्रेत दुसऱ्या बाजूने गडगडत या बाजूला आले असणे, सहज शक्य आहे का?"

"अगदी शक्य आहे. हो, सर!"

"आदल्या रात्री मध्यरात्री बारा वाजून तीन मिनिटांनी असलेल्या पूर्ण ओहोटीच्या वेळी?"

"हो, सर!"

"या फोटोग्राफमध्ये प्रेताची जी जागा दाखवली आहे त्याच जागी ते शोधले गेले तेव्हा होते, हे मान्य करूनसुद्धा रात्री बारा वाजून तीन मिनिटांनी असलेल्या पूर्ण ओहोटीच्या वेळी रात्रीही ते प्रेत गडगडले असण्याची शक्यता नाकारता येत नाही."

"मी तर म्हणेन की तशी खूपच शक्यता आहे," साक्षीदार म्हणाला.

"साक्षीदार प्रेतांच्या बाबतीतला तज्ज्ञ नाही," लिन्टन म्हणाला.

"पण बोटींचा आहे," जजने ताडकन सांगितले.

"अशा तऱ्हेने बोट कलली तर केबिनची जी बाजू खाली जाते त्या बाजूला सर्व गोष्टी सापडतात. ही बोट अशा तऱ्हेने कलली होती की, तिची उजवी बाजू – स्टारबोर्ड – खाली कलली होती. खून झाला तेव्हा पार दुसऱ्या बाजूला प्रेत पडलेले असले तरी बारा वाजून तीन मिनिटांची पूर्ण ओहोटी त्या प्रेताला गडगडत या बाजूला आणून टाकेल."

हातात एक कोनमापक घेऊन मेसन जजच्या खुर्चीजवळ पोहोचला.

"बसल्या-बसल्या कोर्टाला डिटेक्टिव्हसारखा तपास करायला आवडेल?" मेसनने विचारले.

"आभारी आहे," जज हसून म्हणाला. "माझ्याही मनात तसेच काहीतरी येत होते."

"कोर्ट आणि काउन्सेल कशाबद्दल बोलत आहेत, ते मला कळेनासे झाले आहे," लिन्टनने तक्रार केली.

जज नेवार्कने कोनमापक फोटोग्राफवर ठेवला आणि तो हसून म्हणाला, "मला वाटते... प्रिय वॅटसन, हे फार साधे आहे."

कोर्टामध्ये हसण्याची एक लहर उमटून गेली. जज नेवार्कने प्रेक्षकांना शांत करायचा थोडाही प्रयत्न केला नाही.

बावचळलेला डिस्ट्रिक्ट ॲटर्नी म्हणाला, "काहीतरी स्पष्टीकरण मिळण्याचा मला हक्क आहे, युवर ऑनर!"

"मिस्टर मेसनच्या बोलण्याचा रोख ध्यानात घेऊन कोर्टाला हौशी डिटेक्टिव्हप्रमाणे शोध घ्यायची इच्छा झालेली आहे," जज नेवार्क म्हणाला. "तुझ्या लक्षात येईल की, या फोटोग्राफमधली मेणबत्ती एका बाजूला झुकल्यासारखी दिसते आहे."

"असेल झुकलेली, म्हणून काय झाले?" लिन्टनने विचारले.

"या कोनमापकाचा उपयोग केला तर लक्षात येते की, मेणबत्ती काटकोनापासून साधारण सतरा अंश कललेली आहे."

"ठीक आहे, असेल कललेली. पुढे काय?" लिन्टनने विचारले. "खुनी माणूस घाईघाईने मेणबत्ती ठेवतो, तेव्हा ती अगदी तळापासून वरपर्यंत सरळ उभी आहे बघण्यासाठी तो ओळंबा वापरत नाही की कोनमापक."

"तू विचारात न घेतलेला जो मुद्दा मिस्टर मेसनच्या मनात आहे, अशी माझी पूर्णपणे खात्री आहे," जज नेवार्कने बोलायला सुरुवात केली. "तो असा की, वितळलेले मेण सर्व बाजूंनी सारख्या प्रमाणात ओघळून मेणबत्तीच्या चारी बाजूंनी पसरलेले आहे."

"पण या सगळ्याचा संबंधच आहे कुठे?" लिन्टन वैतागलेल्या स्वरात म्हणाला. "मेण दोन्ही बाजूंनी सारख्याच प्रमाणात वितळणार ना?"

"मेणबत्ती तिरकी असेल तर नाही," जज म्हणाला. त्याच्या चेहऱ्यावर अजूनही थोडे हसू होते. "ही मेणबत्ती स्वतःहून मूकपणे साक्ष देते आहे की, जळत असताना ती अगदी सरळ उभी करून ठेवली होती."

"पण ते कसे शक्य आहे?" लिन्टनने विचारले. "त्या फोटोग्राफकडे बघा. ती मेणबत्ती काटकोनातून कुठल्या कुठे झुकलेली आहे."

"बरोबर," जज नेवार्क म्हणाला. "मला वाटते मिस्टर मेसनचा मुद्दा आहे की, ती मेणबत्ती काटकोनातून झुकलेली आहे हाच ती केव्हा लावली गेली होती, त्या वेळेचा पुरावा ठरू शकते. तोच मुद्दा आहे ना तुझा मिस्टर मेसन?"

"हो!" मेसन म्हणाला, "म्हणूनच भरती-ओहोटीच्या वेळांबद्दलचा पुरावा फार महत्त्वाचा आहे."

जज नेवार्क काही क्षण त्या फोटोग्राफकडे बघत बसला. "आता पाच वाजत आले आहेत,' तो म्हणाला. "संध्याकाळसाठी काम थांबवण्याची वेळच होते आहे. तेव्हा मी कोर्ट तहकूब करतो आहे आणि उद्या सकाळी दहा वाजता पुन्हा कोर्टाचे कामकाज सुरू होईल. मधल्या काळात माझी अधिकाऱ्यांना सूचना आहे की, कललेली मेणबत्ती आणि साक्षीदाराकडून मिस्टर मेसन यांनी भरती-ओहोटीबद्दल मिळवलेल्या वेळा हे पुरावे लक्षात घेऊन त्यांनी या केसबाबतच्या त्यांच्या कल्पना आणि तर्क पुन्हा तपासून बघावेत.

"कोर्ट तहकूब करण्यात येत आहे."

१७

मेसनच्या कार्यालयामध्ये पॉल ड्रेक त्याच्या उच्चारांच्या खास ढबीत म्हणाला, ''तुला मानले पाहिजे, पेरी. तू हॅटमधून ससे काढतोस खरेच. डिस्ट्रिक्ट ॲटर्नीला काय करायचे समजेनासे झाले आहे. कोर्टाच्या आज दुपारच्या कामाचा वृत्तान्त देताना वार्ताहरांचा कल तुझ्या अशिलांच्या बाजूनेच राहण्याची शक्यता दिसते आहे मला.''

''मी अजून तरी कुठल्याही हॅटमधून कुठलेली ससे बाहेर काढलेले नाहीत,'' मेसन म्हणाला. जाकिटाखालच्या बिनबाह्यांचा कपड्यात काखेखाली अंगठे अडकवून तो फेऱ्या घालायला लागला. डोके थोडे पुढे झुकलेले, नजर जमिनीवरच्या गालिच्यावर अशी खिळलेली की, गालिच्याला भोके पडावीत. ''पॉल, मी जवळ-जवळ धोक्यातून बाहेर आलो आहे. मला भीती वाटते की, मी उरलेला मार्ग जाऊ शकणार नाही... मेणबत्ती आणि भरती-ओहोटीच्या वेळांबद्दलचा माझा मुद्दा जज नेवार्कच्या ध्यानात आला ही आनंदाची गोष्ट आहे.''

''त्या मेणबत्तीबद्दल माझ्या काही लक्षात आले नव्हते,'' ड्रेक म्हणाला.

''याचे कारण अगदी साधे आहे. बहुतेक सर्व खून भूपृष्ठावर पडतात. पोलीस डिटेक्टिव्हची विचार करायची पद्धत भूभागावर पडलेल्या खुनांचा तपास लावताना येणाऱ्या अनुभवांमध्ये गुंतून राहते. एखादा यॉट्समन ज्या गोष्टींचा अगदी सहज प्रथम विचार करेल, त्या गोष्टी पोलीस डिटेक्टिव्हच्या ध्यानातच येत नाहीत. कोणत्याही यॉट्समनला सागराबद्दल, नौकानयनाबद्दल विचार, त्याच्या मनात येणारा पहिला विचार भरती-ओहोटीबद्दलचा असतो. या उलट लेफ्टनंट ट्रॅग आणि मनुष्यवध विभागामधल्या कोणाच्याही मनात भरती-ओहोटीचा विचारच येऊ शकत नाही. म्हणजे त्यांच्यापैकी कोणी मच्छिमार नसतील तर.''

''पण या मेणबत्तीचा संबंध त्या दुसऱ्या गोष्टीशी कसा जोडला जाऊ शकतो ते कळत नाही मला,'' डेला स्ट्रीट म्हणाली.

''कुठली दुसरी गोष्ट?'' मेसनने विचारले.

''त्या पायरीवर पडलेला रक्ताळलेल्या पायाचा ठसा. 'कम्पॅनिअन वे' म्हणतात

त्या जिन्याला ते, असे वाटते मला.''

''कम्पॅनिअन वे हा बरोबर शब्द आहे अगदी. आणि त्या पायाच्या ठशांबद्दलच काळजी वाटते आहे मला.''

''कॅरोल बरबॅन्कने पाडलेला ठसा?''

''तिच्या पायाचाच असणार. ती तसेच म्हणते आहे. आणि तिच्या शूवरही रक्ताचे डाग सापडले होते.''

''आणि त्यात तुला काहीतरी गडबड वाटते?'' ड्रेकने विचारले.

''गडबड अशी आहे की, तिने सांगितलेली कथा जर खरी असेल, तर *रक्ताळलेल्या शूचा ठसा खून होण्यापूर्वी उमटलेला आहे,''* मेसन म्हणाला.

''पण तिने केलेले असणे शक्य नाही, पेरी.''

''तू त्या रक्ताळलेल्या ठशांची जागा नीट बघितली आहेस?''

''मला तो फोटोग्राफ पुन्हा एकदा नीट बघू दे पेरी!'' असे म्हणत आपल्या मोठ्या गुबगुबीत खुर्ची शेजारून पॉल ड्रेक पुढे झाला.

आपल्या टेबलाचा ड्रॉवर उघडून मेसनने कम्पॅनिअन वेवरच्या पायरीवर उमटलेल्या रक्तरंजित पायाच्या ठशाचा फोटोग्राफ ड्रेकच्या हातात ठेवला.

''बरं मग काय चूक आहे यात?'' थोडा वेळ फोटोग्राफ नीट बघत ड्रेकने विचारले.

''सांगितलेल्या परिस्थितीत तो उमटणे शक्य नाही.''

''का?''

''आपण पुन्हा भरती-ओहोटीच्या प्रश्नांकडे वळू या,'' मेसन म्हणाला. ''तो ठसा कुठे आहे?''

''पायरीच्या अगदी मध्यावर,'' ड्रेक म्हणाला.

''बरोबर. आता समज की ती तिकडे पोहोचली तेव्हा यॉट-शिडाची नौका – पार कललेली होती. तिचे रक्ताच्या थारोळ्यातच पाऊल पडले असते. मग काय घडले असते? ती त्या पायऱ्या चढायला लागली असती किंवा यॉटिंगच्या शब्दांत सांगायचे, तर कम्पॅनिअन वे चढायला लागली असती. मग काय झाले असते? तिरप्या झालेल्या जिन्याच्या पायऱ्या कधी चढला आहेस तू?''

''नाही. मी कशासाठी चढू?''

मेसन क्लोझेटमध्ये गेला आणि एक शिडी घेऊन आला. त्याने ती वाकडी करत एका कोनात उभी केली.

''ठीक आहे,'' तो म्हणाला. ''मेणबत्ती याच कोनामध्ये दिसते आहे. पॉल, तू समजा ही शिडी चढणार असलास तर काय करशील तू?''

''मला ती शिडी चढायची पाळी आली, तर मी चढणारच नाही.''

“चढशील, चढशील तू,” मेसनने खात्री दिली. “पण तू करशील काय?”

ड्रेकने मान हलवली. “तुला काय सुचवायचे आहे, ते माझ्या लक्षात येत नाही.”

डेला स्ट्रीट चालत त्या शिडीजवळ गेली. तिचे पाय कुठल्या स्थितीत शिडीजवळ आहेत ते त्यांना कळावे म्हणून तिने आपला स्कर्ट थोडा वर उचलला. “अशी शिडी चढायचा एकच मार्ग आहे, पॉल. तू तुझे पाय अजिबात पायऱ्यांच्या मध्यावर टेकवू शकणार नाहीस. तू पायऱ्यांच्या कडेला, कोपऱ्यात पाय टेकवशील. ज्या बाजूला शिडी कललेली आहे त्याच बाजूला.”

“अगदी बरोबर,” मेसन म्हणाला.

ड्रेकने हळूच एक शीळ घातली. “म्हणजे तुला वाटत नाही की –”

“हो,” मेसन म्हणाला. “पायाचा तो ठसा नौका पाण्यावर साधारण स्थिरपणे तरंगत असतानाच उमटला असणे शक्य आहे.”

“खरे आहे, पेरी. ती म्हणाली होती की, बातमी कळताच ती तिकडे पोहोचली. त्या ठशांची जागा दर्शवते की, ती खरे बोलते आहे. नऊ वाजण्याआधी नौका कलायला लागली नव्हती. आणि कॅमेरॉन सांगतो की, डिंगी घेऊन –”

“म्हणजे सर्व गोष्टी जुळतात,” मेसन मध्येच म्हणाला. “मान्य आहे. प्रश्न असा आहे की, *त्या वेळी तो माणूस मेलेला नव्हता.*”

“मेला होता, मेलेलाच होता. काय घडले ते बघू या. सर्व गोष्टी जुळतात. बरबॅन्क मिलफिल्डबरोबर नौकेवर गेला. त्यांच्यात झगडा झाला. बरबॅन्कने त्याला हाणल्यावर मिलफिल्डचे डोके पितळेचा पत्रा ठोकलेल्या उंबरठ्यावर आदळले आणि –”

“किंवा त्याला हाणले, पाडले, रोबोटवरून किनाऱ्यावर आला. मग दुसराच कुणीतरी बोट वल्हवत नौकेवर पोहोचला. त्याने मिलफिल्डला ठार मारले आणि तो तिथून निघाला. कॅरोल आणि बरबॅन्कला या प्रकरणातून सोडवायचे असेल, तर तसेच घडले असणार हेच मला सिद्ध करायला पाहिजे.”

“ते जर तू सिद्ध करू शकलास ना पेरी, तर तुझ्या दृष्टीने ते चांगलेच होईल,” ड्रेक म्हणाला. पण त्याच्या आवाजावरून त्याला या बाबतीत शंका वाटत असावी. “पण पेरी, हे तू कसे सिद्ध करणार आहेस? मग त्या वेळी नौकेवर दोनच माणसे असणार, मिलफिल्ड आणि खुनी. मिलफिल्ड बोलू शकत नाही आणि खुनी बोलणारच नाही.”

मेसन म्हणाला, “एखादे वेळी खुनी बोलेलही. एखादे वेळी बोललाही असेल. आणि ती नौका बोलेल, पॉल. कोणत्याही यॉट्समनप्रमाणे आपल्याला फक्त भरती ओहोटीच्या वेळा कायम विचारात घ्यायला पाहिजेत. मग ध्यानात येईल की,

प्रॉसिक्यूशन पुढे करत असलेली कथा आणि इतर माणसे सांगत आहेत, त्या गोष्टी यांच्यामध्ये तफावत आहे.''

''तफावत नाही असे कोणकोणत्या बाबतीत म्हणता येईल?'' डेला स्ट्रीटने विचारले.

मेसनने पुन्हा फेऱ्या घालायला सुरुवात केली. ''हा बरवेल,'' तो अचानक म्हणाला. ''प्रथमच नको त्या प्रेमप्रकरणात गुंतलेला भाबडा माणूस आहे, असे वाटते. पण लक्षात घ्या की, तो समज करून देतो आहे तेवढा भाबडा नाही. तो म्हणतो की, शुक्रवारी रात्री तो सहज इकडे यायला निघाला होता. तो नक्की तसाच निघाला होता? तुमच्या ध्यानात आले आहे का की तो म्हणतो आहे त्याप्रमाणे *लेफ्टनंट ट्रॅग डाफनेला तिच्या नवऱ्याच्या मृत्यूबद्दल कळवू शकण्याच्या आधीच डाफने मिलफिल्डने त्याला तिच्या नवऱ्याच्या मृत्यूबद्दल सांगितले होते म्हणून.* मी तिला भेटायला जाण्यापूर्वीच. शार्कसच्या रात्रीच्या सवयींचा अभ्यास करणारा गूढ आणि रहस्यमय माणूस किती बरवेलसारखाच दिसतो, हे लक्षात आले आहे का?

''आपण समजू या की रॉजर बरबॅन्कने मिलफिल्डला हाणले आणि तो कोसळला. संतापलेल्या अवस्थेतच रॉजर बरबॅन्क तिथून निघाला. कॅरोल परत येते तेव्हा तिला मिलफिल्ड उंबरठ्यावर डोके टेकलेल्या अवस्थेत पडलेला आढळतो. तिला वाटते की, तिच्या वडिलांनीच त्याला ठार मारलेले असणार. तिच्या वडिलांनाही तसेच वाटत असते. पण समजा तिच्या वडिलांनी त्याला ठार मारलेले नसले तर? मग आपल्याला नौका आणि परिस्थितिजन्य पुराव्याकडे बघायला पाहिजे. तो पुरावा आपल्याला काय घडले, कोणी मिलफिल्डला मारले ते सांगतो का, याचा विचार करायला पाहिजे. प्रत्येक गोष्ट तपासण्याचा पूर्ण प्रयत्न करणे भाग आहे. सर्व गोष्टी हाताला लागल्यासारख्या वाटतात, पण त्या एकमेकांत बसूच शकत नाहीत. आपल्याला वेगळ्याच दृष्टिकोनातून त्यांच्यावर नजर टाकायला पाहिजे. भरती संध्याकाळी पाच वाजून एकेचाळीस मिनिटांनी होती. कॅमेरॉन या साक्षीदाराची साक्ष बघ किंवा त्यापेक्षा मी एक वेळापत्रकच बनवतो.''

मेसनने टेबलावरचे एक फूलस्केप पॅड खेचले, पेन्सिल घेतली आणि एका तक्त्यात आकडे भरायला सुरुवात केली.

मग त्याने तो तक्ता पॉलकडे सरकवला. डेला स्ट्रीट त्याच्यामागे उभी राहून तक्ता बघायला लागली.

वेळापत्रक याप्रमाणे होते :

शुक्रवार रात्र	भरती संध्याकाळी ५ : ४१
ओहोटी	मध्यरात्रीनंतर ३ मिनिटांनी
	म्हणजे शनिवार सकाळी १२ : ०३
पुढल्या भरतीची वेळ	शनिवार सकाळी ६ : २६
त्यामुळे बोट तळाला टेकली होती – शुक्रवारी रात्री ८:०० वाजता हलवली	
	गेली असणे शक्य नाही.
कलायला लागली	रात्री ९ : ०० वाजता
पार कलली	रात्री १० : ३० वाजता
परत उलट्या दिशेने	
सरळ व्हायला लागली	सकाळी २ : ०० वाजता
जवळजवळ उभी	
राहिली, पण अजूनही	
तळाला टेकलेलीच	सकाळी ३ : ०० वाजता
पुन्हा तरंगायला लागली	सकाळी ४ : ०० वाजता
पुन्हा तळाला टेकली	शनिवारी सकाळी ८ : ४५ वाजता
कलायला लागली	शनिवार सकाळी ९ : ४५ वाजता
पार कलली	पोलीस आले तेव्हा ११ : १५ वाजता

ड्रेकने वेळापत्रक बघत मान डोलावली. ''सगळे साधे-सरळ वाटते आहे,'' तो म्हणाला.

''ठीक आहे,'' म्हणत मेसनने पुन्हा फूलस्केप पॅड जवळ ओढले. ''आता मी केबिनच्या अंतर्भागाचा आणि प्रेताच्या जागेचा अगदी साधा नकाशा बनवतो. मी दोन ठिकाणी प्रेताची जागा दाखवणार आहे. उंबरठ्यावर डोके आपटल्यावर जिथे प्रेत पडले होते, त्या जागेला मी नाव देतो, क्रमांक-१. ज्या ठिकाणी ते आढळले होते, त्या जागेला मी नाव देतो, क्रमांक-२.''

''आता मी काय सांगणार आहे त्याच्याकडे लक्ष दे, पॉल. नौका कलल्यावर प्रेत गडगडत क्रमांक-२च्या ठिकाणी जाऊ शकते, पण पुढल्या भरतीच्या वेळी ते प्रेत पुन्हा क्रमांक-१च्या जागी कधीही गडगडत येऊ शकणार नाही. जास्तीत जास्त एवढेच होईल की, पुढल्या भरतीच्या वेळी नौका स्थिर तरंगायला लागेल. पण नांगरांची जागा, भरती ओहोटीच्या प्रवाहांची दिशा यांच्यामुळे परत जेव्हा नौका कलायला लागेल, तेव्हा ती उजव्या बाजूलाच – स्टारबोर्ड साइडला – खाली

जाईल. डावी बाजू – पोर्ट साइड – वर जाईल. त्यामुळे एकदा का प्रेत क्रमांक-२ या जागी आले की, दुसऱ्या कुणीतरी हलवेपर्यंत ते त्याच ठिकाणी राहील. हे रेखाचित्र बघ, पॉल म्हणजे मी काय म्हणतो आहे ते कळेल.''

मेसनने हातामधले रेखाचित्र पॉलकडे दिले.

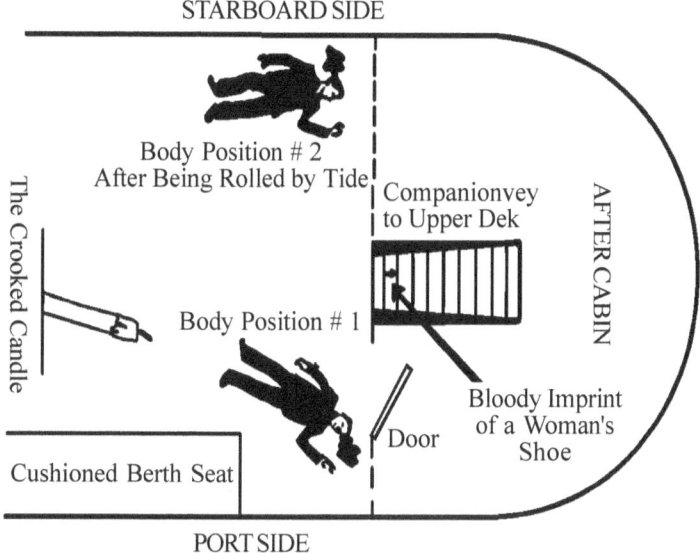

''याच्यात खूप मतभेद असण्यासारखे काही दिसत नाही मला,'' पॉल म्हणाला.

''आता आपण साक्षी आणि पुरावे या वेळापत्रकाप्रमाणे ताडून बघायचा प्रयत्न करू,'' मेसनने सुचवले. ''मृत्यूचे कारण शोधून काढण्यासाठी शवविच्छेदन करणारा शल्यविशारद म्हणतो त्याप्रमाणे डोक्यामागच्या कवटीच्या भागावरचा घाव, जिला आपण जीवघेणी जखम म्हणू या, ती जखम सोडली तर प्रेतावर जिच्यामधून रक्तस्राव होऊ शकला असता, अशी दुसरी कुठलीही जखम नव्हती. प्रेताच्या ज्या जागेला आपण क्रमांक-१ म्हटले आहे, त्या जागेवर उंबरठ्यावर बरेचसे रक्त सांडले होते. ते मी या रेखाचित्रात दाखवतो. क्रमांक-२च्या जागेवर प्रेत होते, तेव्हाही डोक्याजवळ रक्त होते. तेव्हा गालिच्यावर तसा एकमेकांशी संबंध नसलेल्या दोन वेगवेगळ्या जागी रक्त सांडले आहे. त्या दोन जागांमधल्या काही ठिकाणी रक्ताचे जे थेंब दिसतात ते प्रेत गडगडत एका जागेवरून दुसऱ्या जागी पोहोचताना पडलेले आहेत. ते अपेक्षितच आहे, कारण नौका कलायला लागल्यावर प्रेत गडगडायला लागायच्या आधी ते क्रमांक-१ या जागीच होते. पण नौका इतकी

कलली होती की एकदा प्रेत गडगडायला लागल्यावर, ते पुन्हा-पुन्हा फिरत न थांबता केबिनच्या उजव्या बाजूला जाऊनच थांबले. या रेखाचित्रावरून बघू या ते.''

तिघांनाही ते रेखाचित्र बघता यावे म्हणून मेसनने ते खुर्चीच्या हातावर ठेवले.

ड्रेक गप्प बसून बरेच सेकंद त्या रेखाचित्राकडे बघत होता. ''मग या सगळ्यात चूक काय आहे, पेरी? प्रेत तशाच तऱ्हेने हलणार. प्रेत एका स्थितीत राहणार आणि नौका कलल्यावर एकदा का हलायला लागून गती मिळाली की, न थांबता पुन्हा-पुन्हा वळत खाली असलेल्या बाजूवर जाऊन आदळणार, जिथे ते नंतर आढळले होते.''

''अगदी बरोबर,'' मेसन म्हणाला. ''आता लक्षात घे की, नौका शुक्रवारी रात्री कलायला लागली. त्या रात्री साडेदहापर्यंत काही ती जास्तीत जास्त कललेल्या स्थितीत नव्हती. मेणबत्ती साधारण सतरा अंशात झुकलेली आहे. म्हणजे ती जेव्हा जळत होती तेव्हा नौका साधारण अर्धी कलली होती. ज्या कुठल्या गोष्टी घडू शकल्या असतील, त्यांचा विचार आपण आत्ता करू शकत नाही. त्यांच्यावर अवलंबून आपण काहीतरी सरासरी काढू शकू. माझी कल्पना आहे की, नौका साधारण सतरा अंशात कलली असण्याची वेळ नऊनंतरची असावी. बहुतेक नऊ-वीसच्या आसपास. पण साडे नऊनंतरची नसावी. आणि नऊ चाळीसनंतर तर नक्कीच नाही.

''शल्यविशारद म्हणाला होता की, त्याच्या मते रक्तस्राव फार तर अर्धा तास होऊ शकला असता. हे लक्षात घेऊन आता आपण सर्व गोष्टींचा विचार करता येतो का बघू.

''क्रमांक-१ नाव दिलेल्या जागेवर असताना प्रेत उंबरठ्यावर किंवा उंबरठ्यापासून एक-दोन इंच अंतरावर डोके असलेल्या स्थितीत पडले होते. मग ते क्रमांक-२च्या जागेवर गडगडत गेले. जर रक्तस्राव अर्ध्या तासानंतर चालू राहिला नसेल आणि क्रमांक-१ आणि क्रमांक-२ या दोन्ही जागी रक्ताची थारोळी असतील, तर आपल्याला एकच निष्कर्ष काढणे भाग आहे. खून शुक्रवारी रात्री सव्वानऊच्या आसपासच पडलेला असणार. नौका कलायला सुरुवात झाल्यानंतर.''

ड्रेकने मान डोलावली. ''मेणबत्ती तेच दाखवते.''

''बरोबर,'' मेसन म्हणाला. ''मेणबत्तीची स्थिती बघता रात्री नऊ आणि नऊ चाळीसच्या दरम्यान ती साधारण वीस मिनिटे जळलेली आहे. ती बहुधा नऊ-वीस वाजता पेटवली आणि नऊ-चाळीसला विझवली.''

''अंधार त्यापूर्वीच पडला होता,'' ड्रेक म्हणाला.

''आता आपण या केसमधल्या कोड्यात टाकणाऱ्या बाबीकडे येतो आहोत,'' मेसन म्हणाला, ''मिलफिल्ड अंधारातच केबिनमध्ये बसला असेल किंवा दुसरी एक विचारात घेण्यासारखी शक्यता आहे. ज्या ठिकाणी मेणबत्ती आहे तिथे पूर्वीच्या एका

मेणबत्तीचा जुना तुकडा असू शकेल. अंधार झाल्यावर मिलफिल्डने प्रथम मेणबत्तीचा तो तुकडा पेटवला. पूर्ण जळल्यावर तो बाहेर फेकून देऊन त्याच ठिकाणी नवीन मेणबत्ती पेटवली आणि –''

ड्रेक एकदम उत्तेजित बनला. ''खरंच की पेरी, तसेच घडले असणार. मग सगळ्या गोष्टी जुळतात. मिलफिल्डने दुसरी मेणबत्ती नुकतीच पेटवलेली असताना खुनी नौकेवर आला. मिलफिल्डने मेणबत्ती पेटवून त्या वेळी फार तर पाच किंवा दहा मिनिटे झाली असतील.''

''तेव्हा खुनाची वेळ कशी अगदी गणित सोडवल्याप्रमाणे खात्रीपूर्वक सांगता येते, हो ना पॉल?'' मेसनने विचारले.

ड्रेकने मान डोलावली.

''पण संध्याकाळी सहाच्या सुमाराला रॉजर बरबॅन्कचा मिलफिल्डशी झगडा झाला, हे कळताक्षणी कॅरोल बरबॅन्क गाडी घेऊन यॉट क्लबवर आली. सात नंतर कधीतरी पण आठ वाजायच्या आधी ती नौकेवर पोहोचली. नौका अजूनही स्थिर उभी होती. तिला क्रमांक-१ या जागी प्रेत आढळले. तिने हे मला शपथेवर सांगितले आहे.''

''तेही बरोबर आहे, पेरी. ती पोरगी वेळेच्या बाबतीत खोटे बोलते आहे. ती सांगते आहे तसे घडले असणे शक्य नाही.''

''बरोबर,'' मेसन म्हणाला. ''कॅरोल बरबॅन्क खोटेच बोलत असणार. ती नऊ वाजल्यानंतर कधीतरी नौकेवर गेली असणार. खुन्याने तरी मेणबत्ती पेटवली असली पाहिजे, नाहीतर कॅरोलने तरी. अशीही शक्यता आहे की, *खून घडल्यानंतर* आणि खुनी निघून गेल्यानंतर *मेणबत्ती पेटवली गेली असेल.*''

''जुनी मेणबत्ती काढली असेल तर तसे झालेले नसणार,'' ड्रेक म्हणाला.

''झाले नसेलही, पण शक्यता नाकारता येत नाही,'' मेसनने कबुली दिली.

''कॅरोल बरबॅन्क खोटे बोलते आहे, त्याबद्दल तू माझी खात्री पटवली आहेस,'' ड्रेक म्हणाला.

''जरा थांब,'' मेसन म्हणाला. ''पण कॅरोल खरे सांगते आहे, असे दर्शवणारी एक गोष्ट राहतेच.''

''ती कुठली?''

''रक्ताळलेल्या पायाच्या ठशाची जागा. तो ठसा कम्पॅनिअनवेच्या एका पायरीच्या अगदी मध्यभागी आहे. याचा अर्थ तो ठसा उमटला तेव्हा नौका सरळ उभी होती. आता *याचे स्पष्टीकरण* तू कसे देणार मि. डिटेक्टिव्ह?''

ड्रेकने डोके खाजवले. ''नाही देता येत, पेरी. आपण रंगवलेल्या चित्रात ही गोष्ट बसू शकत नाही.''

''तो रक्ताळलेला ठसा सांगतो की, कॅरोल खरे सांगते आहे आणि मेणबत्तीचा

पुरावा दर्शवतो की ती खोटे बोलते आहे. भरती ओहोटीच्या वेळांचा विचार केला *तर नऊच्या आधी खून पडला असणे शक्य नाही.*

"तो ठसाच बनावट असण्याची काही शक्यता नाही ना?" डेला स्ट्रीटने विचारले.

"आता माझ्या मनात दडलेल्या विचारांच्या दिशेनेच तू विचार करायला लागली आहेस," मेसन म्हणाला. "समजा भरती ओहोटीबद्दल माहिती असणाऱ्या, बिकट परिस्थितीत झटकन विचार करून निर्णय घेऊ शकणाऱ्या हुशार मुलीला, कुठल्याही कारणाने, खून खरोखर ज्या वेळी पडला होता त्याच्या खूप आधी तो पडला आहे असे दाखवायचे आहे. ती नौकेवर आली तेव्हा नौका कललेली होती. तिच्या ध्यानात आले की, कम्पॅनिअनवेच्या पायरीच्या बरोबर मध्यावर रक्ताळलेला पायाचा ठसा उमटवला तर त्याचा अर्थ होईल की नौका त्या वेळी सरळ उभी होती."

"अरे बापरे!" ड्रेक उद्‌गारला. आता तू पटणारे सांगतो आहेस खरे आणि कॅरोल तशीच मुलगी आहे."

"मी कुठल्याही तऱ्हेचा गोंधळ घालू शकत नाही," मेसन विचारक्रांत होऊन म्हणाला. "मला एक फक्त एक संधी मिळणार आहे आणि त्या वेळी चूक होऊन चालणारच नाही. शल्यविशारद म्हणतो की, रक्तस्राव – मोठ्या प्रमाणात रक्तस्राव – साधारण तीस मिनिटांच्या काळातच शक्य आहे. फक्त दोनच ठिकाणी रक्ताची थारोळी आहेत. क्रमांक-१च्या जागी आणि प्रेत सापडले त्या जागी. याचा अर्थ होतो खून नऊ वीसच्या आसपास पडला आहे. मेणबत्ती तीच वेळ दाखवते. तो रक्ताळलेला पायाचा ठसाच या वेळेत बसत नाही. तो तसा का बसत नाही, तो कधी उमटला, कसा उमटला, का उमटला हे कळायलाच हवे."

"दुसऱ्या दिवशी सकाळी नौका पुन्हा सरळ झाली तेव्हा तो ठसा उमटला असेल अशी काही शक्यता?" डेलाने विचारले.

"आत्ता आपल्याला ज्या गोष्टी कळलेल्या आहेत त्यांचा विचार केला, तर ती एकच शक्यता सर्वांचे स्पष्टीकरण देऊ शकते."

"पण रक्त इतका काळ ओलसर राहू शकले असते?" ड्रेकने विचारले.

"मला वाटते राहिले असते," मेसन म्हणाला. "जिथे ते गालिच्यामध्ये शोषले गेले असेल, तिथे तर नक्कीच. केबिनमधला गालिचा चांगला जाडा आहे आणि वजनदारही आहे.

"परिस्थितीजन्य पुरावे लक्षात घेतले, तर तीन तऱ्हेची घड्याळे खुनाची वेळ अगदी चोखपणे सिद्ध करतात. पहिले आणि सर्वांत महत्त्वाचे घड्याळ आहे, भरती आणि ओहोटी. दुसरे घड्याळ म्हणजे काटकोन करून उभी राहण्याऐवजी सतरा अंशांमध्ये कललेली मेणबत्ती. दोन्ही बाजूंनी व्यवस्थितपणे ओघळलेले मेण लक्षात

घेतले, तर मेणबत्ती जळत असताना ती जवळजवळ काटकोनात उभी होती, असाच निष्कर्ष निघू शकतो.''

''आणि तिसरे घड्याळ कुठले?'' ड्रेकने विचारले.

''ज्या काळात जखमेमधून रक्तस्राव होईल तो काळ, बहुधा अर्ध्या तासाहून जास्ती नाही. म्हणजे गालिच्यावर ज्या आकाराचे डाग पडले आहेत, तसे डाग पाडू शकणारा रक्तस्राव. आता फक्त एकाच तऱ्हेने ही तीनही घड्याळे लावता आली तरच खुनाची वेळ म्हणून ती एकाच वेळेकडे बोट दाखवतील आणि हे जमेल त्या क्षणी तो रक्ताळलेला पायाचा ठसा योग्य जागी नाही असे लक्षात येईल.''

''म्हणजे हा पायाचा ठसा खोटाच होता,'' ड्रेक म्हणाला. ''पर्समधून हातमोजे काढायचे, ते काढत असताना पार्सलची पावती मुद्दाम जमिनीवर पडू द्यायची हे सर्व... पेरी, नक्की तसेच असणार. हा सगळा प्रकार यात कुणाला तरी अडकवण्यासाठी केला गेला आहे.''

''कोणाला अडकवण्यासाठी?'' मेसनने विचारले.

''म्हणजे... अरे देवा! माहीत नाही मला. इतर कुणापेक्षा आपल्यालाच अडकवले असल्यासारखे वाटते आहे मला.''

मेसनने जरा खेदानेच मान हलवली. ''मी माझ्या मनात सर्व उजळणी केली आहे, पॉल. त्या पायाच्या ठशाचा अर्थ लागत नाही. कसाही विचार केलातरी तर्कसंगत विचारात तो बसत नाही. तेव्हा ती मुद्दाम केलेली बनवाबनवी आहे या उरलेल्या शक्यतेचा विचार करणे भाग आहे. शूजचे पार्सल ठेवणे, नंतर हातमोजे काढताना त्या पार्सलची पावती खाली पडणे, या गोष्टी जशा दिसतात तशाच सहज घडल्या असतील किंवा ते शूज मुद्दामच अशा परिस्थितीत पोलिसांच्या हातात पडावेत की, रक्ताच्या ठशांचा पुरावा खरोखर आहे त्यापेक्षा भयानक वाटेल अशीच मुद्दाम काळजीही घेतली असेल.''

मेसनने भरती-ओहोटीचे वेळापत्रक खिशातून काढले आणि तो म्हणाला, ''पॉल, आज रात्री आपण एक प्रयोग करून बघणार आहोत.''

''तुझी नक्की काय योजना आहे?'' ड्रेकने विचारले.

''आज रात्री पूर्ण भरतीची वेळ नऊ वाजून बेचाळीस मिनिटांनी आहे. ओहोटीची उद्या सकाळी दोन वाजून चोपन्न मिनिटांनी आहे. आपण बनवलेल्या वेळापत्रकाप्रमाणे बोट रात्री अकरा वाजताच्या सुमाराला तळाला टेकेल, बारा वाजला कलायला लागेल, दीड वाजता ती पूर्ण कलायला हवी. मला तपास करायची इच्छा असलेला वेळ आहे मध्यरात्रीनंतर अर्ध्या तासाने. तिथपासून साधारण पावणे-दोन वाजेपर्यंत.''

''बोट आत्ता कुठे आहे?'' ड्रेकने विचारले.

''बोटीच्या मालकाचा प्रतिनिधी या नात्याने मी ती पोलिसांच्या ताब्यातून माझ्या

ताब्यात घेतली आहे. यॉट क्लबमधल्या कॅमेरॉनला मी सांगितले आहे की, खुनाच्या रात्री ती ज्या ठिकाणी उभी होती, त्याच ठिकाणी ती ओढत नेऊन उभी कर आणि नांगरून ठेव. मध्यरात्रीपूर्वी थोडा वेळ आधी तिथे पोहोचून आपण भरती ओहोटीचे परिणाम बघणार आहोत.''

ड्रेकचा चेहरा पडलेला दिसला.

''काय झाले?'' मेसनने विचारले.

''माझा घसा दुखतो आहे, प्रत्येक सांधा दुखतो आहे आणि हीच रात्र बरी तू शोधलीस,'' ड्रेकने उत्तर दिले.

''तुला फ्ल्यू होतो आहे?'' मेसनने विचारले.

''लक्षणे तरी तीच दिसत आहेत,'' ड्रेकने कबुली दिली. ''पण ताप वगैरे आलेला नाही. बेचैन वाटते आहे एवढेच. टर्किश बाथ घ्यायचा विचार करत होतो. पण तू –''

''जाऊ दे,'' मेसन म्हणाला. ''तू तिथे आला तरी काही विशेष करू शकणार नाहीस. मी फक्त त्या बोटीवर काय घडते बघणार आहे आणि उद्या सकाळी कोर्टामध्ये गेल्यावर कुठला सिद्धान्त मांडता येतो का, याचा विचार करणार आहे.''

''त्या मेणबत्तीमध्ये जजलाही कुतूहल निर्माण झाले आहे नक्की,'' ड्रेक म्हणाला.

''मी कोर्टामध्ये तर्कसंगत कथा सांगू शकलो, तर उद्या सकाळीच केस कोर्टामधून उडवून लावेन. आणि नाही सांगू शकलो तरी... तरी केस संपेलच म्हणा.''

''मी तुझ्याबरोबर येणार आहे, चीफ,'' डेला स्ट्रीट शांतपणे म्हणाली.

''काहीतरी बडबडू नको,'' मेसन पटकन म्हणाला. ''मी फक्त तिथे जाणार आहे आणि काय घडते बघणार आहे.''

''आणि मी तुझ्याबरोबर येणार आहे,'' डेला स्ट्रीट पुन्हा म्हणाली.

''ठीक आहे, ठीक आहे,'' मेसन हसत म्हणाला. ''ये तू माझ्याबरोबर.''

१८

मध्यरात्र झाली होती. पाण्यावर थोडेसे धुके पसरले होते. धुक्यामधून आकाशातल्या चांदण्या चमकताना दिसत होत्या.

मेसनने डेला स्ट्रीटला हात देऊन गाडीमधून उतरवले. यॉट क्लबच्या केअरटेकरच्या केबिनकडे जाताना त्यांची पावले बोर्डवॉकवर आवाज करत होती. रात्रीच्या गारठ्यात फ्लोटला – तरंगणाऱ्या तराफ्याला – बांधलेल्या छोट्या-छोट्या नौकांच्या छाया भुताळी नौकांसारख्या खोट्या-खोट्या वाटत होत्या.

धक्क्याच्या शेवटी असलेल्या केबिनमध्ये प्रकाश होता. आतमधल्या उबदार हवेत बसलेल्या माणसाच्या कानांवर, मेसनच्या दमदार पावलांचा आणि डेला स्ट्रीटच्या शूजच्या टाचांचा टॅप ऽऽ टॅपऽऽ टॅपऽ असा स्पष्ट आवाज पडल्यावर त्याने दार उघडून त्यांचे हसून स्वागत केले.

"हॅलो, कॅमेरॉन," मेसन म्हणाला.

"ओ! हॅलो," त्यांचे स्वागत करत कॅमेरॉन म्हणाला.

"सर्व तयार आहे?"

कॅमेरॉनचे डोळे मजेत चमकले. त्याने दातांमध्ये एक छोटासा दणकट पाइप पकडला होता. तो हातात घेऊन त्याने म्हटले, "थोडा वेळ आतमध्ये या. जरा उबदार वाटेल. समुद्रावर खूप थंड असणार आहे. नौकेमधल्या केबिनमध्ये स्टोव्ह असला, तरी तिथे पोहोचेपर्यंत गारठायला होईल. इथे स्टोव्हवर गरम पाण्याची किटली आहे. माझ्याकडे थोडी रमही आहे. तुम्हा लोकांना रम आणि –"

मेसनने त्याला बोलणेसुद्धा संपवू न देता विचारले, "मग तू वाट कशाची बघतो आहेस?"

कॅमेरॉन मनापासून हसला आणि एकदा डेला स्ट्रीटकडे नजर टाकत त्याने जरा भिडस्तपणे मेसनला विचारले, "दोन ग्लासेस का तीन?"

प्रश्नाचे उत्तर डेला स्ट्रीटनेच दिले. "तीन," ती स्पष्टपणे म्हणाली.

"आणि तुला हवे तितके कडक बनव," मेसन म्हणाला.

तीन कपांमध्ये आधी भरपूर लोणी घालून त्यावर त्याने उकळते पाणी, साखर, मसाला घातला आणि मग रम ओतली, ''माझा भाऊ डेअरीच्या उद्योगात आहे,'' कॅमेरॉन म्हणाला. ''त्यामुळे माझ्याकडे भरपूर लोणी असते. तुम्हाला कोट काढायचे आहेत?''

''नाही,'' मेसन म्हणाला. ''रम संपवल्याबरोबर निघू या आपण. निघण्यापूर्वी पोट गरम केले, तर काही बिघडत नाही.''

डेला आणि मेसन यांनी जाड अशा कपांच्या गोलाकार काठावरून बघत एकमेकांचे अभिष्टचिंतन केले आणि कप तोंडाला लावले.

''जीव वाचवणारे पेय आहे,'' मेसन म्हणाला.

''हवाच तशी आहे आज. वर्षातले आठ-नऊ महिने मध्यरात्रीच्या सुमाराला समुद्रावर थंडच असते. मला बऱ्याच वेळा केबिनबाहेर पडून फेऱ्या घालाव्या लागतात. माझ्या या केबिनमध्ये परत आलो की काय बरे वाटते!''

''एकटेपणा नाही जाणवत?'' डेलाने विचारले.

कॅमेरॉन पाइपमधून समाधानाने झुरके घेत होता. ''नाही,'' तो म्हणाला. ''माझ्याकडे पुस्तके असतात आणि – एकटे नाही वाटत खरे. मोठ्या घरात वाटत असेल तसे, पण या छानशा छोट्या केबिनमध्ये नाही वाटत. सवय होते. काही काळानंतर तर दुसरे कुणी असण्यापेक्षा एवढेच असणे आवडायला लागते.''

''नौकेवर जायला किती वेळ लागेल आपल्याला?'' मेसनने विचारले.

''दहा मिनिटेसुद्धा लागणार नाहीत. मला समजले आहे त्याप्रमाणे मी माझ्या आउटबोर्ड मोटरने तुम्हाला तिकडे नेऊन सोडायचे आहे आणि नंतर साधारण दोन वाजता तुम्हाला परत आणण्यासाठी यायचे आहे, बरोबर?''

''बरोबर!''

''ठीक आहे,'' कॅमेरॉन म्हणाला. ''येईन. एकदा मनामध्ये वेळा पक्क्या बसल्या की बरे असते. ही केबिन तशीच सोडून जायलाही मला आवडत नाही. खरं तर मी ती सोडून जायचेही नसते. पण छोटीशी ट्रीप चालायला हरकत नाही. मी तिथे पोहोचल्याबरोबर तुम्ही निघायला तयार असाल अशी वेळ गाठली की बरे. काही माग सापडला आहे का?''

मेसन हसला. ''माग वगैरे नाही सापडलेला. बघतो आहे फक्त.''

''हं!''

''आणि एखादे वेळी *काही हाताला लागेलही.*''

''खरं आहे. आज माझी साक्ष कशी झाली? तुझ्या केसला धक्का पोहोचवला नाही ना मी?''

''अजिबात नाही.''

"ते चांगले झाले. माझी आशा आहे की तू त्या दोघांना सोडवशील. चांगली माणसे आहेत. मिस्टर बरबॅन्क माझा चांगला मित्र आहे आणि त्याची मुलगी. काय उत्साही पोरगी आहे. ते जाऊ दे. तुम्ही म्हणालात की निघू."

मेसन आणि डेला स्ट्रीटने आपले रिकामे कप सिंकजवळ – नळाखाली काही धुण्यासाठी बसवलेल्या भांड्याजवळ – ठेवले.

"निघू या मग," मेसन म्हणाला.

आउटबोर्ड मोटर सुरू करून त्यांची बोट निघाली. चॅनलमध्ये गेली. दोन मिनिटांनी एका छोट्या बेटाला वळसा घालून पुढे झाली. भरतीच्या लाटा समोरून यायला लागल्या.

"इथे बोट चालवणे थोडे कठीणच पडत असेल ना?" मेसनने विचारले.

"सवय होते. काही खाणा-खुणा लक्षात ठेवल्या, साध्या-साध्या गोष्टींवर ध्यान ठेवले की कठीण पडत नाही. ते समोरचे टोक, त्या दुसऱ्या बाजूचा प्रकाश यांच्या जागा लक्षात ठेवायच्या. आता त्या मी बरोबर माझ्या मागे एका रेषेत ठेवतो आहे."

मेसन हसला, "तू तर मला पायलट लायसन्ससाठी अर्ज करायला हरकत नाही असेच सांगतो आहेस."

"पुढे काहीतरी दिसते आहे," डेला स्ट्रीट म्हणाली.

आउटबोर्ड मोटरचा वेग तत्काळ कमी झाला.

"तीच नौका आहे," बोटमन म्हणाला.

नौकेला वळसा घालून बोट – कठड्याजवळ आली. "आता तू जर वर चढू शकलास –" बोटमनने मेसनला सांगितले.

मेसनने मान डोलावली, हात वर करून नौकेचा थंडगार, ओलसर, धातूचा कठडा पकडला आणि तो कष्टानेच वर चढला. बोटमनने त्याच्याकडे एक दोर फेकला आणि डेलाला म्हटले, "मिस, आता मी तुला मदत करतो."

त्यांनी डेलाला वर चढवल्यावर कॅमेरॉनने आपली छोटी होडी नौकेला टेकवूनच कठड्याला हात घातला. "ही तळाला आधीच टेकलेली आहे," तो म्हणाला.

"बरोबर."

"लक्ष ठेव. ती थोडी कलेल, उभी राहील आणि एकदम दुसऱ्याच बाजूला कलेल. आता मी दोन वाजता परत यायचे आहे, नक्की?"

"हो," मेसन म्हणाला.

"ठीक आहे, येतो मी. तुम्ही तोल सांभाळा तुमचा. काही लागून घेऊ नका."

"नाही घेणार," मेसनने खात्री दिली.

कॅमेरॉनची तरीही निघायची तयारी दिसत नव्हती. तो बरेच सेकंद कठडा धरून उभा होता. आउटबोर्ड मोटर फुटऽऽ फुटऽऽ करत होती. गॅसोलीनचा वास येत

होता. ''ठीक आहे, निघतो मी. येतो दोन वाजता.''

''बरोबर.''

''तोपर्यंत तुमचे काम संपवून तुम्ही परत निघायला तयार असाल ना?''

''आत्ता तरी वाटते आहे तसे.''

''नंतर भेटतो मग.''

होडी लांब ढकलून कॅमेरॉन मागच्या बाजूला बसला. आउटबोर्ड मोटरचा आवाज वाढला आणि नौकेवरून ते बघत असताना काही सेकंदात ती दिसेनाशी झाली. अंधाऱ्या धुक्यामधून मोटरचा आवाज मात्र बराच वेळ येत होता.

मेसनने खिशामधून एक फ्लॅशलाइट काढला. ''ठीक आहे,'' तो म्हणाला. ''खाली जाऊ या, काळजी घे डेला. डेक निसरडा आहे.''

मेसनने खिशातून किल्ली काढून कुलूप उघडले. दार सरकवले. कम्पॅनिअन वे वरून उतरताना डेलाला हात दिला. ते मुख्य केबिनमध्ये आले.

''काय उबदार आहे इथे,'' डेला उद्गारली.

''आहे खरंच,'' मेसनने सहमती दर्शवली. मेणबत्ती पेटवली.

''केबिन एवढी उबदार कशी झाली पण?''

''लाकडाच्या ढलप्या आणि कोळसे जाळणारा एक छोटा स्टोव्ह आहे,'' मेसन म्हणाला. ''अन्न शिजवण्यासाठीही उपयोग करतात याचा. मी कॅमेरॉनला तो तयार ठेवायला सांगितला होता. त्याने तो तसा ठेवलेला दिसतो.''

मेसनने काडी पेटवून स्टोव्हमध्ये टाकताच त्यातून ज्वाळा निघायला लागल्या. ''आता ओहोटीचे पाणी निघून जायची वाट बघायची,'' मेसनने सांगितले.

डेला स्ट्रीटने आपल्या मनगटावरच्या घड्याळाकडे नजर टाकली. ''बोट आता खाली टेकलेली आहे?''

''हो, जहाजाचा तळाचा भाग आता चिखलात टेकला आहे.''

नौका थोडीशी कलल्यासारखी वाटली. कळेल न कळेल इतकी.

''आता काही मिनिटांत ती कलायला लागेल,'' मेसन म्हणाला. ''पूर्ण ओहोटीच्या किती वेळ आधी मृत शरीर केबिनच्या खाली गेलेल्या बाजूकडे गडगडत जाईल, हे मला बघायचे आहे. पाणी निघून जाताना नौका कशा तऱ्हेने कलायला लागते तेही मला बघायचे आहे.''

डेलाच्या अंगावर काटा आला.

''घाबरायला लागली आहेस?'' मेसनने विचारले.

''थोडीशी,'' तिने कबुली दिली. ''या ठिकाणी भीतीच वाटते आहे. मेणबत्ती विझवून अंधारातच बसू या आपण. स्टोव्ह थोडा प्रकाश देईल... मला जरा इथे उठून दिसल्यासारखे – म्हणजे कळले ना – पोर्ट होलमधून कुणीही –'' बोलणे थांबवून

ती कशीबशी हसली.

मेसनने तत्काळ मेणबत्ती विझवून टाकली.

"आता बरे वाटते आहे थोडे," डेला म्हणाली. "पोर्ट होल्समधून कोणीतरी नजर ठेवून आहे, अशी भावना सारखी मनात निर्माण होत होती."

मेसनने हात टाकून तिला जवळ ओढले. "विसर ते," तो म्हणाला. "आपण इथे आलो आहोत, हे देखील माहीत नाही कुणाला."

कसेबसे हसत ती त्याच्याजवळ सरकली.

स्टोव्हमध्ये ज्वाळा उफाळत होत्या. वाऱ्याच्या झुळकीने त्यांच्या सावल्या नाचत होत्या. शांततेचा भंग फक्त नौकेखालून जाणाऱ्या पाण्याच्या आवाजाने होत होता.

नौका आणखी थोडी कलली.

मेसनने आपल्या मनगटी घड्याळावरच्या अंधारात चमकणाऱ्या डायलकडे बघितले. "आता जमिनीवर आडवे होऊन मी स्वत:च एक मृत शरीर आहे, असे समजायची वेळ होत आली आहे."

डेला स्ट्रीटने गालिच्यावरच्या लाल डागाकडे नजर टाकली. "तू तिथे आडवे होणे मला अजिबात पसंत नाही."

"का?"

"फार अभद्र कल्पना मनात येतात. एखादे वेळी... तू नौकेच्या दुसऱ्या कुठल्या तरी भागामध्ये का आडवा होत नाहीस?"

"शक्य नाही," मेसन म्हणाला. "मी इथेच प्रयोग करून बघणार आहे."

नौकेच्या मागच्या भागात, पितळेचा पत्रा ठोकलेल्या उंबरठ्यापासून काही इंच अंतरावर डोके ठेवून मेसन आडवा झाला.

"ठीक आहे, डेला?"

"भीतीच वाटते आहे. भुताबितांच्या कल्पना डोक्यात यायला लागल्या आहेत."

"आता मिलफिल्डच्या भुतानेच परत येऊन नक्की काय घडले, ते आपल्याला सांगितले तर किती बरे होईल," मेसन म्हणाला.

डेला त्याच्याजवळ येऊन बसली. त्याच्या हाताच्या बोटांमध्ये तिने आपल्या हाताची बोटे अडकवली.

मेसनने तिच्या खांद्यावर थोपटले. "लक्षात ठेव, मी एक मेलेला माणूस आहे अशी समजूत आहे."

डेला हसली, "तुला वाटत नाही का तसे?"

"नाही."

पुन्हा एकदा बोट हलली, थोडी जास्ती कलली.

"अजून मला गडगडत नेण्याइतकी ती कललेली नाही," मेसनने म्हटले,

"– तसे घडले की घड्याळ बघायचे, नक्की वेळ बघायची. तो फ्लॅशलाइट कुठे आहे, डेला?"

"टेबलावर आहे."

मेसनने दमल्याप्रमाणे एक सुस्कारा टाकला. "कोर्टातही फार घाईगर्दीचा दिवस गेला आज. इथली जमीन कितीही कडक असली तरी फार छान, आरामदायक वाटते आहे."

त्याच्या हातामधला हात काढून घेऊन डेलाने त्याचे कपाळ चोळायला सुरुवात केली. "तू जरा धावपळ कमी करायला हवी."

"हं!" मेसन म्हणाला. त्याच्या डोळ्यांवर खरंच झोप यायला लागली असावी. काही मिनिटांनी त्याने विचारले, "आता किती वाजले आहेत, डेला?"

आपल्या मनगटी घड्याळाकडे बघत ती उद्गारली, "दीड वाजायला आला आहे."

"आता दहा-पंधरा मिनिटे फक्त. सर्व कथाच कळून जाईल."

अचानक डेलाने म्हटले, "इतके अवघडल्याप्रमाणे झोपायचे काही कारण नाही तुला. तुझे डोके उचल जरा."

तिने त्याचे डोके आपल्या मांडीवर घेतले. "आता ठीक झाले. जमिनीवर डोके ठेवून सांगण्यापेक्षा आता काय सांगायचे ते सांग मला."

"शक्य नाही," मेसनने विरोध करत म्हटले. त्याला खरोखरच झोप यायला लागली होती. "माझे डोके तिथे खाली हवे – जमिनीवर – मला बरोबर वेळ कळायला हवी – ठीक आहे – अगदी आरामात पडलो, तर ही स्थितीही चालेल म्हणा."

तिची बोटे त्याच्या कपाळावर, भुवयांवर, बंद डोळ्यांवर, केसांमधून फिरत होती. "तू नुसता पड आणि आराम कर," ती मृदूपणे म्हणाली.

मेसनने तिचा हात आपल्या हातात घेतला, आपल्या ओठांवर ठेवला आणि क्षणभराने सोडून दिला.

काही क्षणांतच तो झोपला होता. झोपेतच त्याने पुन्हा एकदा तिचा हात हातात घेतला.

काही मिनिटे तशीच गेली. परिस्थितीत काही फरक नव्हता. डेला स्ट्रीट हालचालही करत नव्हती. बोट तळाला टेकलेली होती. कलायची थांबली असावी असे वाटत होते.

डेला स्ट्रीट स्वतःही पेंगुळली. केबिनमधला उबदारपणा, त्या जागेवरची अतीव शांतता यांनी कोर्टामधला दिवसभराचा थकवा दूर केला. खूप उशीर झाला होता. डुलक्या घेता-घेता डेलाची मानही हलायला लागली.

अचानक केबिनची जमीन एकदा हलल्यासारखी झाली, थांबली आणि दुसऱ्या

क्षणी बोट दाणकन कलंडली.

दचकून जागी झालेली डेला इतकी घाबरली होती की, तिच्या तोंडातून शब्द फुटला नाही. तिने आधारासाठी केबिनचा दरवाजा पकडायचा प्रयत्न केला आणि झोपलेला पेरी मेसन गडगडत दुसऱ्या बाजूकडे जायला लागला. गाढ झोपेमधून जागे होता-होता त्याने गालिचा पकडण्याचा प्रयत्न केला. केबिनच्या उजव्या बाजूच्या भिंतीवर जाऊन तो आदळल्याचा आवाज डेलाच्या कानावर पडला.

क्षणभराने अंधारातून त्याच्या हसण्याचा आवाज आला. "डेला, मला झोप लागली आणि आपले काम झाले. बरोबर एक वाजून त्रेचाळीस मिनिटे झालेली आहेत. म्हणजे पूर्ण भरतीच्या वेळेनंतर चार तास आणि एक मिनिट. अर्थात लाटांच्या उंचीमध्ये पडणारा थोडासा फरकही आपल्याला लक्षात घ्यायला पाहिजे. पण तो फक्त काही इंचांचा असतो आणि –"

मेसन अचानक बोलायचा थांबला आणि बावरलेल्या डेला स्ट्रीटने विचारले, "हे काय आहे?"

"ऐक," त्याने हळूच सांगितले.

दोघेही गप्प बसून ऐकत राहिले. बाहेरच्या अंधारातून थोड्या-थोड्या वेळाने काहीतरी आपटल्यासारखा आवाज येत होता. मधेच एक मोठा आवाज झाला. बोटीच्या सांगाड्यावर खाडकन काहीतरी आदळले होते.

"काय आहे ते?" डेला स्ट्रीटने कुजबुजत विचारले.

"रो बोट," मेसनने हळूच उत्तर दिले.

"इकडे येणारी?"

"हो!"

"आपला माणूस आपल्यासाठी परत येतो आहे का? – एखादे वेळी त्याची आउटबोर्ड मोटर खराब झाली असेल आणि –"

"तो इतक्या लवकर येणार नव्हता," मेसन म्हणाला. "आणि बोलू नकोस, डेला. कुठे आहेस तू?"

"स्टोव्हजवळ, पोकर शोधते आहे," ती म्हणाली. "हा जर खुनीच परत –"

"बोलू नकोस," मेसनने पुन्हा सूचना केली.

त्याने अंधारातच तिच्या दिशेने पाऊल टाकले आणि तो कुजबुजला, "तो फ्लॅशलाइट शोधू आधी."

"मी शोधते आहे. बोट कलल्यावर तो टेबलावरून खाली पडला असावा. चीफ, तू हा पोकर घे. तो वजनदार आहे आणि –"

आणि रोबोट दणक्यातच बोटीच्या बाजूवर जोराने आदळली.

वरच्या डेकवर दाणदाण पावले वाजली. दार सरकवल्याचा आवाज आला.

मेसनने आतल्या केबिनच्या दिशेने डेलाला खेचले. "आत," तो कुजबुजला, "ताबडतोब!"

मेसनने तिला आत ढकलले असेल, एवढ्यात वरून फ्लॅशलाइटचा प्रकाश केबिनमध्ये पडला आणि बंद झाला. कम्पॅनिअन वेवर पाऊल पडले आणि थांबले. काही सेकंद तरी आत येणारा माणूस स्तब्ध होता. मग पाय वर गेला, सरकता दरवाजा खणकन बंद झाला. पावलांचा आवाज झाला आणि कुणीतरी रोबोटमध्ये उडी मारली. घाईघाईने वल्ही मारल्याचा आवाज आला.

कम्पॅनिअन वेच्या दिशेने जात मेसन म्हणाला, "तो फ्लॅशलाइट शोध डेला. केबिनच्या खाली गेलेल्या बाजूकडे तो घरंगळत गेला असणार. तो मिळव आणि माझ्या हातात दे."

मेसनने कम्पॅनिअन वेच्या पायऱ्या चढत थंडगार हवेमध्ये आपले डोके आणि खांदे बाहेर काढले.

पाण्यावर धुक्याचा दाट थर पसरला होता. आवाज दबला जात होता आणि नीट दिसत नव्हते. घाईघाईने मारलेल्या वल्ह्यांचा आवाज धुक्यातून, अंधारातून येत होता.

"ए," मेसन ओरडला, "परत ये!"

वल्ही मारण्याचा वेग उलट वाढलाच. धुक्यामधून, अंधारातून दुसरा कुठला आवाज उत्तरादाखल आला नाही.

"फ्लॅशलाइट, चीफ," असे म्हणत डेलाने तो मेसनच्या हातात ठेवला. मेसनने बटण दाबून झोत त्या अंधारात टाकला. काही उपयोग नव्हता. त्या धुक्याच्या पडद्यामधून काहीही दिसत नव्हते.

वल्ह्यांचा आवाज कमी-कमी यायला लागला.

मेसन वैतागूनच स्वतःशी काहीतरी पुटपुटला.

"कशामुळे घाबरला तो?" डेलाने विचारले. "आपण तरी काहीच आवाज केला नव्हता."

"स्टोव्ह," मेसनने स्पष्टीकरण दिले. "त्याने कम्पॅनिअन वेवरचे दार सरकवले आणि त्याला उष्णता जाणवली. बोटीवर कोणीतरी आहे असे कळले त्याला."

"अरे देवा, चीफ! मी काय घाबरले होते. माझ्या गुडघ्यांमधला तर जीवच गेला आहे."

मेसनने तिला जवळ ओढले. फ्लॅशलाइट बंद केला. डेला स्ट्रीटला जवळ धरून तो कानोसा घेत राहिला.

"वल्ही मारायचे थांबवून तो पाण्याबरोबर पुढे जात असेल," मेसन म्हणाला. त्याच्या आवाजातली निराशा लपत नव्हती. "त्या आउटबोर्ड मोटर लावलेल्या होडीमधून एकदा कॅमेरॉन पोहोचला, तर किती बरे होईल."

त्यांचे कान आउटबोर्ड मोटरच्या इंजिनाकडे लागले होते. डेला अस्वस्थपणे म्हणाली, "चीफ, मला आवाज आल्यासारखा वाटतो आहे."

ते पुन्हा ऐकत बसले. एक विशिष्ट आवाज हळूहळू मोठा होत राहिला. नक्कीच आउटबोर्ड मोटरचा आवाज होता.

"ज्या दिशेने रोबोट नाहीशी झाली त्याच दिशेने हा आवाज येतो आहे. तो त्या रो बोटीकडेच निघाला असेल. त्याला जरा घाई करायला लावू या," मेसन म्हणाला.

त्याने फ्लॅशलाइटचे बटण दाबले. फ्लॅशलाइट वरच्या दिशेने पकडून गोल-गोल फिरवायला सुरुवात केली. त्या बोटीने वेगात यावे, असा सिग्नल तो देत होता.

एक-दोन मिनिटांतच होडी अंधारातून पुढे आली. नौकेच्या कललेल्या बाजूकडे कुशलपणे होडी लावताना आउटबोर्ड मोटरचा आवाज बंद झाला.

"चल डेला," मेसन म्हणाला. "निघू या आपण."

तिच्या खांद्याखाली हात धरून त्याने तिला बोटीवर चढवले आणि मग तो स्वत: चढला.

"लवकर," तो कॅमेरॉनला म्हणाला. "आपल्याला एक रोबोट अडवायची आहे. तू ज्या दिशेकडून आलास त्याच दिशेला ती गेली आहे. दोन एक मिनिटे जास्तीतजास्त वेगाने जाऊन मग मोटर बंद करून ऐकू या."

"रो बोट?" त्या बोटमनने विचारले. "मी कुठलीच बोट भाड्याने दिलेली नाही. मी..."

"ते सर्व जाऊ दे," मेसन म्हणाला. "प्रथम निघू या इथून."

आउटबोर्ड मोटरचा आवाज पुन्हा एकदा घुमायला लागला आणि होडी भर वेगात पुढे निघाली. दमट हवेचे फटकारे चेहऱ्यावर बसायला लागले.

"ठीक आहे," दोन एक मिनिटांनी मेसन म्हणाला. "मोटर बंद कर. आपण थांबून काही ऐकू येते का बघू या."

कॅमेरॉनने मोटर बंद केली. होडी पाण्यावर तरंगत पुढे सरकत राहिली. मग हळूहळू तिची गती कमी झाली, पाण्याचे आवाज कमी झाले. शांतता पसरली. होडीच्या पुढल्या भागावर पाणी आपटल्यावर येईल तेवढाच फक्त आवाज. पण वल्ह्यांचा आवाज येत नव्हता.

दोन-तीन मिनिटे कान देऊन ऐकल्यावर कॅमेरॉन म्हणाला, "अशा तऱ्हेने काही कळणे शक्य नाही. त्याच्याच दिशेने गेलो तरच कळायची शक्यता. पण तो आपण मागे येताना ऐकेल, बाजूला होईल, आपण मोटर बंद केली तर वल्ही मारणे थांबवेल आणि मोटर पुन्हा सुरू केली की, पुन्हा वल्ही मारायला लागेल."

"ठीक आहे," मेसन म्हणाला. "एकच गोष्ट करण्यासारखी आहे. आपण

नागमोडी वळणांनी होडी पुढे नेऊ या आणि मागे आणू या. तो इथेच कुठेतरी असायला हवा.''

कॅमेरॉनने तत्काळ पुन्हा मोटर सुरू केली. धुक्यामधून ते वेडीवाकडी होडी नेत मागे-पुढे येत राहिले. मेसन पुढे उभा राहून काही दिसते का, याचा शोध घेत होता. एखादा अस्पष्टसा आकार बाजूने तरी सरकताना दिसेल किंवा अगदी समोर तरी दिसेल.

त्याला तसे काहीही दिसले नाही.

मोटरचा आवाज पुन्हा एकदा जवळजवळ बंद झाला. कॅमेरॉन म्हणाला, ''मी हे जास्ती काळ करू शकणार नाही, मिस्टर मेसन. मी इथे हरवून बसेन. लक्षात ठेवण्यासारख्या कुठल्याच खाणाखुणा नाहीत इथे. आत्तासुद्धा मी नक्की कुठे आहे याची मला खात्री वाटत नाही.''

''ठीक आहे,'' मेसन म्हणाला. त्यालाही ते पटले होते. ''नौका कुठल्या दिशेला आहे? मला परत तिथे जायचे आहे.''

''मलादेखील पूर्ण खात्री नाही. बघतो सापडते का, इथेच आसपास असायला हवी.''

होडी वळवून तो एका दिशेने जात राहिला. ''आणि मला माझी केबिन सोडून जास्ती काळ बाहेर काढता येणार नाही. खरे तर मी ती सोडून जायचेच नसते. त्या नौकेवरून कुणाला काय हवे असणार?''

मेसन म्हणाला, ''मलासुद्धा त्याच गोष्टीचे आश्चर्य वाटायला लागले आहे. तो तिथून काही घेऊन जाण्याच्या प्रयत्नात असेल असे मला वाटत नाही. आम्ही तिथे आहोत हे एखादे वेळी त्याला माहीत असेल... एक मिनिट थांब... त्या नौकेवर परत जाण्याची कल्पना चांगली नाही बहुधा. तो....''

उजव्या हाताला आणि साधारण पाव मैल पुढे आगीचा डोंब उसळला आणि अंधारामधून स्फोटाचा दणका जाणवला. तो दणका इतका जबरदस्त होता की, ते होडीमध्ये आडवे कोसळणारच होते. मागोमाग प्रचंड आवाजाने त्यांचे कान बधीर झाले.

बोटमनने नकळतच मोटर बंद केली. क्षणार्धात इतकी शांतता पसरली की, त्यांच्या कानातल्या संवेदनाच नाहीशा झाल्या. होडी तशीच पुढे सरकायला लागली.

उंचावर घरघर सुरू झाल्यासारखा आवाज आला... तो वाढतच गेला आणि मग डावीकडे शंभर एक यार्ड अंतरावर समुद्रात काहीतरी कोसळले. मग सर्व बाजूंनी तसेच आवाज यायला लागले.

''उद्ध्वस्त अवशेष,'' मेसन म्हणाला.

कॅमेरॉनने तोंडातला पाइप एका बाजूकडून दुसऱ्या बाजूला हलवला. ''तो स्फोट,'' त्याने बोलायला सुरुवात केली, ''परत जाण्याबद्दल तू तुझा विचार बदललास तेव्हा असाच काहीतरी विचार तुझ्या मनात आला असणार.''

''ठीक आहे,'' मेसन गंभीरपणे म्हणाला. ''परत जाऊ या आपण.''

आउटबोर्ड मोटर सुरू करताच होडीने वेगात उडीच घेतली आणि मोठा वळसा घेऊन ती पुढे निघाली. थेंब-थेंब पाऊस पडायला लागला. ते पार हाडांपर्यंत गारठून गेले.

''थोडाच वेळ आता,'' कॅमेरॉन म्हणाला. ''मी हरवलेलो नाही एवढीच आशा करतो आहे.''

बरीच मिनिटे होडीमधले तिघेही जण गारठून गेल्यामुळे इतके बेचैन होते की बोलण्यात कुणाचेच लक्ष नव्हते. जहाजांच्या मार्गदर्शनासाठी ठेवलेला बॉइ – तरंगती खूण – होडीसमोरच आली. कॅमेरॉनने बॉइच्या अगदी जवळून वळसा घातला आणि काही क्षणांनी होडी डावीकडे वळवली. धुके थोडे कमी झाल्यासारखे वाटले. अंधारलेला भूभाग समोर आला. सभोवती ओलसर धुके पसरलेला प्रकाश दिसला. अचानक यॉट क्लबच्या फ्लोटला बांधून ठेवलेल्या, धुक्याने वेढलेल्या नौकांचे आकार डोळ्यात भरले.

इतक्या थोड्या वेळाच्या प्रवासानेसुद्धा गारठ्यामुळे मेसनची हाडे गोठल्यासारखी झाली होती. त्याने हातामध्ये पेन्टर – होडी बांधण्यासाठी असलेला छोटा दोरखंड – घेऊन कशीबशी फ्लोटवर उडी मारली.

कॅमेरॉनने मोटर बंद केली. मेसनच्या हातामधला पेन्टर घेऊन तो एका गोल कडीमध्ये अडकवला. ''कशी आहेस तू?'' त्याने डेला स्ट्रीटला विचारले.

''बर...र!'' मी गारठल्यासारखी म्हणाली आणि हसली.

तिघेही फ्लोटवरून चालत निघाले आणि कॅमेरॉनने घाईघाईत आपल्या छोट्या केबिनचा दरवाजा उघडला. स्टोव्हमुळे उबदार राहिलेल्या त्या केबिनमध्ये पाऊल टाकताच सर्वांना हायसे वाटले. शेकोटीसमोर मजेत गुरगुरणाऱ्या मांजराच्या आवाजासारखीच त्यांना स्टोव्हवरील किटलीची शिटी ऐकत बसावीशी वाटली.

एक अक्षर न बोलता कॅमेरॉनने दिवे लावले. तीन कपांमध्ये साखर, लोणी, मुळ्या यांच्यावर गरम पाणी घातले आणि मुक्त हस्ताने रम ओतली.

''या क्षणी याच्यासारखी सुख देणारी गोष्ट नाही,'' मेसन म्हणाला.

''हा कप तर माझा जीवच वाचवणार आहे,'' डेलानेही री ओढली. ''मला तर मी परत येईन असे वाटेनासे झाले होते. या गारठ्यासमोर कपड्यांचा काही उपयोग होतो आहे असेच वाटत नाही.''

कॅमेरॉनने आपला पाइप पेटवला. ''पार हाडांपर्यंत पोहोचते ही थंडी,'' त्याने कबुली दिली.

त्याने स्टोव्हमध्ये ओकच्या लाकडाच्या दोन कांड्या घुसवल्या आणि किटलीमध्ये पुन्हा पाणी भरता भरता तो थबकला. त्याचे डोळे खिडकीमधून बाहेर वळले.

"गाडीचा आवाज येतो आहे," तो म्हणाला.

"आत्ता वाजले आहेत किती?" मेसनने विचारले.

"सव्वादोन."

"किती काळ लोटल्यासारखा वाटतो आहे," डेला म्हणाली.

मेसनने खिशातून कागद पेन्सिल बाहेर काढली. "मला तुझे भरती ओहोटीचे वेळापत्रक पुन्हा बघायचे आहे. आजची ओहोटी आणि खून पडला त्या रात्रीची, यामधला फरक जाणून घ्यायचा आहे. मी..."

"इकडेच येत आहेत," कॅमेरॉन म्हणाला. "दोघे जण पोलीस अधिकारी वाटतात."

फ्लोटवर पावलांचे आवाज आले.

"रात्री वाजणाऱ्या पडघमसारखेच आवाज वाटतात," डेला अत्यंत अस्वस्थपणे उद्गारली. "अनिष्ट घटनांची सूचना देणारे."

दारावर टकटकसुद्धा न करता दार उघडले. दोघे जण दारात उभे होते. पहिल्या क्षणी तरी मेसन आणि डेला स्ट्रीटकडे लक्ष न देता ते कॅमेरॉनकडे रोखून बघत बसले. "तो स्फोट कसला होता?" त्यांनी विचारले.

"बरबॅन्कची नौका उद्ध्वस्त झाली."

"आम्हालाही तसेच वाटले. आज रात्री तू त्या नौकेवर कुणाला घेऊन गेला होतास?"

कॅमेरॉनने पेरी मेसन आणि डेला स्ट्रीट यांच्याकडे हात दाखवला.

"ते त्या नौकेवर चढले होते असे शपथेवर सांगू शकतोस?"

"हो!"

"ते निघाल्यानंतर किती वेळाने स्फोट झाला?"

"पाच ते दहा मिनिटांमध्ये. दहा मिनिटांहून जास्ती वेळ नाही."

पोलीस अधिकारी उद्धटपणाने मेसनकडे बघत बसला. "सामान घे तुझे. तू पोलीस मुख्यालयात येणार आहेस."

"मूर्खासारखा बडबडू नकोस. मला उद्या कोर्टात हजर राहायचे आहे. मी पेरी मेसन."

"तू पॉन्टिअस पिलेट असलास तरी मला पर्वा नाही. तू पोलीस मुख्यालयात येणार आहेस."

मेसनने शांतपणे समजावून सांगायचा प्रयत्न केला. "त्या नौकेजवळ एक रोबोट आली होती. त्या वेळी मला वाटले की, नौकेवरची कुठलीतरी वस्तू घेण्यासाठी कोणीतरी येते आहे. पण हॅच सरकवल्यावर त्याला केबिनमधला स्टोव्ह जळताना दिसला आणि तो माणूस घाबरला. आता माझ्या लक्षात येते आहे की

त्याला टाइम-बॉम्ब ठेवायचा होता. आम्ही त्या नौकेवरून कधी निघणार आहोत याची त्याला कल्पना नव्हती. आम्हाला दोघांनाही नौकेबरोबरच उडवायची चांगली संधी लाभली आहे असे त्याला वाटले. हॅच सरकवायची, खाली केबिनमध्ये उतरण्यासाठी पायरीवर पाय ठेवायचा, मग वळून नौकेवरून धावत बाहेर पडून घाईघाईने वल्ही मारत अंधारात नाहीसे व्हायचे हा सर्व प्रकार तो नक्की काय करतो आहे याचा आम्हाला संशय येऊ नये म्हणून केलेली धडपड होती. शक्यता अशी आहे की नौकेवर पाय ठेवल्यावर काही सेकंदातच त्याने बॉम्ब ठेवूनही दिला होता.''

''तो माणूस कसा दिसत होता?''

''आम्ही त्याला बघितले नाही.''

''बोट कुठल्या तऱ्हेची होती?''

''आम्हाला दिसली नाही.''

त्या पोलीस अधिकाऱ्याला विकृत आनंद होत असावा. तो हसून म्हणाला, ''तुला याच्याहून चांगली उत्तरे देता यायला हवीत. वकील आहेस ना तू!''

''तू आधी मुख्यालयाशी रेडिओवरून संपर्क साध. सगळ्या किनाऱ्यावर लक्ष ठेवून समुद्रावर आसपास फिरणारा कुणी दिसला तर ताब्यात घ्यायला सांग. तो माणूस किनाऱ्यावर पोहोचायच्या आधीच ती रोबोट सापडते का बघ... म्हणजे तो या आधीच किनाऱ्यावर उतरला नसेल तर.''

''तुझी भाकड कथा ऐकून, सर्व पोलीस खात्याला कामाला लावून, मी स्वत:चे हसे करून घेऊ? शक्य नाही, मेसन. आम्हाला विचारशील तर पहिला संशयित तूच आहेस. तू आणि ही रात्री नौकेवर गेला होतात. कशासाठी गेला होतात?''

''भरती ओहोटीच्या पाण्याचा अभ्यास करण्यासाठी.''

''छान कारण आहे,'' तो पोलीस अधिकारी उपरोधिकपणे म्हणाला. ''आणि बरोबर टाइम-बॉम्ब घेऊन गेला होतात. निघायची वेळ होईपर्यंत थांबलास आणि बटण दाबलेस. टिक्-टिक् सुरू झाली. तू दूर जाईपर्यंत तो उडणार नाही याचीही तू काळजी घेतली होतीस.''

''हा वेडेपणा आहे,'' मेसन म्हणाला. ''मी कशासाठी ती नौका उद्ध्वस्त करू?''

''दुसरे कोणी कशासाठी नौका उद्ध्वस्त करेल? तुझ्याकडे तसे जास्ती कारण आहे.'' तो कॅमेरॉनकडे वळला. ''तो सरळ परत आला की ती नौका उद्ध्वस्त होईपर्यंत आसपास राहण्यासाठी त्याने काही निमित्त शोधले होते?''

कॅमेरॉनने ताबडतोब उत्तर दिले नाही.

''बोल, बोल,'' पोलीस अधिकारी त्याला म्हणाला.

''तसे काही नव्हते. आम्ही वाकडीतिकडी होडी चालवत त्या धुक्यामध्ये ती

रोबोट शोधत होतो."

"पण नौकेजवळच ना?"

"नौकेपासून साधारण पाव मैलावर."

पोलीस अधिकाऱ्याने आपल्या सहकाऱ्याकडे बघितले. मग आवाज करतच त्याने मुद्दाम मोठ्याने श्वास घेतला. रिकाम्या कपांकडे बघितले. "काय आहे त्यात?" त्याने कॅमेरॉनला विचारले, "रम?"

"घेतली होती," असे म्हणत कॅमेरॉनने शांतपणे आपला पाइप भरायला सुरुवात केली. रमच्या बाटलीकडे हातदेखील नेला नाही.

पोलीस अधिकाऱ्याने मेसनकडे बघत म्हटले, "ठीक आहे. चल तू आमच्याबरोबर. तू आणि ती स्त्रीही."

११

पोलीस स्टेशनात छतामध्ये लावलेला फक्त एक बल्ब होता. प्रखर प्रकाश देणारा, थकलेल्या डोळ्यांना त्रास देणारा. पण खोलीमधल्या सर्व गोष्टी स्पष्टपणे दाखवणारा प्रकाश या बल्बमधून पडत नव्हता.

थकलेल्या पेरी मेसनने खुर्ची मागे सरकवून आपले पाय टेबलाच्या कोपऱ्यावर ठेवले, हातावरल्या घड्याळाकडे बघितले. ''मी हे सर्व सहन करू शकतो, डेला. पण तू थोडा वेळ झोप घेणार आहेस.''

''आपल्याला करण्यासारखे काही आहे असे वाटत नाही मला,'' ती म्हणाली.

''मी त्यांना अजून फक्त पाच मिनिटे वेळ देणार आहे आणि मग आपण बरेच काही करणार आहोत,'' मेसन म्हणाला. ''मी –''

दरवाजा उघडला, मेसनला कस्टडीत टाकणारा पोलीस अधिकारी एका बाजूला उभा राहिला आणि लेफ्टनंट ट्रॅग आत शिरला. ट्रॅग मागोमाग आत शिरून त्याने दरवाजा ओढून घेतला.

''जे काही खरेखुरे घडले ते तू लेफ्टनंटला सांग,'' पोलीस अधिकारी मेसनला म्हणाला. ''तू –''

''मेडफोर्ड,'' त्याला अडवत लेफ्टनंट ट्रॅग म्हणाला, ''बोलायचे काम मी करेन.'' तो मेसनकडे वळला. ''काय घडले?''

ट्रॅगने ज्याला मेडफोर्ड अशी हाक मारली होती, त्या पोलीस अधिकाऱ्याकडे बघत मेसन म्हणाला, ''या तुझ्या संशयी मित्राने खुन्याला पकडण्याची संधी गमावली.''

''सांग मला त्याबद्दल,'' ट्रॅगने मेसनला सांगितले.

मेसनने नौकेवर गेल्याबद्दल, रोबोटीबद्दल, स्फोटाबद्दल माहिती दिली.

''तुला त्या नौकेवरून काय हवे होते?'' ट्रॅगने विचारले.

''मला भरती-ओहोटीचे परिणाम बघायचे होते,'' मेसन सरळपणे म्हणाला.

''का?''

''नौकेमध्ये आडवे पडून, पूर्ण भरतीनंतर किती वेळाने नौका इतकी कलेल की,

मी गडगडत दुसऱ्या बाजूला जाईन ते मला बघायचे होते.''

''आणि तू काय शोधून काढलेस?'' ट्रॅगलाही कुतूहल असावे, असे त्याच्या आवाजावरून तरी वाटत असावे.

''भरतीनंतर चार तास आणि एक मिनिटांनी मी उजव्या बाजूला गडगडत जाण्याइतकी नौका कलली होती.''

''भरतीनंतर किती वेळाने म्हणालास तू?'' ट्रॅगने आश्चर्यचकित होऊन विचारले.

''बरोबर चार तास आणि एक मिनिटाने,'' मेसनने पुन्हा सांगितले आणि एक मोठी जांभई दिली. ''आता ती वेळ आणि भरतीमधला फूट आणि इंचांमधला फरक कुणाला तरी बघावा लागणार आहे. आणि लेफ्टनंट आता एक तर मी आणि डेला घरी जाणार आहोत, नाहीतर कुणाला तरी शपथेवर आमच्या अटकेचा हुकूम काढावा लागणार आहे. काय ते ठरव.''

ट्रॅग म्हणाला, ''मेडफोर्ड, आता तू गेलास तरी चालेल.''

क्षणभर तरी तो अधिकारी थबकला. ''ते ज्या तऱ्हेने वागत होते त्यावरून ते गुन्हेगारच वाटत होते, लेफ्टनंट. मी त्यांना पकडले तेव्हा त्यांचे चेहरे बघायला हवे होतेस तू.''

''मलाही वाटते मी बघायला हवे होते. ठीक आहे, मेडफोर्ड.''

नाइलाजानेच मेडफोर्ड खोलीतून बाहेर पडला.

मेसनकडे वळून बघताना ट्रॅगचा चेहरा विचारात पडला होता. ''तर मग खुनाची वेळ साधारण नऊ चाळीस असायला पाहिजे.''

''थोडा फार फरक पडू शकेल,'' मेसनने कबुली दिली. ''पण लक्षात घे की, प्रॉसिक्यूशनने खुनाची वेळ साडेपाच ते सहाच्या दरम्यान ठरवली आहे.''

''आता नाही,'' ट्रॅग तत्काळ म्हणाला. ''तू भरती आणि ओहोटीबद्दल बोलायला लागल्यावर आणि डॉक्टरने रक्तस्त्रावाबद्दल साक्ष दिल्यानंतर नाही.''

''हॅमिल्टन बर्जर तुझ्याशी सहमत होईल, असे वाटत नाही मला.''

''मी बोललो आहे असे कुणी म्हटलेले मला चालणार नाही, पण मी तुला काही सांगू शकतो.''

''काय?''

''जज नेवार्कचे मत तुझ्यासारखेच आहे. उद्या तो कोर्टामध्ये थोडी आकडेवारी मांडणार आहे. तुझा मित्र हॅमिल्टन बर्जर पार गोंधळून गेला आहे, असे मी म्हटले तर त्यात मी कुठलीही गुप्त गोष्ट उघड करत नाही. त्याने घेतलेली डग्लस बरवेलची मुलाखत तू ऐकायला हवी होतीस.''

''ओ! तो सापडला तर तुम्हाला?'' मेसनने विचारले.

''अर्थातच!''

“तो काय म्हणतो आहे?”

“शुक्रवारी रात्री तो सहज आला होता या बोलण्यात काही अर्थ नाही. शुक्रवारी दुपारीच तो विमानाने आला. मिसेस मिलफिल्डने फोन करून त्याला सांगितले की, ती त्याच्याबरोबर पळून जाणार आहे. पण विमानतळावर पोहोचल्यावर तिने ठरवले की तसे शक्य होणार नाही आणि ती घरी परत जाईल. तो धावतच विमानतळावर पोहोचला. एक आरक्षण रद्द झाले होते. ते तिकीट मिळवून तो तिच्याशी बोलण्यासाठी लॉस एन्जलीसला आला. थोडा वेळ तिच्याशी बोललाही. डाफने मिलफिल्डची मन:स्थिती फार बिघडली होती. शेवटी ती म्हणाली की, तिचा नवरा बरबॅन्कच्या नौकेवर गेला आहे आणि ती त्याच्याशी बोलेल. अशी गुपचूप पळून जाणार नाही. यॉट क्लबवर जाऊन बरवेलने एक रोबोट भाड्याने घ्यावी, ती जरा वर-खाली होणाऱ्या अशा कोपऱ्यातल्या एका धक्क्यावर त्याची वाट बघत उभी राहील आणि तिथून त्याने तिला बोटीत घ्यावे, असे तिने त्याला सुचवले.”

“पण बोट भाड्याने घेण्यासाठी ती त्याच्याबरोबरच का गेली नाही?” मेसनने विचारले.

“तिने त्याला सांगितले की, यॉट क्लबवरचा माणूस तिला ओळखतो आणि तिने त्याला बरवेलबरोबर बघावे अशी तिची इच्छा नाही.”

“पुढे बोल, उरलेले सर्व सांगून टाक आता.”

“तो लॅन्डिंग पॉइंटवर गेला. मिसेस मिलफिल्ड तिथे होती. त्याला होडी वगैरे चालवायचा अनुभव नाही. ती त्यात तज्ज्ञ आहे. ती त्याला घेऊन नौकेवर गेली. त्याला रोबोटीत सोडून नौकेवर चढली. मेणबत्ती पेटवून ती साधारण वीस मिनिटे त्या नौकेवर असताना तिचा हा प्रियकर रोबोटीमध्ये थंडीने काकडत बसला होता. त्या वेळी नौका पार कलली होती. त्याला नौकेवरून बोलण्याचे आवाज आले नाहीत. हाणामारी झाल्याचे आवाजही आले नाहीत. मिसेस मिलफिल्डने परत येऊन त्याला सांगितले की, सर्वकाही ठीक होणार आहे, तिचा नवरा इस्टेटीचा योग्य तो वाटा तिला द्यायला तयार आहे, कागदपत्र तयार झाले की ती निघू शकेल. बरवेलने हॉटेलमध्ये जाऊन तिची वाट बघायची होती.”

“बरवेलने काही प्रश्न विचारले नाहीत?”

“वेड्यासारखे बोलू नकोस. तो तिच्या प्रेमात पडला होता. तिने सांगितलेले सर्वकाही त्याने कबूल केले. दुसऱ्या दिवशी सकाळी अकरा वाजायच्या सुमाराला तिने फोन करून त्याला सांगितले की, तिचा नवरा मरण पावला आहे; बरवेलने सहज मनात आले म्हणून तो सकाळी इथे पोहोचल्याचे शपथेवर सांगायचे, कोणत्याही परिस्थितीत तिला भेटायचा प्रयत्न करायचा नाही आणि नौकेवर गेल्याबद्दल काही बोलायचे नाही.”

"मिसेस मिलफिल्ड काय म्हणते आहे?" मेसनने विचारले.

"तिने कबुलीजबाब दिला आहे. ती म्हणते बरवेल खरे सांगतो आहे. ती तिच्या नवऱ्याला भेटण्यासाठी म्हणून नौकेवर गेली तेव्हा तो मरून पडलेलाच तिला आढळला होता."

"कुठे?" मेसनने विचारले.

"तोच महत्त्वाचा मुद्दा आहे. ती म्हणते तो नौकेच्या डाव्या – पोर्ट – बाजूला पडलेला होता. त्याचे डोके पितळेचा पत्रा ठोकलेल्या उंबरठ्यापासून एक-दोन इंचांवर होते. नौका कलायला लागली असली, तरी अजून इतकी कलली नव्हती की धरून-धरून तरी चालता येणार नाही. टेबलावर पूर्ण जळून गेलेली मेणबत्ती होती. खाली मेणाचा एक गोळा शिल्लक होता. मेण अजूनही थोडे मऊ होते, गरम होते. तिने एक नवीन मेणबत्ती पेटवून तिथे लावली. अगदी ताठ उभी करून लावली. आधी पेटत्या वातीने तो मेणाचा गोळा थोडा वितळवून तिथेच तिने नवीन मेणबत्ती लावली होती. तिने सरळ कबूल केले की, तिला तिच्या नवऱ्याबद्दल काहीही वाटत नव्हते. तो कुठल्यातरी तेलाच्या प्रॉपर्टी बघत होता आणि तो लखपती बनणार असेल, तर त्याला आत्ताच सोडून जाणे हा निर्णय योग्य ठरला नसता. तिला प्रॉपर्टी हवी होती. आता ती श्रीमंत विधवा बनली होती आणि ते पसंत होते तिला."

"सॅन फ्रान्सिस्कोला जायचा विचार तिने का बदलला म्हणाली ती?"

"तिच्या नवऱ्याच्या मित्राने तिला गाठून सांगितले की, त्यामुळे काही साध्य होणार नाही. तो योग्य तेच बोलतो आहे, अशी तिची खात्री पटली. तिने सर्व कल्पनाच डोक्यातून काढून टाकली असती ...म्हणजे बरवेल विमान पकडून आला नसता तर!"

"आणि या सगळ्याबद्दल बर्जरला आता काय वाटते आहे?" मेसनने विचारले.

"तो फारच वैतागला आहे. मी हे सर्व तुला सांगितले आहे असे त्याला कळले तर त्याला ते अजिबात आवडणार नाही. मीदेखील एकाच कारणामुळे तुला हे सांगतो आहे."

"कुठले कारण?"

"तुझ्या मनात काय आहे ते मला सांग आणि मग उशिरापर्यंत झोप काढ."

"उशिरापर्यंत तर मी झोपणारच आहे. मी कोर्टाच्या आसपासही फिरकणार नाही. जॅक्सनला पाठवून देईन. माझी खात्री आहे की, सुनावणी तहकूब होण्यासाठी बर्जर खूप प्रयत्न करेल."

ट्रॅग आपली सिगार ओढत होता. "तू फार कणखर माणूस आहेस बाबा. तुझ्याशी सामना फार कठीण पडतो."

"मी खरा तसा नाही. माझी ती नैसर्गिक प्रवृत्तीही नाही. पण पोलिसांशी संबंध आला की तसे वागायला शिकणे भाग पडते. आणि मी तुला काही का सांगावे? तू तर नेहमी माझ्यावरच तुटून पडतोस, ट्रॅग. या वेळी डेलाला पुढे करून तेच केलेस तू."

"डेलाला तू पुढे केलेस, मेसन," ट्रॅगने उत्तर दिले. "तू आणि मी कुंपणाच्या विरुद्ध बाजूलाच उभे असतो. तू भलत्याच हुशारीने केसेस चालवतोस हे मला मान्य आहे, पण तुझ्या पद्धती कायद्याला धरून नसतात. तू जोपर्यंत तसा वागशील तोपर्यंत संधी मिळताच मी तुझ्या मागे लागणारच. तरीही या वेळेला मी मैत्रीसाठी हात पुढे करतो आहे. तू तुझ्या कल्पना मला सांग आणि डेला स्ट्रीट आणि ते रक्ताळलेले शूज आम्ही विसरून जाऊ."

मेसनने ट्रॅगच्या बोलण्यावर काळजीपूर्वक आणि नीट विचार केला. "मी तुला एक अत्यंत महत्त्वाचा धागादोरा देतो. तेवढे करेन मी, ट्रॅग."

"कुठला?"

"तिरपा झालेला जिना चढणारी व्यक्ती पायरीच्या खाली गेलेल्या बाजूवरच पाय ठेवेल. पायरीच्या मध्यावर नाही."

ट्रॅगच्या कपाळावर आठ्या चढल्या. "तू कशाबद्दल बोलतो आहेस, मेसन?"

"मी तुला या केसमधली अत्यंत महत्त्वाची बाब सांगतो आहे. असा धागादोरा की जो खुनाची उकल करू शकेल."

ट्रॅग आपली सिगार चावत बसला. "तू तर रॉजर बरबॅन्कची सुटका करून कॅरोल बरबॅन्कला अडकवायला निघाला आहेस."

मेसन म्हणाला, "मी महत्त्वाचा धागादोरा तुझ्या हातात दिला आहे. पुढला विचार तूच करायचा आहेस. एक शिडी घे, तिरपी उभी ठेव आणि स्वत:च प्रयोग करून बघ. कम्पॅनिअन वे चढणारी व्यक्ती नौका सरळ उभी असली तरच पायरीच्या मध्यावर पाय ठेवू शकेल. नौका कलली असेल तर पायाचा ठसा पायरीच्या खाली कललेल्या भागावरच पडायला पाहिजे. शिडी घे आणि प्रयोग करून बघ. आम्ही केला होता."

सिगार ओढता ओढता अचानक थांबून ट्रॅग म्हणाला, "खूप बडबड केली आहेस, मेसन. मैत्रीसाठी पुढे केलेला हात मी मागे घेतो आहे."

मेसनने जांभई दिली. सिगरेटचे टोक विझवले. "मी तुला सर्व काही सांगत नाही, ट्रॅग, कारण तू डेलाच्या मागे लागलास. मला ते आवडले नाही."

"तुला ते आवडले की नाही याची मला अजिबात पर्वा नाही. स्वत:चे काम करून घेण्यासाठी तू तिला पुढे केलेस. त्याची किंमत तिला चुकवावीच लागेल. आणि पुरावा लपवण्यासाठी तूच ती नौका उद्ध्वस्त केली असशीलही. त्या बाबतीत

अजून तरी तू संपूर्ण निर्दोषी आहेस असे आम्ही म्हटलेले नाही.''

''कुठला पुरावा?''

''केबिनच्या खालच्या बाजूला प्रेत गडगडत जाण्याइतकी नौका कलायला लागणारा वेळ.''

''मी काय शोधले ते तुला सांगितले आहे.''

''सांगितले आहेस. रक्ताळलेल्या शूच्या मालकाचे प्रतिनिधित्व करणाऱ्या वकिलाचा शब्द फक्त. त्याला पुष्टी देणारे काहीनाही.''

''तुझा माझ्यावर विश्वास नाही?''

''माहीत नाही. ज्यूरी नक्कीच विश्वास ठेवणार नाही.''

मेसन म्हणाला, ''ठेवेल. ज्यूरी नक्की विश्वास ठेवेल, लेफ्टनंट. चल डेला, आपण निघू या आता.''

ते खोलीमधून बाहेर पडलेले दिसताच मेडफोर्ड चकित झाला. डेला स्ट्रीटला घेऊन मेसन कॉरिडॉरमधून जात असताना तो रागानेच त्यांच्याकडे बघत होता.

''सुप्रभात ऑफिसर,'' मेसन त्याला म्हणाला. ''मला वाटते ट्रॅगला बोलायचे आहे तुझ्याशी.''

२०

जज नेवार्क आपल्या न्यायासनावर बसला आणि त्याने प्रश्नार्थक मुद्रेने जॅक्सनशेजारच्या काउन्सेलच्या रिकाम्या खुर्चीकडे बघितले. ''मिस्टर मेसन आलेला नाही?'' त्याने विचारले.

''बचाव पक्षाचे कामकाज आज मीच बघावे असे मिस्टर मेसन यांनी मला सांगितले आहे,'' अत्यंत गंभीरपणे जॅक्सन म्हणाला.

''कोर्टाची परवानगी असेल तर,'' मॉरिस लिन्टनने बोलायला सुरुवात केली, ''प्रॉसिक्यूशनची इच्छा आहे की....''

''एक मिनिट,'' जज नेवार्कने त्याला अडवले. ''दोन्ही बाजूच्या काउन्सेलनी काही बोलायच्या आधी कोर्टालाच काहीतरी सांगायचे आहे. भरती ओहोटीच्या वेळापत्रकाबद्दल न्यायालय आपल्या अधिकारक्षेत्रात विचार करणार आहे. नौका ज्या ठिकाणी नांगरून ठेवली होती, त्या ठिकाणच्या वेळांमध्ये वेळापत्रकापेक्षा थोडाफार फरक असण्याची शक्यता कोर्ट गृहीत धरते आहे. माझी समजूत आहे की, नदीच्या मुखाच्या एका ठरावीक ठिकाणच्या अलीकडे असलेल्या पाण्याच्या साठ्यामध्ये खूप खळबळ नसते आणि म्हणूनच या वेळांमध्ये तिथे फरक पडू शकतो. जाहीर केलेल्या भरती ओहोटीच्या वेळा आणि खुनाच्या वेळी नौका जिथे नांगरून ठेवली होती तिथल्या तशाच वेळा यांच्यामध्ये जो फरक असेल त्याबद्दल कोर्टाला पुरावा दाखल करून घ्यायला आवडेल. मिस्टर डिस्ट्रिक्ट ॲटर्नी, तुमची ज्या तऱ्हेने केस पुढे मांडायची योजना असेल तिला विशेष बाधा न आणता तशा तऱ्हेचा पुरावा दाखल करता येण्याची काही शक्यता आहे?''

हॅमिल्टन बर्जर सावकाशपणे उभा राहिला. ''मी कोर्टाला सांगू इच्छितो की, तशी काही शक्यता मलातरी दिसत नाही. गेल्या रात्रभरात या केसमध्ये अशा घटना घडल्या आहेत की, प्रॉसिक्यूशन ही केस तहकूब करावी, अशी विनंती करणार आहे. गेल्या रात्री ती नौका बहुधा टाइम-बॉम्बने उद्ध्वस्त करण्यात आली हे मी कोर्टाच्या निदर्शनास आणले तर ती नियमबाह्य बाब ठरणार नाही अशी माझी

कल्पना आहे.''

जज नेवार्कने घसा साफ केला. ''ती नौका उद्ध्वस्त होण्यापूर्वी प्रॉसिक्यूशनने कुठल्याही तऱ्हेचे प्रयोग केले होते?''

''सॉरी. आम्ही कुठलेही प्रयोग केले नव्हते, युवर ऑनर. पण मला कळले आहे की, मिस्टर मेसन याने तसे काहीतरी प्रयोग केले होते.''

''आणि मिस्टर मेसन आत्ता इथे हजर नाही?''

''नाही, युवर ऑनर.''

जज नेवार्कने पेन्सिल उचलली. ''कोर्टाला या भरती-ओहोटीच्या वेळांबद्दल खूप कुतूहल निर्माण झाले आहे. सर्व केसच त्यावर अवलंबून असू शकेल. तहकुबीबद्दल तुझे काय मत आहे मिस्टर जॅक्सन?''

''त्या सूचनेला विरोध करावा असे मला सांगण्यात आले आहे,'' जॅक्सनने उत्तर दिले.

''एका वेळेला जास्तीतजास्त दोन दिवस आणि सर्व मिळून कमाल सहा दिवस तहकुबी देता येईल, अशी काहीतरी कायदेशीर तरतूद आहे. आणि तसा प्रस्ताव मांडण्यासाठीही ॲफिडेव्हिट – शपथेवर निवेदन – द्यावे लागते. मिस्टर बर्जर तुझ्याकडे तसे निवेदन आहे?''

''नाही, युवर ऑनर आणि मला खरेच वाटते की, अशी तहकुबी आरोपींच्या दृष्टीनेही अजिबात हानिकारक ठरणार नाही.''

''पण आरोपींच्या काउन्सेलचे मत वेगळे आहे.''

हॅमिल्टन बर्जर घायकुतीला आल्याप्रमाणे म्हणाला, ''निदान आज दुपारपर्यंत कामकाज पुढे ढकलले तर मी स्वत: मेसनची गाठ घेईन आणि –''

''दुपारपर्यंत स्थगिती देण्याबद्दल तुझे काय मत आहे?'' जज नेवार्कने जॅक्सनला विचारले.

''कुठल्याही स्थगितीला विरोध करायच्या मला सूचना आहेत, युवर ऑनर!''

''ठीक आहे. प्रॉसिक्यूशनने केसचे काम पुढे सुरू करावे.''

हॅमिल्टन बर्जरने शांतपणे म्हटले, ''युवर ऑनर, या परिस्थितीमध्ये हा खटला काढून टाकावा, अशी प्रॉसिक्यूशनची सूचना आहे.''

जज नेवार्कच्या चेहऱ्यावर संताप दिसला. ''कोर्टाची इच्छा धाब्यावर बसवायची सत्ता काउन्सेलकडे असेलही. आता तो अपराधही ठरणार नाही म्हणा, निदान जोपर्यंत....''

नक्की किती कानउघाडणी करावी, या विचाराने जज नेवार्क क्षणभर थांबला.

तेवढ्यात जॅक्सन म्हणाला, ''खटला काढून टाकला, तर त्याला विरोध करू नये अशा मला सूचना आहेत, युवर ऑनर.''

जज नेवार्कने निर्णय घेतला. ‘‘ठीक आहे. हा खटला काढून टाकण्यात येत आहे. आरोपींची कस्टडीमधून मुक्तता करण्यात येत आहे. पण एक गोष्ट आत्ताच सांगून ठेवतो. त्यांना पुन्हा अटक झाली, तर आज जे काही घडले आहे त्याचा विचार कोर्ट नक्की करेल. कोर्टाचे कामकाज आजच्यापुरते तहकूब करण्यात येत आहे.’’

आपल्या चेम्बरच्या दिशेने निघता-निघता मागे वळून जज नेवार्कने म्हटले, ‘‘मी दोन्ही काउन्सेलना चेम्बरमध्ये येण्याची विनंती करतो आहे.’’

जॅक्सनने घाईघाईने कॉरिडॉरमधल्या फोनबूथकडे जाऊन मेसनच्या कार्यालयाचा नंबर फिरवला. ‘‘गर्टी, बॉस आसपास कुठे आहे?’’ तो फारच अस्वस्थ बनला होता.

‘‘तो अजून आलेलाच नाही.’’

‘‘इथे सगळा गोंधळ झाला आहे. जजने काउन्सेलना त्याच्या चेम्बरमध्ये भेटायला सांगितले आहे. मला काळजीच वाटते आहे. भरती-ओहोटीच्या त्याच्या कुठल्या तरी सिद्धान्ताबद्दल त्याला बोलायचे असणार. मला वाटते मिस्टर मेसन इथे असणे फार आवश्यक आहे.’’

‘‘त्या केसचे काय केले त्यांनी?’’

‘‘काढून टाकली.’’

‘‘ठीक आहे. मी त्याला गाठायचा प्रयत्न करते. तोपर्यंत तू टोलवाटोलवी करायचा प्रयत्न कर. तो एवढ्यात आला तर मी त्याला फोन करायला लावते. त्या म्हाताऱ्या गिधाडाचा राग जरा कमी होईल मग.’’

‘‘जज नेवार्कला अशा तऱ्हेने संबोधित करणे योग्य नाही,’’ जॅक्सनने गंभीरपणे तिची खरडपट्टी काढण्याच्या स्वरात म्हटले.

‘‘पण मला तो तसाच वाटतो,’’ गर्टी मजेत म्हणाली आणि तिने फोन ठेवून दिला.

कोर्टरूममधून चालत जाऊन जॅक्सनने जज नेवार्कच्या चेम्बरचा दरवाजा उघडला.

हॅमिल्टन बर्जर आणि मॉरिस लिन्टन अवघडल्यासारखे उभे होते. जज नेवार्क एका पॅडवर आकडे लिहीत होता. त्याने वर मान करत म्हटले, ‘‘आत ये मिस्टर जॅक्सन. मेसन कुठे आहे?’’

‘‘तो अजून कार्यालयातही आलेला नाही. येता क्षणी फोन करण्याबद्दल मी निरोप ठेवून दिला आहे.’’

‘‘ठीक आहे,’’ जज नेवार्क म्हणाला. ‘‘बसा खाली. मला माहीत आहे की, सध्या जो कायदा अस्तित्वात आहे त्याप्रमाणे निर्णय देण्याचा अधिकार असणाऱ्या मॅजिस्ट्रेटला पार डावलणे शक्य असते. पण असले डावपेच मला आवडत नाहीत.’’

बर्जर दिलगिरीच्या स्वरात म्हणाला, ‘‘मला सर्व लोकांसमोर जाहीरपणे सांगायचे नव्हते. जज, पण मिसेस मिलफिल्डने आता कबूल केले आहे की, शुक्रवारी रात्री

साडेनऊच्या सुमाराला ती नौकेवर होती. एका तरुण माणसाने, ज्याच्या ती प्रेमात पडल्यासारखी वाटते, कॅमेरॉनकडून एक रोबोट भाड्याने घेऊन तो तिला नौकेवर घेऊन गेला होता.''

जज नेवार्कने एका फूलस्केप कागदावर तशी नोंद केली, आणखी काही आकडे लिहिले आणि ओठांवरून जीभ फिरवली.

''त्या वेळी तिचा नवरा जिवंत होता असे म्हणाली ती?''

''ती म्हणते तो मेला होता. बचाव पक्षाच्या वकिलाने ज्या जागेला क्रमांक-१ची जागा म्हटले आहे, त्या जागी तो पडला होता. आतल्या स्टेटरूमकडे नेणाऱ्या दाराच्या पितळेचा पत्रा ठोकलेल्या उंबरठ्याजवळ त्याचे डोके होते.''

''तिने ते आधीच का सांगितले नाही?'' जज नेवार्कने विचारले.

''तिच्यावर खुनाचा आळ येईल, अशी भीती वाटली तिला. तिने ते दडपून ठेवायचा प्रयत्न केला.''

''हं!'' जज नेवार्क उद्गारला.

''मलाही अगदी तसेच वाटले,'' बर्जर म्हणाला.

आपल्या लीगल पॅडवर जज नेवार्क रेघोट्या मारत बसला. ''डॉक्टरच्या साक्षीप्रमाणे जीवघेणा फटका बसल्यावर फारतर वीस मिनिटे रक्तस्राव होऊ शकला असता. तेव्हा खून नौका कलायला लागल्यानंतर पण ती संपूर्ण कलण्याआधी पडलेला आहे. जर प्रेत गडगडत नौकेच्या खाली गेलेल्या बाजूकडे गेले असेल, तर खून पडल्यानंतर वीस मिनिटात ती तेवढी कललेली असणार. आता प्रश्न असा आहे की नौका नक्की कशी कलते? हळूहळू कलत कलत जात जास्तीतजास्त कलते का थोडीशी कलते, त्याच स्थितीत थोडा वेळ राहते आणि मग खाडकन पूर्ण कलते? या केसमध्ये हा प्रश्न अत्यंत महत्त्वाचा आहे. तुला त्याचे उत्तर देता येईल?''

''नाही,'' हॅमिल्टन बर्जरने कबुली दिली.

''तो मुद्दा केसमध्ये अत्यंत महत्त्वाचा आहे,'' जज म्हणाला. त्याच्या स्वरावरून तो बर्जरच्या उत्तरामुळे नाराज झालेला दिसला.

''माहीत आहे मला,'' बर्जर म्हणाला, ''पण –''

चेम्बरचा दरवाजा उघडला आणि व्यवस्थित पोशाख केलेला, उत्साहात असलेला पेरी मेसन आत शिरला. ''सुप्रभात,'' सर्वांकडे नजर टाकून तो मजेत म्हणाला.

जज नेवार्कच्या चेहऱ्यावर सुटकेचे भाव दिसले. ''मिस्टर मेसन,'' तो म्हणाला, ''या भरती ओहोटीच्या वेळांबद्दल मला खूप कुतूहल निर्माण झाले आहे. मला वाटते की त्यांचा विचार करून हे प्रकरण निकालात काढता येऊ शकेल. काल रात्री तू काय शोधून काढलेस ते सांगू शकतोस मला? ती माहिती किती महत्त्वाची आहे याची जाणीव फक्त तुलाच झालेली दिसली.''

मेसन हसला. ''पूर्ण भरतीनंतर सव्वा दोन तास किंवा दोन तास वीस मिनिटे ती तळाला टेकून उभी असते. नंतर हळूहळू कलत ती साधारण सतरा अंश कलते. थोडा वेळ तशीच राहते आणि मग खाडकन कलंडते.''

''आणि ती खाडकन कधी कलंडते?''

''काल रात्रीची वेळ होती पूर्ण भरतीनंतर चार तासांनी.''

जज नेवार्कचे डोळे चमकायला लागले.

''परिस्थितीजन्य पुरावा अनेक वकिलांना आवडत नाही,'' मेसन म्हणाला. ''मला आवडतो. परिस्थिती सादर करते त्या पुराव्याशी माझे भांडण नाही. पण कुठल्याही घटनेचा साधा-सरळ, बेजबाबदारपणे अर्थ लावणे मला आवडत नाही, निष्काळजीपणे विचार केलेला आवडत नाही.

''आपण आत्ताच्याच केसचा विचार करू या. आता आपल्याला माहीत आहे की मिसेस मिलफिल्ड संध्याकाळी साडेनऊच्या सुमाराला त्या नौकेवर होती. त्या वेळेपर्यंत ती नौका बरीच कलली होती हेदेखील आपल्याला माहीत आहे. नौकेखालून निघून जाणाऱ्या पाण्यामुळे ती स्टारबोर्ड किंवा उजव्या बाजूला कलणार हे माहीत आहे. ती साधारण सतरा अंशात कललेली असताना कुणीतरी नवीन मेणबत्ती लावली होती हे माहीत आहे. आधीच्या मेणबत्तीच्या मेणाच्या गोळ्यामधेच ती लावून ठेवली होती हेदेखील माहीत आहे.''

''मग मिसेस मिलफिल्डने गुन्हा केला होता असे वाटते तुला?'' जज नेवार्कने विचारले. ''आणि केला असेल तर कसा? डॉक्टरच्या साक्षीप्रमाणे जीवघेणा दणका फार जोरात मारलेला होता, हे लक्षात घ्यायला हवे.''

''तेव्हा इथे उघड-उघड विसंगती दिसते,'' मेसन मजेत म्हणाला. ''नौका सरळ उभी असतानाच खून झालेला असायला पाहिजे, नाहीतर कम्पॅनिअन वेच्या पायरीवर अगदी मध्यावर रक्ताळलेला पायाचा ठसा उमटलाच नसता. पण प्रेत जर मी दाखवलेल्या आकृतीत क्रमांक-२च्या जागी गडगडत गेले असेल, तर नौका खाडकन उजव्या बाजूला कलंडायच्या आधी फक्त वीस-एक मिनिटांच्या काळात खून पडलेला असायला हवा.''

''या परस्परविरोधी घटनांचा मेळ तू घालू शकत नाहीस,'' बर्जर म्हणाला. ''खुनाची उकल कुठल्या तरी एका घटनेशीच जोडली जायला हवी. दोन्ही नाही.''

मेसन मोठ्याने हसला. ''उत्तर इतके सोपे आहे म्हणूनच ते हाताला लागले, तरी निसटते आहे.''

''तू काय म्हणतो आहेस ते माझ्या लक्षात येत नाही,'' बर्जर जरा रागावलाच होता.

''त्या माणसाचा खून पडल्यावर प्रेत प्रथम क्रमांक-२च्या जागेवर पडले. *खुन्याने ते क्रमांक-१च्या जागेवर घरंगळत नेले.* नंतर ते पुन्हा गडगडत क्रमांक-

२च्या जागी परत आले. पण तोपर्यंत रक्तस्राव थांबलेला होता. प्रेत क्रमांक-२च्या जागी असताना डोक्याखाली गालिच्यावर रक्त सांडलेले आढळले म्हणून जास्ती विचार न करता आपण गृहीत धरले की, ते त्या ठिकाणी गडगडत गेले तेव्हा रक्तस्राव झाला होता. दुसरे स्पष्टीकरण इतके सोपे आणि धडधडीत दिसणारे आहे की, सुरुवातीपासूनच ते लक्षात का आले नाही म्हणून डोके फिरायला लागावे.''

जज नेवार्कने मेसनने काढलेले रेखाचित्र हातात घेतले. हॅमिल्टन बर्जर उठला आणि टेबलाला वळसा घेत जजच्या खांद्यावरून त्या चित्राकडे बघायला लागला.

''अरे देवा!'' स्वत:च्या नकळतच बर्जर पुटपुटला.

''पण तो माणूस क्रमांक-२च्या जागी कोसळला असेल, तर उंबरठ्यावर डोके आपटून त्याचा मृत्यू ओढवलेला नाही,'' जज नेवार्क म्हणाला. *''मग तो कशामुळे ओढवला?''*

''नौकेवरती लाकडी स्टोव्हबरोबर असणारा वजनदार लोखंडी पोकर – कोळसे, लाकडाचे तुकडे हलवायचा टोकेरी लोखंडी गज.''

''त्या माणसाला मागून कोणी पोकर घेऊन हाणले असेल,'' जज नेवार्कने बोलायला सुरुवात केली, ''तर ताकदवान माणसानेच त्याचा खून करणे शक्य होते हा दावाच निकालात निघतो. एखादी स्त्रीही मिलफिल्डच्या डोक्यात त्याची कवटी फुटण्याइतक्या जोरात पोकर मारू शकली असती – जर तिने तो बेसावध असताना त्याच्यावर मागून हल्ला चढवला असता तर.''

''अगदी बरोबर,'' मेसन म्हणाला. ''पण खुन्याचे एका गोष्टीकडे दुर्लक्ष झाले. त्याने क्रमांक-१च्या जागी प्रेत का हलवले? कारण त्याला बरबॅन्कला या खुनात अडकवायचे होते. एकदा का न्यू ऑर्लिन्सचे प्रकरण या केसच्या संदर्भात मुद्दाम उकरून काढले गेले असते, तर केवळ पूर्वग्रहामुळेच बरबॅन्क अपराधी ठरवला जाण्याची शक्यता होती.''

''तेव्हा,'' मेसनने पुढे बोलायला सुरुवात केली, ''खुन्याने बरबॅन्कला यात अडकवायचा प्रयत्न केला याचा एकच अर्थ आहे. बरबॅन्कच्या पूर्वायुष्याबद्दल माहिती असणारा तो कोणीतरी आहे.''

मेसनने रेखाचित्र उचलले, त्याची घडी घातली आणि ते आपल्या खिशात ठेवून दिले. ''आता डिस्ट्रिक्ट ॲटर्नीच्या कार्यालयाने काय करायला हवे हे सांगणे माझे काम नाही. पण मी जर मिस्टर बर्जर असतो, तर जरा दमदाटी करायलाच सुरुवात केली असती. खुन्याने प्रेत हलवले आणि फार मोठी चूक केली. तेव्हा सद्‌गृहस्थहो! मला या 'केस ऑफ द क्रुकेड कॅंडल'बद्दल जी काही माहिती होती ती सर्व तुम्हाला दिली आहे. तुम्ही वेळ न दवडता पावले उचलली, तर या खुनाची उकल व्हायला अजिबात वेळ लागणार नाही.''

२१

मेसन, डेला स्ट्रीट, कॅरोल बरबॅन्क आणि रॉजर बरबॅन्क मेसनच्या केबिनमध्ये बसले होते. रॉजर बरबॅन्क अस्वस्थपणे एक सिगार ओढत होता. मेसन टेबलावर बोटे आपटत होता. डेला स्ट्रीट आपल्या खुर्चीच्या एका कडेला बसली होती. फक्त कॅरोल बरबॅन्क तिच्या मनावरचा ताण दाखवत नव्हती.

''पॉल ड्रेक इकडे येतो आहे. आत्ताच त्याचा फोन आला होता,'' मेसनने सांगितले.

''जज नेवार्कसुद्धा याच निष्कर्षावर पोहोचला होता असे वाटते तुला?'' कॅरोलने विचारले.

''अगदी सर्व बाजूंनी विचार करून नाही,'' मेसनने उत्तर दिले. ''भरती-ओहोटीच्या वेळा लक्षात घेऊन तो खुनाची वेळ निश्चित करायच्या प्रयत्नात असला तरी प्रेताची जागा बदलून खुनी व्यक्तीने स्वत:कडे लक्ष वेधून घेतले आहे, हे त्याच्या ध्यानात आले नसावे. तो... आलाच पॉल.''

ड्रेक टकटक करायला सुरुवातच करत होता एवढ्यात डेला स्ट्रीटने घाईघाईने केबिनचे दार उघडले.

तो इतक्या उत्साहात होता की त्याची बोलण्याची ढबही बदलली. अभिवादन करायचेही तो विसरला आणि म्हणाला, ''तुझे म्हणणे बरोबर होते पेरी, आता सर्व काही त्यांच्या लक्षात येते आहे.''

''पण त्यांनी कबुलीजबाब मिळवला का?'' मेसनने विचारले.

''मुख्य व्यक्ती तोंड उघडायला तयार नाही. पण मिसेस मिलफिल्ड पार ढासळून गेली आहे.''

''काय म्हणाली ती?''

''बर्जरला खटला दाखल करता येईल एवढी माहिती तिने दिली आहे. पण मला एक सांग, पेरी, खून कोणी केला आहे, हे तुला कसे कळले?''

''प्रेत क्रमांक-२च्या जागेवरून क्रमांक-१च्या जागेवर हलवले होते, ही एकच

गोष्ट दर्शवत होती की, ज्या व्यक्तीने प्रेत हलवले त्या व्यक्तीला रॉजर बरबॅन्कच्या भूतकाळामधली गुप्त गोष्ट कळलेली होती. त्या व्यक्तीच्या लक्षात आले की, तो जर दाखवू शकला की गुन्हा बरबॅन्कने केला आहे आणि तो दडवण्याचा अगदी हास्यास्पद प्रयत्न झाला आहे, तर बरबॅन्कला सुटकेची आशाच राहणार नाही.

"बरबॅन्कच्या भूतकाळामधले रहस्य तिघा जणांना माहीत झाले होते. प्रथम फक्त मिसेस मिलफिल्डच तशी होती. नंतर तिने आपल्या नवऱ्याला आणि व्हॅन न्युईला ते रहस्य सांगितले.

"व्हॅन न्युईच्या तेलाच्या व्यवहारांमधला सर्व नफा मिलफिल्डच्या बरबॅन्ककडून पैसे मिळवण्याच्या कौशल्यावर अवलंबून होता. त्यांनी फसवणूक केली असे बरबॅन्क सिद्ध करू शकला असता, तर त्यांना एक निकेलही मिळाला नसता.

"माझ्यासमोर जे चित्र उभे आहे, त्याप्रमाणे बरबॅन्कच्या भूतकाळामधील अडचणीचा फायदा उठवण्याचा प्रयत्न झाला होता. तेव्हा मिसेस मिलफिल्ड किंवा व्हॅन न्युई यांच्यापैकी एक खुनी असायला हवा. मला व्हॅन न्युईवर जास्ती संशय आहे. बॉम्ब खुनी व्यक्तीने ठेवला आणि बॉम्ब ठेवताना वल्ह्यांचा आवाज करत गोंधळही उडवला. बरवेलएवढ्या अनभिज्ञपणे नाही आणि मिसेस मिलफिल्डइतक्या सराईतपणे नाही. मिसेस मिलफिल्डला बोटींचा खूप अनुभव होता.

"मिसेस मिलफिल्डला आपल्या नवऱ्याचा खून झाल्याचे ताबडतोब कळले होते, हेदेखील उघड आहे आणि तिने खुनी व्यक्तीशी सहकार्य करून ते त्या जागी नव्हते, असा पुरावा निर्माण करण्याचा प्रयत्नही केला होता. पण या सगळ्यांमधला कमजोर दुवा तीच होती असे मला वाटत होते."

"तू म्हणतोस ते बरोबर आहे, पेरी," ड्रेक म्हणाला. "मिलफिल्ड त्याला बनवतो आहे असे जेव्हा बरबॅन्कच्या लक्षात आले, तेव्हा त्याने मिलफिल्डला आपल्या नौकेवर भेट असा हुकूमच सोडला. घाबरलेल्या मिलफिल्डने व्हॅन न्युईशी संपर्क साधला. काय करायचे ते मिलफिल्डला कळेना. त्याने प्रयत्न करून वेळ ढकलायची ठरवले. पण ते नाहीच जमले तर बरबॅन्क कुठे काही बोलायच्या आधीच त्याचा काटा काढायला पाहिजे असेही त्याने व्हॅन न्युईला सांगितले.

"त्यांनी आपापसात विचारविनिमय करून त्याचा खून पाडायचीच योजना आखली. मिलफिल्डने कॅमेरॉनकडून एक बोट भाड्याने घ्यायची, ती वल्हवत नौकेवर जायचे, बरबॅन्कशी बोलून त्याला नक्की काय माहीत झाले आहे ते कळून घ्यायचे आणि ते सर्व खोटे आहे, अशी त्याची खात्री पटवायचा प्रयत्न करायचा. ठरवलेल्या वेळी भेट घ्यायला जाण्यापूर्वी मिलफिल्डने पालेर्मोला फोन केला. त्या वेळी पालेर्मोची केबिन सोडून बरबॅन्क निघाल्याला थोडाच वेळ झाला असेल. पाच हजार डॉलर्स देऊ शकणाऱ्या 'स्पर्धकाचे' वर्णन ऐकल्यावर तो कोण आहे, याचा

मिलफिल्डला अंदाज आला. शेवटचा प्रयत्न म्हणून मिलफिल्डने पालेर्मोला मोठ्या रकमेचे आमिष दाखवले. त्याने बरबॅन्कच्या नौकेवर जाऊन सांगायचे होते की, बरबॅन्कला ओळखून त्याच्याकडून जास्ती पैसे मिळवायचा प्रयत्न करण्यासाठी त्याने सर्व खोटीच कथा सांगितली होती.

''पालेर्मोची बोट बघितल्यावर त्यांना दुसरी एक कल्पना सुचली होती. व्हॅन न्युईनेपण एक फोल्डिंग बोट मिळवायची, कुणाच्या लक्षात येणार नाही अशा ठिकाणाहून ती समुद्रात लोटायची आणि बरबॅन्कच्या नौकेपासून सुरक्षित अंतर राखून पण नौका नजरेच्या टप्प्यात ठेवून थांबून राहायचे.

''मिलफिल्डने नौकेवरून निघताना व्हॅन न्युईला संदेश द्यायचा. त्याने बरबॅन्कची समजूत पटवली असली तर काहीच करायचे नव्हते. पण पटण्यासारख्या अनेक खोट्या कथा सांगून, पालेर्मोला तो खोटे बोलला होता हे कबूल करायला लावूनही बरबॅन्कची समजूत पटली नाहीतर ओहोटीच्या पाण्याबरोबर तरंगत व्हॅन न्युईने नौकेवरती जाऊन डेकवर टाइम-बॉम्ब ठेवायचा, तसेच तरंगत चॅनलपर्यंत जायचे, वळसा घेऊन त्याने जिथे गाडी उभी करून ठेवली होती त्या ठिकाणी पोहोचायचे, बोट घडी घालून ठेवून गाडीमधून निघून जायचे.

''पण स्फोट झाला त्या वेळी तो तिथे नव्हता हे सिद्ध करणेही व्हॅन न्युईला आवश्यक होते.

''तोपर्यंत मिसेस मिलफिल्ड पुरती व्हॅन न्युईच्या नादाला लागली होती. तेव्हा व्हॅन न्युईने तिच्याच मदतीने स्फोट झाला त्या वेळी तो तिथे नव्हता, हे सिद्ध करण्यासाठी एक योजना बनवली. जेव्हा स्फोट घडवला जाणार होता त्या वेळी मिसेस मिलफिल्डने विमानतळावर जायचे आणि बरवेलला सॅन फ्रान्सिस्कोमध्ये फोन करून सांगायचे की, ती त्याच्याकडे येण्यासाठी निघाली होती, पण तिचा ताबा नसलेल्या घटना घडल्यामुळे तिला तिचा विचार बदलणे भाग पडले आहे. तिने केवळ मजा म्हणून त्याला खेळवले असले, तरी अननुभवी बरवेल मिसेस मिलफिल्डसाठी पार वेडा झाला होता. तिने त्याच्याबरोबर पळून जावे म्हणून त्याने तिला अनेक पत्रेही लिहिली होती.

''तेव्हा नवऱ्यासाठी म्हणून एक खोटी चिठ्ठी लिहून तिने ती चिठ्ठी आणि बरवेलची पत्रे व्हॅन न्युईच्या हातात ठेवली. खूप दबाव आला तर अगदी नाइलाजाने त्याने सांगायचे होते की, भावनेच्या आहारी जाऊन विमानतळावर गेलेल्या मिलफिल्डला गाठायला तो कसा विमानतळावर गेला होता. आपल्या कथेला पुष्टी देण्यासाठी त्याने नाटकीपणाने तिने आपल्या नवऱ्यासाठी म्हणून लिहून ठेवलेली चिठ्ठी आणि बरवेलच्या पत्रांचा गठ्ठाच पुढे करायचा होता.

''पण संतापाने बरबॅन्कचा स्वत:च्या मनावरचा ताबा सुटला आणि मिलफिल्डला

एक दणका देऊन त्याने त्याला पोलिसांच्या ताब्यात द्यायचे ठरवले. त्याने नौकेच्या डेकवर जाऊन मिलफिल्डच्या स्कीफचे – एकानेच चालवायच्या छोट्या होडीचे – दोर सोडून टाकले, स्वत:च्या डिंगीमध्ये बसला आणि आउटबोर्ड इंजीन सुरू करून यॉट क्लबच्या दिशेने नाहीसा झाला.

''अर्थातच व्हॅन न्युई भलताच अस्वस्थ बनला. तो ताबडतोब होडी वल्हवत नौकेवर गेला. हनुवटीवर दणक्यात ठोसा बसलेला मिलफिल्ड जरा गडबडलेलाच होता. व्हॅन न्युई त्याच्यावर इतका रागावला की, त्याचा स्वत:वरचा ताबा सुटायला लागला. मिलफिल्डही भडकला. व्हॅन न्युई आपल्या बायकोशी संबंध ठेवतो आहे असा आरोप करून त्याने त्याला एक दणका ठेवून दिला. हाणामारीमध्ये व्हॅन न्युईला मिलफिल्डपासून स्वत:चे रक्षण करता येणे शक्य नव्हते. तो कोलमडला. तेवढ्यात त्याला जवळच पडलेला वजनदार पोकर दिसला, त्याने तो उचलून मिलफिल्डच्या डोक्यात हाणला आणि मिलफिल्ड आपण जी 'क्रमांक-२'ची जागा म्हणतो आहोत तिथे कोसळला.

''मिलफिल्ड मेला आहे दिसताच व्हॅन न्युई भयंकर घाबरला. मग त्याच्या लक्षात आले की, बरबॅन्कचा त्याच्याबरोबर झगडा झाला होता, तेव्हा बरबॅन्कनेच त्याला ठोसा हाणल्याने मिलफिल्ड मेला होता असे तो दाखवू शकेल. न्यू ऑर्लिन्समध्ये एका माणसाला ठार मारल्यानंतर पुढे केलेली सबबच तो आताही पुढे करायचा प्रयत्न करतो आहे, असा देखावाही तो तयार करू शकेल.

''तेव्हा व्हॅन न्युईने मिलफिल्डचे प्रेत आतल्या केबिनमध्ये जाण्याच्या दरवाजाच्या, पितळेचा पत्रा ठोकलेल्या उंबरठ्याजवळ गडगडत पाठवून दिले. आतल्या केबिनचा दरवाजा उघडला. खून बरबॅन्कनेच केला आहे असाच समज होईल अशा तऱ्हेने सर्व गोष्टी ठेवून दिल्या आणि आपल्या बोटीत बसून, बोट वल्हवत परत निघाला. पण हे सर्व मिसेस मिलफिल्डच्या कानावर घालणे आवश्यक होते.

''ते काही कठीण नव्हते. त्याने तिला सर्व हकिगत सांगितली. असेही समजावले की, तिने तोंड बंद ठेवले तर बरबॅन्कबरोबर मिलफिल्डच्या तेलाच्या हक्कांसंबंधीचा काही समझोताही तो करू शकेल. ती एक श्रीमंत विधवा बनेल. मिसेस मिलफिल्ड विमानतळावर जाऊन आली होती. आधीच ठरवल्याप्रमाणे तिने बरवेलला फोनही केला होता. तो फोन विमानतळावरल्या एका फोन बूथमधून केला होता आणि पोलीस त्याप्रमाणे शोधून काढू शकतील, याची काळजी घेतली होती. तेव्हा बरबॅन्कच्या खुनाच्या वेळेसाठी बनवलेला पुरावा व्हॅन न्युईला मिलफिल्डच्या खुनाच्या वेळेसाठीही व्यवस्थित कामाला येणार होता.''

''मला वाटतच होते की, गुन्हा घडला त्या वेळी तो अन्यत्र उपस्थित होता असे सिद्ध करणारा पुरावा दुसऱ्या कशासाठी तरी बनवला होता,'' मेसन म्हणाला.

"काय झाले ते कळल्यावर मिसेस मिलफिल्ड म्हणाली की, व्हॅन न्युईचे एका गोष्टीकडे दुर्लक्ष झाले होते."

"बरोबर," ड्रेक म्हणाला.

"कुठली गोष्ट?"

"मिलफिल्ड सांकेतिक भाषेत लिहून खिशात ठेवत असलेले एक अकाउन्ट बुक. त्याने फक्त पालेर्मोबरोबरच सौदा केला नव्हता. मिलफिल्ड अगदी पद्धतशीरपणे बरबॅन्कला फसवत होता आणि स्वतःच्याच माहितीसाठी सर्व व्यवहारांबद्दलची तपशीलवार नोंद त्या छोट्या अकाउन्ट बुकमध्ये लिहून ठेवत होता."

"आणि त्यांनी ठरवले की, बरबॅन्ककडून पैसे काढायचे तर त्यांना हे छोटे अकाउन्ट बुक मिळवायला हवे?"

"साधारण तसेच. पोलीस बरबॅन्कनेच खून केला आहे असे सिद्ध करण्याचा प्रयत्न करणार हे त्यांना माहीत होते. पण हे अकाउन्ट बुक पोलिसांच्या हातात पडले, तर ती सांकेतिक भाषा उलगडायला त्यांना वेळ लागला नसता आणि मिलफिल्डच्या सर्व भानगडींचा त्यांना पत्ता लागला असता. व्हॅन न्युई आणि मिसेस मिलफिल्ड यांना असे काही घडावे अशी मुळीच इच्छा नव्हती. कारण मग फसवणुकीच्या आरोपाखाली बरबॅन्क मिलफिल्डशी केलेले सर्व करारमदार रद्द करू शकला असता."

"तेव्हा मिसेस मिलफिल्डने स्वतः जाऊन ते अकाउन्ट बुक मिळवायचे ठरवले?"

"बरोबर! तोपर्यंत बरवेलही आला होता. तेव्हा त्यांनी ठरवले की, नौकेवर जाण्यासाठी डाफनेने तिच्यासाठी वेड्या झालेल्या या मित्राचाच उपयोग करायचा. तिला तर खात्रीच होती की, ती त्याला पार गुंडाळून ठेवू शकेल. यॉट क्लबमधले कुणीही त्याला ओळखत नव्हते. तेव्हा त्याने एक बोट भाड्याने घेऊन एका खिळखिळ्या झालेल्या धक्क्यापर्यंत ती आणायची आणि तिला बोटीत घ्यायचे. ती त्या बोटीने नौकेपर्यंत जाईल. तिला यात अजिबात धोका वाटत नव्हता, कारण गुन्हा घडला त्या वेळी ती विमानतळावर होती, असे ती सिद्ध करू शकत होती. तेव्हा एकूण जे काही घडले, ते सर्वसाधारणपणे असे घडले. तुमच्या लक्षात येईल की –"

फोन वाजला.

मेसनने डेलाला खूण केली. तिने रिसीव्हर उचलला, थोडा वेळ ऐकून माउथपीसवर हात ठेवला.

"चीफ, बाहेर एक सोनेरी केसांची, एक डोळा काळा पडलेली स्त्री ताबडतोब तुझी भेट हवी असे म्हणते आहे. गर्टी म्हणते ती अत्यंत अस्वस्थ आहे आणि बेभान

होईल अशीच तिला भीती वाटते आहे –''

''तिला लॉ लायब्ररीत बसवायला सांग,'' मेसन म्हणाला. ''मी तिथेच बोलतो तिच्याशी. मी तिच्याशी बोलतो आहे तोपर्यंत तू अॅडेलेड किंगमनच्या नावाने मिस्टर बरबॅन्ककडून एक लक्ष डॉलर्सचा चेक लिहून घे. मी असा मधेच निघतो आहे याबद्दल आधीच खेद व्यक्त करतो. पण स्वत:च्या मनावरचा ताबा गमावण्याच्या बेतात असलेली, सोनेरी केसांची, एक डोळा काळा पडलेली स्त्री बाहेर आली आहे, याचा अर्थ केस गंभीर आहे – निदान कुतूहल निर्माण करणारी – 'द केस ऑफ द ब्लॅक आईड ब्लॉन्ड'.''

◆

www.ingramcontent.com/pod-product-compliance
Lightning Source LLC
LaVergne TN
LVHW041707070526
838199LV00045B/1236